AF425148

Revised Edition 2024

ஆனந்தமாய் தொழில்முனைவோம்

4 வகை பெர்சனாலிட்டியைப்
புரிந்துகொள்ளுங்கள்
ஆனந்தமான பணியிடங்களை உருவாக்குங்கள்

LS கண்ணன்

Copyright © LS Kannan 2024
All Rights Reserved.

ISBN 979-8-89415-343-8

This book has been published with all efforts taken to make the material error-free after the consent of the author. However, the author and the publisher do not assume and hereby disclaim any liability to any party for any loss, damage, or disruption caused by errors or omissions, whether such errors or omissions result from negligence, accident, or any other cause.

While every effort has been made to avoid any mistake or omission, this publication is being sold on the condition and understanding that neither the author nor the publishers or printers would be liable in any manner to any person by reason of any mistake or omission in this publication or for any action taken or omitted to be taken or advice rendered or accepted on the basis of this work. For any defect in printing or binding the publishers will be liable only to replace the defective copy by another copy of this work then available.

அர்ப்பணம்

இந்தப் படைப்பை எனது மனைவி தர்ஷினி, மகள் ஸ்ரேயாவுக்கு அர்ப்பணிக்கிறேன்.

மேலும் எனது அம்மா சுகந்தா சேஷாத்ரி மற்றும் அப்பா மறைதிரு டாக்டர் எல் சேஷாத்ரி அவர்களுக்கும் சமர்ப்பிக்-கிறேன்.

நன்றியுரை

அன்று மார்ச் 20, 2020. வீட்டிற்குத் திரும்பிச் செல்ல மும்பை விமானத்தைப் பிடித்தாக வேண்டும். சில விமானங்கள் ரத்து செய்யப்பட்ட நிலையில், மதியம் 2 மணிக்கும், மாலை 5 மணிக்கும் என இரண்டு விமானங்களில் டிக்கெட் எடுத்திருந்தேன். 5 மணி விமானம் ரத்து செய்யப்பட்டதால், 2 மணி விமானத்தைப் பிடிக்க மதுரை விமான நிலையம் விரைந்து கொண்டிருந்தேன்.

முன்னெப்போதும் கண்டிராத ஓர் அசாதாரண சூழலில், என்னைப் போலவே பரபரப்புடன் பல ஆண்களும், பெண்களும் மதுரை விமான நிலையத்தில் வந்திறங்கிக் கொண்டிருந்தனர்.

லாக்-டவுன் என்ற மிக இக்கட்டான, சமூக - பொருளாதாரப் பின்னடைவை நாம் சந்திக்க இருக்கிறோம் என்று அப்போது எனக்குத் தெரியவில்லை.

கோவிட்-19 நோய்த் தோற்று காரணமாக, அடுக்கடுக்காக ஏறக்குறைய 100 நாட்கள் நாம் வீட்டுக்குள் அடைபட்டுக் கிடந்தோம். தொடர் முடக்கத்திற்கு முன் பாதுகாப்பாக வீட்டிற்கு வந்து சேர்ந்ததே என் அதிர்ஷ்டம் என்று நினைத்தேன்.

இந்த எதிர்பாராத ஒரு முடக்கத்தில் எனக்குள் ஒரு சவாலை நான் வைத்துக்கொண்டேன் - என் நாட்கள் முடங்கிப் போகாமல் அவற்றை முழுமையாகப் பயன்படுத்த வேண்டும் என்பது தான் அந்த சவால். கடந்த சில வருடங்களாக நான் ஒரு ஐந்து-ஆறு நாட்கள் சேர்ந்தாற்போல் வீட்டில் இருந்ததே இல்லை.

இந்த லாக்-டவுன் சமயத்தில், கிடைத்த நேரத்தைப் பயன்படுத்தி நான் ரொம்ப நாட்களாக எழுதவேண்டும் என்று நினைத்திருந்த இரண்டு புத்தகங்களை எழுதத் தொடங்கினேன். ஒன்று ஆங்கிலத்தில் புத்தக வடிவமாக 'Joyous Entrepreneur' என்ற பெயரிலும், இன்னொன்று SME நிறுவனங்களுக்குத் தேவையான நிர்வாகக் கட்டமைப்பு பற்றிய blog ஆக வெப்சைட்டிலும் எழுதி முடித்திருக்கி றேன். இவற்றை முடிக்க சாதாரண நாட்களில் எனக்கு இரண்டு வருடங்களாவது ஆகியிருக்கும்.

குறிப்பாக ஆங்கிலத்தில் வெளிவந்த 'Joyous Entrepreneur' என்ற புத்தகத்தை எழுதத் தொடங்கி முடிக்கும் வரை நாங்கள் மும்பையில் இருந்தோம். அந்த சமயம் மும்பை நகரமே ஸ்தம்பித்துப் போயிருந்தது. அந்தப் புத்தகத்தை வெளியி டும் போது நாங்கள் பெங்களுருவில் இன்ஸ்டிடியூஷனல் க்வாரன்டைனில் இருந்தோம்.

இந்தத் தருணத்தில் என் மனைவி தர்ஷினியின் பங்களிப்பை நான் நன்றியுடன் நினைவுகூர்கிறேன். முடக்கத்தின் போது, வீட்டு வேலை செய்யும் உதவியாளர்களும் இல்லாத நிலையில், வீட்டு வேலைகளை என்னிடம் திணிக்காமல் என்னை முழுநேர எழுத்தாளராக இருக்க அனுமதித்ததற்கும், எப்போதும் போல என்னை ஊக்குவித்ததற்கும், அவ ருக்கு என் நன்றிகள். மேலும், Human Resource மற்றும்

Counselingஇல் அவருடைய அறிவையும், அனுபவத்தையும் இந்தப் புத்தகத்திற்காக என்னுடன் பகிர்ந்துகொண்டார்.

எனது மகள் ஸ்ரேயா அளித்த ஆதரவையும் நான் பாராட்டு-கிறேன். என்னுடனான நேரத்தை இந்தப் புத்தகம் எழுதுவ-தற்காகத் தியாகம் செய்தது மட்டுமில்லாமல், எப்போதும் என் புத்துணர்வின், மகிழ்ச்சியின் ஆதாரமாக இருக்கிறாள்.

தமிழ்நாடு முழுவதும் உள்ள சக்தி வாய்ந்த தொழில் முனை-வோருடன் தொடர்பு கொள்வதற்கு எனக்கு வாய்ப்பளித்த, மதுரை தமிழ்நாடு வர்த்தக சங்கத்தின் ஒரு பகுதியான **இளம் தொழில்முனைவோர் பள்ளியின்** (www.yesconnect.in) தலைவர், சாப்டர் தலைவர்கள் மற்றும் உறுப்பினர்களுக்கு எனது மனமார்ந்த நன்றி. அவர்களுடைய தொலைநோக்-குப் பார்வைக்கும், அர்ப்பணிப்பிற்கும் என் கோடானு கோடி வணக்கங்கள்.

தங்கள் இலக்கை நோக்கிய பயணத்தில் அவர்களுடன் பயணிக்க என்னை அனுமதித்த எனது எல்லா வாடிக்கை-யாளர்களுக்கும் நன்றியைத் தெரிவித்துக் கொள்கிறேன். அவர்கள் ஒவ்வொருவர் பெயரையும் இங்கு குறிப்பிட முடியாமல் போனதற்கு வருந்துகிறேன். அவர்களுடனான ஒவ்வொரு தொடர்புகளிலிருந்தும் ஆழ்ந்த புரிதல், ஒரு புத்துணர்ச்சி மற்றும் ஆற்றலைப் பெறுகிறேன். அவர்களின் கேள்விகளே எனது பயணம்.

தங்கள் நிறுவனங்களில் ஆனந்தக் கட்டங்கள் என்ற இந்தக் கருத்தைப் பயன்படுத்தி அதனால் அடைந்த நன்மைகள் குறித்த அவர்களின் கருத்துகளைப் பகிர்ந்து கொண்டதற்கும் அனைவருக்கும் என் நன்றிகள்.

என் எல்லா IT சம்மந்தமான தேவைகளுக்கும் பதிலளித்தும், நடைமுறைப் படுத்தியும் உதவிய எனது தம்பி ஸ்ரீதரன் சேஷாத்ரிக்கும் என் நன்றிகள்.

நாட்டின் உணவுத் தொழிற்சாலைகளை பாதுகாப்பான உணவு உற்பத்தி செய்யும் இடமாகவும், தலை சிறந்த தர செயல்பாடுகளைக் கொண்ட நிறுவனங்களாகவும் மாற்றும் தன் பணியில் கைகோர்க்க எனக்கு வாய்ப்பளித்த மும்பை பாரடைம் சர்வீசஸ் பிரைவேட் லிமிடெட் இயக்குனர் திரு அதுல் கணேடிவாலா அவர்களுக்கும் நன்றி கூறுகிறேன். எனது எல்லா பணிச்சுமையையும் எடுத்துக் கொண்டு, இந்த புத்தகத்தை எழுத கிட்டத்தட்ட இரண்டு மாதங்களுக்கு என்னை விடுவித்ததற்காக பிரசாந்த் காலேவுக்கும் நன்றி கூறுகிறேன்.

இந்தப் புத்தகத்தை முதலில் ஆங்கிலத்தில் எழுதி, பின் உடனடியாகத் தமிழில் வெளியிட வேண்டும் என்று திட்ட-மிட்டிருந்தேன். ஆனால் அதற்குள் லாக்-டவுனில் இருந்து ஓபன்-அப்பிற்கு சென்றதால் மீண்டும் என் பரபரப்பான நாட்களுக்குள் மூழ்கிவிட்டேன். தொடர்ந்து 'சார், தமிழ் புக் எப்ப வரும்?' என்று கேட்டு என்னை ஊக்கப்படுத்திய வாடிக்கையாளர்கள் மற்றும் நண்பர்கள் அனைவருக்கும் நன்றிகள்.

முதல் தமிழ்ப் பதிப்பை முடித்துக்கொண்டிருக்கும் நாட்களில் மீண்டும் கொரோனாவால் இன்னொரு பொதுமுடக்கம். மனிதம் வென்றது.

இரண்டு ஆண்டுகளுக்குப் பின் இந்தப் புத்தகத்தை மேலும் மெருகூட்டி, எளிமைப்படுத்தி, மீண்டும் வெளியிடுவதில் மகிழ்ச்சி. இந்த இரண்டு வருடங்களில் இந்தப்புத்தகம்

பல நூற்றுக்கணக்கான தொழில் முனைவோருக்கும், அவர்களின் பணியாளர்களுக்கும் அவர்களின் தொலைந்து போன அடையாளங்களையும், உள் அமைதியையும், ஆனந்-தமான வேலைகளையும் கண்டறிவதில் பெரிதும் உதவி இருக்கிறது.

அதில் இந்த இரண்டாம் பதிப்பிற்கு தங்கள் கருத்துக்-களையும், பாராட்டுகளையும் அளித்த அனைத்து நண்பர்-களுக்கும் நன்றிகள்.

என்னைத் தொடர்ந்து வளர்த்து வரும், ஊக்கப்படுத்தும் நண்பர்கள், சமூக வலைதள நண்பர்கள் அனைவருக்கும் நன்றி.

Contents

அத்தியாயம் 10
நிர்வாக மாற்றம்   201

அத்தியாயம் 11
தொடக்கத்தை மனதில் வைத்து முடியுங்கள்   231

முன்னுரை

ஒரு சிறிய கேள்வி

பள்ளி நாட்களில் இருந்தே நான் சில தொழில் நகரங்களை உன்னிப்பா கவனிச்சிகிட்டு இருக்கேன். கோயம்பத்தூர், ஓசூர், கடலூர் போன்ற ஊர்களில் வேலை கிடைக்கணும்-கிறது 90களில் எல்லா கல்லூரி மாணவர்களுக்கும் ஒரு கனவா இருந்தது. அங்க இருந்த பிரபலமான கம்பெனிகள் எல்லாம் தொடர்ந்து வளர்ந்து, பெரிய பெரிய கார்ப்பரேட் கம்பெனிகளா மாறும் - இந்தியாவை வல்லரசா மாற்றும்னு எல்லோரும் எதிர்பார்த்தோம்.

2009-10-ல கோவையில் சிறு தொழில் நிறுவனங்களுக்கு லீன் மேனுபேக்சரிங் (Lean Manufacturing) முறையை நடைமுறைப் படுத்துவதற்காகப் போயிருந்தேன். அதில் பல நிறுவனங்கள் 20 வருசமா இருப்பவை; சில இரண்டாம் தலைமுறை நிறுவனங்கள்.

மேலும் சில ஆண்டுகள் அந்த கம்பெனிகளோடு தொடர்பில் இருக்கும் வாய்ப்பு எனக்குக் கிடைத்தது. அப்பதான் எனக்கு அந்தக் கேள்வி தோன்றியது. சில நாட்களிலேயே, அந்தக் கேள்வி என் முழுநேர சிந்தனையாக மாறியது. அந்தக்

கேள்வி உதித்த நாளிலிருந்து என் தொழில் வாழ்க்கையே பெருமளவு மாறியது.

நான் படிக்கிற விஷயங்கள், நான் ப்ளாக்-இல் எழுதும் கட்டு-ரைகள், மற்றும் கருத்தரங்குகள் அனைத்திற்கும் இந்தக் கேள்வியே மையப் புள்ளியாக இருந்தது. அந்தக் கேள்வி-யைப் பற்றி ஒரு முறையாவது யோசிக்காமல் நான் ஒரு நாளும் தூங்கியதில்லை.

நான் அந்தக் கேள்வியையே என் தொழில் வாழ்க்கையின் நோக்கமாகத் தேர்ந்தெடுக்கும் அளவுக்கு அது என்னை ஆக்கிரமித்தது.

சிறு நிறுவனங்கள் ஏன் பல ஆண்டுகளாக
சிறியதாகவே இருக்கின்றன?

இந்தக் கேள்விக்கு பதிலைக் கண்டுபிடிக்க எனது தேடல் பல ஆண்டுகள் தொடர்ந்தது. இந்த ஆராய்ச்சி எனக்கு பிரச்சனையைப் பற்றி ஓர் ஆழமான புரிதலைக் கொடுத்தது. அதற்கான அடிப்படைக் காரணங்களும் எனக்குத் தெரிய-வந்தன.

அதுல கீழே இருக்கும் ஆறு காரணங்கள் மிக முக்கியம்.

ஒரு தொழில் முனைவோர் -

1. அவரது கனவுகளுக்கு வடிவம் கொடுப்பதில்லை,

2. அவருடைய பலம் என்ன, பலவீனம் என்ன அது நிறு-வனத்தை எப்படி பாதிக்கும் என்பது பற்றி அறியாமல் இருக்கிறார்,

3. அவரது நிறுவனத்தை வளர்ச்சிக்கு ஏற்ற வகையில் கட்டமைப்பதில்லை

4. பிசினஸ் வளர்ச்சியின் ஆறு நிலைகளைப் பற்றி அறி-
   யாமல் இருக்கிறார்,

5. நிதி ஒழுக்கம் மற்றும் திட்டமிடல் இல்லாமல் இருக்கிறார்
   மற்றும்

6. சரியான கேள்விகளைக் கேட்பதை விட்டு பதில்களை
   மட்டுமே தேடுகிறார்.

   மேலும் கடந்த சில வருடங்களில் குறிப்பாக தமிழ்நாட்-
   டில் பல நிறுவனங்களை ஆராய்ந்து பார்க்கும் போது
   எனக்கு இந்த ஏழாவது காரணமும் புலப்படுகிறது,

7. ஒருங்கிணைப்பு இல்லாத Family Business Management
   மற்றும் சரியான நேரத்தில் அடுத்த தலைமுறையிடம்
   தலைமைப் பொறுப்பு கைமாறாமல் போதல்.

இதைத் தான் நான் ஔரங்கசீப் effectனு சொல்றேன்.
வரலாற்றைப் படிச்சா அவர் எவ்வளவு ஒழுக்கமான
வாழ்க்கை வாழ்ந்தாருன்னும், எவ்வளவு சிறப்பா நிர்வா-
கம் பண்ணினாருன்னும் நமக்குப் புரியும், அவர் தான்
இந்திய அரசர்களிலேயே மிகப் பெரிய நிலப்பரப்பை ஆட்சி
செய்தவர். அதுமட்டும் இல்லாம, மிக நீண்ட நாள் இந்தி-
யாவ ஆட்சி செய்த அரசர்களில் இரண்டாவதா இருக்கார் –
47 வருசத்துக்கும் மேல ராஜாவா இருந்திருக்கார். அவர் தன்
88வது வயதில் இறக்கும் போது கூட ராஜாவாகவே தான்
இருந்தார்.

இப்படிப்பட்ட ஒரு சக்திவாய்ந்த, திறமையான சக்கரவர்த்-
தியின் சாம்ராஜ்ஜியம், அவர் இறந்த ரெண்டே வருசத்துக்-
குள்ள காணாமப் போயிடுச்சு. அதற்கு ஒரே காரணம்,
அவருக்கு அடுத்து ராஜாவா வந்த இளவரசருக்கு வயசு

அப்பவே 60க்கு மேல இருக்கும். சரியான நேரத்துல ஒளரங்கசீப் தன் அரச பதவியத் தன் மகனுக்கு கைமாற்றாமப் போனதால, அந்தப் புது ராஜாவால ஆட்சியத் தக்க வச்சுக்க முடியல.

நீங்கள் ஆனந்தமான தொழில் முனைவோரா?

ஒரு தொழில் முனைவோரின் போராட்டம்

ஒரு தொழில் முனைவோர் தனது இலட்சியத்தை நோக்கிய பயணத்தைத் தொடங்குகிறார். தொடக்கத்தில் சில போர்கத ளில் வென்று, மகிழ்ச்சியாக அவர் பயணத்தைக் தொடர்கி-றார்.

ஆனால், சில வருடங்களில் தனது ஆற்றல் எல்லாம் குறைந்-துபோய், போதிய படைபலம் இல்லாமால் பாதியிலேயே உழலத் தொடங்குகிறார். கண் திறந்து பார்ப்பதற்குள் அவரது மகிழ்ச்சியும், கனவுகளும் தொலைந்தே போயிருக்-கின்றன. நீண்ட நாட்களாக முன்னேற்றமில்லாமல் ஒரே இடத்தில் இருப்பதாக உணர்கிறார். அவரது கனவு மட்டும் கண் முன்னே வந்து வந்து போகிறது.

அவரது தளபதிகளுக்குப் பயிற்சி தந்து வெற்றிபெறவைக்க அவர் முயற்சிக்கிறார். ஆனால், தளபதிகள் பிடிவாதமாக இருக்கிறார்கள் - மாற மறுக்கிறார்கள். சுவரில் மோதுவது முட்டாள் தனம் என்று புரிந்த அவர், தளபதிகளுடன் வாக்குவாதத்தில் ஈடுபடுவதை நிறுத்தி அவர்களை அப்ப-டியே ஏற்றுக் கொள்கிறார். அதனால் போர்க்களத்தில் தளபதிகள் அவரைச் சுற்றி இருந்தாலும் அவர் தனியாகவே உணர்கிறார்.

இன்று, அவர்களையும் சேர்த்துப் பாதுகாக்க வேண்டிய கூடுதல் சுமையுடன் அவர் போர்க்களத்தில் இருக்கிறார். அவரது உள்ளார்ந்த போராட்ட குணம் அவரைத் தொடர்ந்து வேலைசெய்ய வைக்கிறது. தினமும் முடியாத வேலைகளின் சுமையுடன் இரவுக்குள் செல்கிறார்.

நல்ல தலைவர்கள் நல்ல தளபதிகளைப் பெறுகிறார்களா?

Employee Engagement, Retention மற்றும் அவர்களை ஊக்கத்துடன் வைத்திருத்தல் பற்றியெல்லாம் இன்னைக்குப் பெரிய அளவில் பேசுகிறோம்.

பெரிய கம்பெனிகளில் நிரந்தரமான வேலை, கைநிறைய சம்பளம்னு கிடைப்பதால் பணியாளர்களும் அங்கேயே செட்டில் ஆகி விடுகிறார்கள். அதனால் அங்கு பெரிய அளவு அட்ரிஷன் இருப்பதில்லை. மேலும், KPI மற்றும் rewards எல்லாம் நடைமுறைப்படுத்தி அவங்களைத் தக்க வச்சுக்-கறாங்க.

ஆனால், சிறு நிறுவனங்களில் infant attrition என்னும் பணியாளர்கள் சில நாட்களிலேயே வெளியேறுவது ஒரு பெரிய சவாலாகத்தான் இருக்கு.

ஒரு தொழிலதிபர் பெரிய கார்ப்பரேட் கம்பெனியில் இருந்து ஒரு மேனேஜரைத் வேலைக்கு அமர்த்துகிறார். அந்த மேனேஜர் சில நாட்களிலேயே வேலையை விட்டுவிட்டுப் போகிறார். மீண்டும் அந்தத் தொழிலதிபர் அடுத்த மேனே-ஜரைத் தேடத் தொடங்குகிறார்.

இப்படி ஒருசில முறை முயற்சி செய்துவிட்டு, அவை தோல்வி அடையும்போது, "எங்க கம்பெனி வேலை ரொம்ப சிக்கலானது. கார்ப்பரேட் கம்பெனி மாதிரி இல்லை. இது டோட்டலா வேற லெவல்; பெரிய கம்பெனி மேனேஜர் எல்லாம் இங்க வேலை செய்யமுடியாது" என்று கருத்து சொல்ல ஆரம்பிக்கிறார்.

இங்கே என்ன பிரச்சனை?

அவர்கள் நினைக்கிற மாதிரி 'சிரமமான வேலை' என்பது பிரச்சினை இல்லை. ஆனால் புதிய பணியாளர்களுக்கு அந்தக் கம்பெனியில் பொருத்தமான வேலையைக் கொடுக்க முடியலங்கறதுதான் பிரச்சினை.

உதாரணமா, ஒரு அக்கவுண்ட்ஸ் மேனேஜர் HR வேலை- யைப் பார்க்கிறதும், மெயின்டெனன்ஸ் என்ஜினீயர் production வேலையை சேர்த்துப் பாக்கிறதும், ஸ்டோர்ஸ் மேனேஜர் பர்ச்சேஸ் வேலை பார்க்கறதும் சிறிய நிறுவங்- களில் சாதாரணமா நடக்கிற விஷயம்தான்.

அதே போல், ஒரு தொழிலதிபர் அவரை மாதிரியே யோசிக்கிற ஆட்களைத்தான் இன்டெர்வியூவில் தேர்ந்தெ- டுப்பார்னு எங்க ஆய்வு சொல்லுது. அதனால் அவரது நிறுவனத்தின் ஒவ்வொரு மேனேஜரும் - அவர்கள் எந்தத் துறையில் வேலை செஞ்சாலும் ஒரே மாதிரிதான் யோசிப்பாங்க. **மாத்தி யோசிச்சா வேலைக்கு உத்திர- வாதம் கிடையாது.**

பெரிய நிறுவனத்தில் கிடைக்கும் வசதிகளையும் திருப்தி- யையும் சிறு நிறுவனங்களால் தரமுடியாது என்றாலும், ஊழியர்களைத் தக்கவைத்துக் கொள்ளவும் அவர்களை சிறப்பா செயல்பட வைக்கவும் ஒரு சுலபமான - சக்திவாய்ந்த வழி இருக்கு.

அது ஒவ்வொரு பணியாளர்களுக்கும் அவர்களின் பெர்ச- னாலிட்டிக்குப் பொருந்தக் கூடிய வேலைகளை கொடுப்பது தான்.

நவீன கேபிடலிசம் "ஒரு நிறுவனத்தின் பணியாளர்களே அந்நிறுவனத்தின் சொத்து" என்று சொல்லுது. ஆனால்

முழு ஈடுபாட்டுடன் வேலை செய்யும் பணியாளர்கள்தான் நிறுவனத்தின் உண்மையான சொத்து.

செய்யும் வேலையில் ஈடுபாடும் ஆர்வமும் இல்லாத ஊழியர்கள் நிறுவனத்திற்கு மிகப்பெரிய பாரமாக மாறுகிறார்கள்.

அவர்கள் நிறுவனத்திற்கு ஒரு பொருளாதாரச் சுமையாகவும், முன்னேற்றத்துக்குத் தடையாகவும் ஆகிவிடுகின்றனர்.

சிறு நிறுவனங்களில் ரொம்ப சில ஊழியர்கள் மட்டுமே அவங்க வேலையை முழு ஈடுபாட்டுடன் செய்யறாங்க. ஏன்னா ஒண்ணு அவங்க சூழலுக்கு ஏற்றமாதிரி தங்களை மாத்திக்கறாங்க, இல்ல அதிர்ஷ்டவசமா அவங்க பெர்சனாலிட்டிக்கு ஏற்ற ஒரு வேலை அவர்களுக்குக் கிடைத்திருக்கும்.

ஆனால், அப்படி எல்லாரும் 'அட்ஜஸ்ட்' செய்து கொள்வார்கள் என்றோ, அதிர்ஷ்டத்தை நம்பியோ ஒரு தொழில்முனைவோர் வேலை செய்ய முடியாது.

தொழில்முனைவோர் ஒரு தீர்க்கமான அரசரைப் போன்றவர். ஒவ்வொரு காலைப் பொழுதிலும் போர்க்களத்திற்குப் போவதற்கு முன் தனது நோக்கத்தையும், தளபதிகளை நியமித்த காரணத்தையும் ஞாபகப்படுத்திக் கொள்கிறார்.

ஆனால், மாலை நேரங்களில், அவர் சோர்வடைந்து - அந்த நாளைக் காப்பதற்காகப் போராடுகிறார். தன்னிடம் உள்ள பெரும் சக்தியையும் அந்த சக்தி தான் அவரை ஒரு தொழில்முனைவோராக ஆக்கியது என்பதையும் மறந்து போகிறார். தனது தளபதிகளுக்கும் தனித்துவமான திறமைகள் இருப்பதை அவர் புரிந்துகொள்வதில்லை.

இந்த புத்தகம் எழுதுவதன் நோக்கம்

ஒரு நிறுவனத்தின் வளர்ச்சிக்குத் தடையாக வரும் முக்கியக் காரணிகள் குறித்து அதிக கவனம் செலுத்தி எனது ஆராய்ச்சியைத் தொடர்ந்தேன்.

சிறு நிறுவனங்களை நடத்துதல், குடும்ப வணிகங்களை நிர்வகித்தல், வெற்றிகரமான SME பிசினெஸ் மாடல்கள், தலைமைத்துவ திறன்கள் மற்றும் நிறுவன நடத்தைகள் குறித்து நான் நிறைய படிக்க ஆரம்பித்தேன்.

நான் இணையத்தில் கேஸ் ஸ்டடிஸ் மற்றும் ஆராய்ச்சி அறிக்-கைகள் என பலவற்றைத் தேடிப் படித்தேன். பல மாலை நேரங்களைத் தொழில் முனைவோருடன் பேசுவதற்கும் அவர்களின் கதைகளைக் கேட்பதற்கும் செலவிட்டேன்.

இந்தத் தேடல் என்னை Behaviour scienceக்கு அழைத்துச் சென்றது. Industry/Organisational (I/O) உளவியல்[1] மற்றும் தொழில் முனைவோரின் மாறுபட்ட ஆர்வங்கள் ஆகிய-வற்றைப் படித்தேன்.

ஒரு தொழில்முனைவோரின் இயல்பான
ஆர்வங்கள் அவர் முடிவெடுக்கும் விதத்தை
ஆழமாக பாதிக்கின்றன

என்பதை நான் புரிந்துகொண்டேன்.

இந்தப் புரிதல், ஒரு தொழிலதிபரின் நடவடிக்கைகள் மூலம் அவரது இயல்பான ஆர்வத்தை அறிந்துகொள்ள உதவியது. இத்தகைய இயல்பான ஆர்வங்களின் அடிப்படையில், ஒரு தொழில் முனைவோர் வெவ்வேறு சூழ்நிலைகளில் எப்படிப்-பட்ட முடிவுகளை எடுப்பார் என்பதை என்னால் கணிக்க முடிந்தது. இந்தக் கருத்தை எனது கருத்தரங்குகள் மற்றும்

செமினார்களில் விவாதித்தேன். ஒவ்வொரு முறையும் அந்தக் கோட்பாடு மிகச் சரியாக வேலை செய்தது.

பங்கேற்பாளர்கள் தங்கள் நடத்தையில் இத்தகைய இயல்பான ஆர்வத்தின் பாதிப்புகள் இருப்பதை அங்கீகரித்தனர். இந்த ஆர்வம் அவர்களது நடவடிக்கைகளையும், முடிவெடுக்கும் விதத்தையும் பாதிக்கிறது என்ற உண்மை அவர்களுக்கு மிக ஆச்சரியமாக இருந்தது.

தங்களின் இயற்கையான ஆர்வத்தைப் பின்பற்றுபவர்களுக்கு வாழ்க்கை மகிழ்ச்சிகரமாகிறது. தங்களுக்கு இயல்பாக வரும் விஷயங்களை உலகிற்கு வழங்குபவர்களுக்கு அது ஏராளமான வளங்களை அள்ளிக் கொடுக்கிறது.

ஆனால் வாழ்க்கை விசித்திரமானது; அதன் ரகசியங்களை ஒருவர் கண்டுபிடிக்கும் வரை அவரது காலுக்கு அடியிலேயே மறைத்து வைக்கிறது.

பொக்கிஷங்களைக் கண்டுபிடிக்க, வாழ்க்கையின் ரகசிய மொழிகளை நாம் புரிந்து கொள்ள வேண்டும்.

ஒரு தொழில் முனைவோர் தனது இயல்பான ஆர்வங்களை உணர்ந்துகொண்டு, அந்த ஆர்வங்கள் எவ்வாறு அவரது முடிவெடுக்கும் விதத்தை பாதிக்கும் என்று புரிந்துகொள்ளும்போது அவருக்கு அந்த ரகசியம் புலப்படுகிறது.

தொழில் முனைவோர் தனது மேனேஜர்களிடமும் இத்தகைய ஆர்வங்களைக் கண்டுபிடித்தால் அவர்களை சிறப்பாக வழிநடத்த முடியும். அந்த ரகசியம் தெரிந்த தொழிலதிபர் தன்னை ஒரு மந்திரவாதியாக உணர்வார்.

என் க்ளையென்ட்களும், செமினார்களில் பங்கேற்றவர்-
களும் தொழில் முனைவோரின் ஆளுமைகளைப் பற்றிய
ஒரு புத்தகம் எழுதுமாறு எனக்கு யோசனை வழங்கினார்-
கள்.

அதனால் 'Joyous Entrepreneur' என்ற தலைப்பில் இந்தப்
புத்தகத்தை ஆங்கிலத்தில் 2020 ஆம் வருடம் வெளியிட்-
டேன். 'ஆங்கிலத்தில் படிக்க சுவாரஸ்யமாக இருந்தாலும்,
என்னமோ தள்ளி நின்று பேசுவது போல் இருக்கு' என்று
நிறைய பேர் சொல்லி இருந்தாங்க. தமிழில் எழுதும்போது
'சுத்தத் தமிழில் எழுதாமல், எங்களுடன் நேரில் பேசுவது
போலவே எழுதுங்க' என்று கோரிக்கையும் வைத்தனர்.
அதனால் பேச்சு நடையில், அங்கங்கே தேவைப்படும்
இடங்களில் ஆங்கிலச் சொற்களையும் பயன்படுத்தி எழுதி
இருக்கிறேன்.

இந்தப் புத்தகம் இயல்பான ஆர்வத்தைப் பற்றி விழிப்புணர்-
வைக் கொண்டு வரவும், அதன் மூலம் சிறு நிறுவனங்கள்
வளர்ச்சி பெறவும், தொழில்முனைவோர் தங்களின் கனவு-
களை நனவாக்கிக் கொள்ளவும் உதவியாக இருக்கும் என்று
நம்புகிறேன்.

இந்தப் புத்தகத்தின் மூலம் நானும் என் இயல்பான ஆர்வத்-
தைப் பின்பற்றி என் கனவுகளை நனவாக்குகிறேன்.

அத்தியாயம் 1

இயல்பான ஆர்வம்

இயல்பான ஆர்வம்னா என்ன?

ஒரு குறிப்பிட்ட வகையான வேலைகளை செய்யத் தூண்டும் ஓர் உள்ளார்ந்த ஆர்வம்; அல்லது இயற்கையாக ஒரு சில விஷயங்களின் மேல் நமக்கு ஏற்படும் நாட்டம் என்று சொல்-லலாம்.

ஒருவர் ஒரு வேலையை நீண்ட காலத்திற்கு தொடர்ந்து, திரும்பத் திரும்ப செய்ய இந்த உள்ளார்ந்த ஆர்வம்தான் ஊக்குவிக்கிறது. ஒரு விளையாட்டு, கலை அல்லது ஒரு வித்தையில் அசாதாரணத் தேர்ச்சி பெற்ற expertகளைப் பார்த்திருப்போம். அவர்களின் இயல்பான ஆர்வம் தான் அத்தகைய தேர்ச்சிக்குக் காரணம்.

உதாரணத்துக்கு, உங்க நிறுவனத்தில் வேலை செய்யும் ஒரு ஆபரேட்டர் - பார்க்க சாதாரணமாக இருப்பார். ஆனால், அவர் தன் ஏரியாவில் ஒரு பெரிய மேடைப் பாடகரா இருக்கலாம். அல்லது ஆன்லைனில் பல பாடல்களைப் பாடியிருக்கலாம்.

சைக்காலஜில இந்த ஆர்வங்களை 'உள்ளுறைத் திறமை-கள்'னு சொல்றாங்க (உள்ளூர் திறமை இல்லங்க).

வாழ்க்கையில் பலபேர் வெற்றி பெறலாம்; ஆனால் வெற்றி-யுடன் சேர்ந்து மன அமைதியையும் அனுபவிக்கிறவங்க சில பேர்தான். அவங்க தான் உண்மையிலேயே அதிர்ஷ்டசாலி-கள்; அவங்க தங்கள் இயல்பான ஆர்வத்தை கண்டுபிடிச்சு அதை அவங்களுக்கு சாதகமா பயன்படுத்திக்கிட்டு இருப்-பாங்க.

நாம் எல்லோருக்குள்ளும் அப்படி ஓர் ஆர்வம் இருக்கா?

மார்க் ட்வைன் கூறுகிறார்,

ஆயிரக்கணக்கான மேதைகள், மற்றவர்கள் பார்வைக்கு வராமலும் - தனது பார்வைக்கும் வராமலும் வாழ்ந்து மறைந்து போகிறார்கள்.

நாம் ஒவ்வொருவருமே மேதைகள்தாங்க; ஆனால் நாம் அதை புரிஞ்சுக்கிறதே இல்ல.

நம்முடைய உச்சபட்ச நிலையை அடையாமல் – 'போதும்ங்க' என்ற நிலைக்கே பழகிவிட்டோம். 'சொந்தத் தொழிலா...? கையிலநல்ல வேலை இருக்கில்ல, அதுவே போதும்...' என்பது போன்ற மனநிலை.

நமக்கு பிடிசிருக்கு என்று விரும்பி செய்வதற்கு பதிலா செய்தாகணும் என்ற கட்டாயத்துலதான் நாம் பல வேலை-களைச் செய்கிறோம்.

நீங்கள் விரும்பினால்

இயற்கையாகவே, நம்ம எல்லாருக்கும் ஓர் அற்புதமான உடல், ஓர் அதிசய மூளை மற்றும் நாம் விரும்பும் எதையும் செய்யப் போதுமான திறன்கள் இருக்கு.

நீங்கள் உசேன் போல்டைப் போல வேகமாக ஓடலாம். ஏன், நீங்கள் விரும்பினால் அவரைவிட வேகமாகவும் ஓடலாம். நீங்கள் விரும்பினால் ஏ. ஆர். ரஹ்மான் போல நல்ல மெட்டுக்களை உருவாக்க முடியும். நீங்கள் விரும்-பினால் சச்சினை விட சிறப்பா பேட்டிங் செய்யலாம் - நீங்கள் விரும்பினால்.

நம் திறமைகளுக்குப் பஞ்சமே இல்லை. ஆனால் பிரச்சினை நம்முடைய விருப்பம் தான்.

நீங்கள் ஒரு விஷயத்தைச் செய்ய விரும்பினால் அதை உங்களால் நிச்சயமாக செய்ய முடியும்.

நம் ஒவ்வொருவருக்கும் சமமான பலம் இருக்கு. அதை நமது இயல்பான ஆர்வங்களுக்கு ஏற்ப பயன்படுத்தினா மட்டுமே நாம் முழு பயனையும் பெற முடியும்.

என் இயல்பான ஆர்வத்தைப் புரிஞ்சுக்கிட்டு, அதற்கேற்ற-படி என் திறன்களை ஒருங்கிணைத்த நிமிடத்திலிருந்து என் வாழ்க்கை முழுசா மாறிடுச்சு.

இந்த ஆர்வம் நமக்குள் எப்படி உருவாகிறது?

நரம்புப் பிணைப்புகள்

சின்ன வயசுல நம் மூளையில் இருக்கும் பலவகையான நியூரான்கள் எனப்படும் நரம்பு செல்களின் இணைப்புகளால்

இந்த மாதிரி ஆர்வம் நமக்குள்ள உருவாகுது. நரம்புப் பிணைப்புகள் நமது பிறப்பிலேயே இயற்கையாகவும், குழந்தைப் பருவத்தில் சுற்றுச்சூழல் தூண்டுதலின் காரணமாகவும் உருவாகின்றன.

நாம் வளர வளர இத்தகைய பிணைப்புகளின் எண்ணிக்-கையும் அதிகரிக்கிறது. மூளை தொடர்ந்து புதிய நரம்பு நெட்வொர்க்குகளை உருவாக்குகிறது. பயன்படுத்த பயன்படுத்த இந்தப் பிணைப்புகள் ஸ்ட்ராங் ஆகின்றன. பயன்படுத்தாத தடங்கள் வீக் ஆகின்றன.

நம்முடைய சிந்தனை, நடத்தை மற்றும் ஆளுமை ஆகிய-வற்றை இந்த நரம்பியல் நெட்ஒர்க்-களே தீர்மானிக்கின்றன. இந்தத் தடங்களின் அடிப்படையில்தான் நாம் சில குறிப்-பிட்ட திறன்களையும், ஆர்வங்களையும் பெறுகிறோம்.

வெற்றியும் டோபமைனும்

ஒரு குழந்தை அதற்கு விருப்பமான விஷயங்களை எதேச்சையாகச் செய்யும்போது அது மகிழ்ச்சியாக இருக்கிறது. அவ்வாறான வேலைகளுக்குப் பாராட்டும், வெகுமதியும் கிடைக்கும்போது அந்தக் குழந்தை அதே வேலைகளைத் திரும்பத்திரும்ப செய்யத் தொடங்குகிறது. இது அந்தக் குழந்தைக்கு மீண்டும் வெற்றிகளைக் கொடுக்கிறது.

வெற்றி உணர்வு நம் உடலில் *டோபமைன்* என்னும் இன்ப வேதிப்பொருளை சுரக்க வைக்கிறது. டோபமைன் நமக்கு ஒரு சந்தோஷ உணர்வைக் கொடுக்குது. எனவே, அந்தக் குழந்தை மீண்டும் மீண்டும் அந்த வேலையைச் செய்கிறது. ஒரு வேலையை திரும்பத் திரும்பச் செய்யும்போது அதில்

அக்குழந்தை தேர்ச்சிபெறுகிறது. இதனால், அந்த வேலை பழக்கமாக ஆகிறது.

நாம் அடிக்கடி வாட்ஸ்அப் அல்லது ஈமெயில் செக் பண்ணு-வதும், மொபைல் போனில் கேம் விளையாடி அதுக்கு அடிமையாகிறதும், விளையாட்டுப் போட்டிகளை ஆர்வமா பார்ப்பதும், எல்லாத்துக்கும் காரணம் இந்த டோபமைன் தரும் ஒரு போதைதான்.

ஆழமான பதிவுகள்

இப்படி நரம்பியல் பிணைப்பால் தூண்டப்பட்டு, டோபமைன் என்ற வேதிப்பொருளால் உந்தப்பட்டு, நாம் செய்யும் சில வேலைகள், நமக்கு வெகுமதியைக் கொடுத்து, நமது பழக்கமாகின்றன.

இது 1. நரம்புப் பிணைப்பு – 2. இயல்பான நாட்டம் – 3. வெகுமதி – 4. மகிழ்ச்சி – 5. பழக்கம் என்ற வலுவான ஒரு சுழற்சி முறையாக மாறுகிறது.

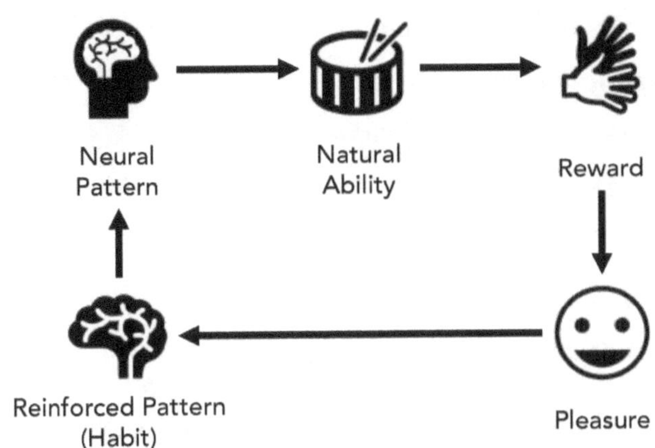

படம் 1 - இயல்பான ஆர்வம் எப்படி உருவாகிறது?

ஒரு பழக்கத்தை நாம் வளர்த்துக்கிட்டா அவ்வளவு சீக்கிரம் அது நம்ம விட்டுப் போறதில்ல. நரம்பியல் தடங்கள் ஒரு முறை உருவாகி விட்டால் அது அழிந்து போகாது என்று நிபுணர்கள் சொல்கிறார்கள். அந்த வேலையை ரொம்ப நாட்களுக்கு செய்யலன்னா நீங்க வேணும்ன்னா அதை மறக்கலாம். ஆனால் உங்கள் மூளை அதை மறப்பதே இல்லை. எங்காவது ஒரு மூலையில் அந்த நினைவு மறைந்திருக்கும்.

நீங்கள் மீண்டும் அந்த வேலையை செய்ய முயற்சிக்கும் போதோ, வெகுமதிகள் பற்றி நினைத்துப் பார்த்து மகிழும்போதோ (பிளாஷ்பேக்) இந்தத் தடங்கள் மீண்டும் உயிர்த்தெழுகின்றன. நம் தமிழ் சினிமாவில சின்ன வயசுல பாடின பேமிலி பாட்டைக் கேட்டதும் ஹீரோவும் சேர்ந்து பாடுவதும் இந்தக் காரணத்தால்தான்.

சில நாட்களுக்குப் பின் பாராட்டு கிடைக்காவிட்டாலும் இந்தப் பழக்கங்கள் நமது இயல்பான ஆர்வங்களாகத் தொடர்கின்றன.

நம்மில் பலபேர் சும்மா இருக்கும்போது பாட்டுப்பாடத் தொடங்கிவிடுகிறோம். அவ்வப்போது பக்கத்தில் இருப்பவர் திட்டினாலும், பாடுவதை நாம் நிறுத்துவதில்லை. பலபேர் பாத்ரும் பாடகர்களாக இருக்கிறோம். சிலர் ஒரு சில பழக்கங்களுக்கு ஆளாகி அவற்றிலிருந்து மீள முடியாமல் தவிப்பதும் இதனால்தான்.

பழக்கமான பாதை

ராபர்ட் ஃபிர்ட்ஸ் தனது புகழ்பெற்ற புத்தகமான 'The Path of Least Resistance' [2] இல் பின்வருமாறு கூறுகிறார்.

நீங்கள் ஒரு நதியைப் போல, தடையற்ற பாதையைத் தேர்ந்தெடுத்துக் கொள்கிறீர்கள். உங்கள் வாழ்க்கையின் சில பகுதிகளில் உங்கள் ஓட்டத்தின் திசையை மாற்ற முயற்சி செய்யலாம் - உங்கள் உணவுப் பழக்கம், நீங்கள் வேலை செய்யும் முறை, மற்றவர்களுடன் நீங்கள் தொடர்பு கொள்ளும் விதம், உங்கள் அணுகுமுறைகள், உங்களைப் பற்றிய சுயமரியாதை போன்றவை. ஒரு குறுகிய காலத்திற்கு நீங்கள் வெற்றியும் பெறலாம். ஆனால் இறுதியில் உங்கள் அசல் நடத்தைக்கும் அணுகு முறைகளுக்கும் நீங்கள் திரும்புவீர்கள். ஏனென்றால், பல இயற்கை நியதிகள் போல, தடைகளற்ற பாதையில் செல்வதே வாழ்க்கையின் நியதியாகும்.

'நம்முடைய மாமூலான (தினசரி) விஷயங்களே நம்மை ஆட்சி செய்கின்றன' அப்படின்னு சைக்காலஜில சொல்றாங்க. நான் இங்க அரசியல் பேசலைங்க... நமக்கு வழக்கமான சிந்தனை முறைகளே நம்மை ஆட்டுவிக்-கின்றன என்று சொல்ல வர்றேன். அப்படி ஒரு பழக்கம் நமக்-குள் முளைப்பதோ, வளர்வதோ நமக்குத் தெரிவதில்லை.

மூளையைக் கசக்கணுமா?

'சோம்பேறி' என்று யாரையும் இனி திட்டாதீங்க. ஒருவ-கையில் எல்லா மனிதனும் சோம்பேறிதான். மூளையைக் கசக்கி, உடலை வருத்தி வேலை செய்வதை யாரும் விரும்புவதில்லை. நோகாம காரியம் நடக்கணும் என்று தான் எல்லோரும் விரும்புகிறோம்.

அப்படி நமக்கு வேலைப் பளுவைக் குறைக்கிற நிறைய விஷயங்களை நம்மைச் சுற்றி உருவாக்கி வைத்திருக்-

கிறோம். 'அலெக்சா ஒட்டு கேக்கறாங்க', 'கூகுள் ஆன்ட்டி ஒட்டு கேக்கறாங்க' என்று புலம்புகிறோம் - ஏன்னா நமக்கு சுவிட்ச் ஆன் / ஆப் பண்ண சோம்பல்.

அதுபோல நம் மூளைக்கு வேலையைக் குறைக்க இயற்கை கொடுத்த பரிசுதான் பழக்கவழக்கங்கள். ஒரு விஷயம் பழ-கிப்போன பிறகு, அதைத் திரும்ப செய்யும்போது நீங்க ரொம்ப யோசிக்க வேண்டியதில்லை. இது மூளைக்கு வேலை கொடுக்காம அதோட RAMஐ சேவ் பண்ணுது - அதோட சக்தி செலவாகிறதத் குறைக்குது. அதனால்தான் உங்களால கார் ஓட்டிகிட்டே பாட்டு கேக்க முடியுது, இல்ல போன் பேசிக்கிட்டே கார் ஓட்ட முடியுது.

ஒரு பழக்கத்துக்குள் வேலை செய்வது நமக்கு சிரமம் இல்லாம இருக்கு. ஆனால் பழக்கத்துக்கு மாறா ஒரு வேலையை செய்யும்போது ரொம்ப கவனமும், சிந்தனையும், திட்டமும் தேவைப்படுது. சான்று வேணுமா? உங்க பேரை இடது கையால எழுதிப்பாருங்க (நீங்க ஏற்கனவே இடது கைப்பழக்கம் உடையவர் என்றால் வலதுகையால எழுதிப்பாருங்க). இது மூளைக்கு பெரிய வேலை. நிறைய சக்தியும் செலவாகும். அதனால் நம் மூளை அதை விரும்புவதில்லை. அப்படியும் நீங்க பழக்கத்தை மீறி ஒரு வேலையை செய்யணும்னா அதுக்கு நீங்க மூளையின் எதிர்ப்பையும் சமாளிச்சாகணும்.

ஆனால் ஒரு பழக்கமான வேலையைச் செய்வது நமக்குப் பெரிய சவாலா இருக்காது. ஏன்னா, ஒண்ணு அதில் நமக்கு எந்த சிரமமும் இல்லை, ரெண்டாவது அதைத் திரும்பத் திரும்ப செய்து, நாம் அதில் ஒரு expert ஆகி இருப்போம்.

அப்படி பழக்கமான வேலைகளைச் செய்யும்போது நாம் நம் இயற்கை ஓட்டத்தோடு ஒன்றிப் போயிடறோம். இதை ஆங்கிலத்தில் Flowன்னு சொல்றாங்க.

ஹெக்டர் கார்சியா தன் பிரபலமான 'Ikigai: The Japanese Secret to a Long and Happy Life' [3] சுருக்கமா 'இக்கிகாய்' (Ikigai) என்ற புக்கில் சொல்றாங்க,

பெரிசா சாதிச்சவங்க எல்லாம் ரொம்ப சந்தோஷமானவங்க இல்ல. தங்கள் இயற்கை ஓட்டத்தை ஒட்டி ரொம்ப காலம் இருக்க முடிஞ்சவங்க தான் உண்மையிலேயே சந்தோஷமானவங்க.

அனைவருக்கும் தனிப்பட்ட ஆர்வம் இருக்கிறது

நம் கைரேகைகள் தனித்துவமானவை. அதே போல ஒவ்வொருவருடைய மூளையிலுள்ள நரம்புத் தடங்களும் மில்லியன் வழிகளில் வேறுபடுகின்றன. ஒவ்வொருவரின் ஆர்வங்களும், திறமைகளும், ஒரு செயலைச் செய்வதில் அவர்களுக்குக் கிடைக்கும் மகிழ்ச்சியும் அதற்கேற்ப வேறுபடுகின்றன. அதனால்தான் எல்லா துறைகளிலும் அந்த வேலைகளை விரும்பிச் செய்யும் நிபுணர்கள் இருக்கிறார்கள்.

தூண்டுதல்

மூளை புத்துணர்ச்சியுடனும், சுறுசுறுப்பாகவும் இருக்கும் குழந்தைப் பருவத்திலிருந்தே பெற்றோர்கள் தங்கள் குழந்தைகளை ஊக்குவிக்கலாம். உண்மையில், தெரிந்தோ தெரியாமலோ பெற்றோர்கள் தங்கள் குழந்தைகளின்

சிந்தனைமுறையைத் தொடர்ந்து பாதித்துக்கொண்டுதான் இருக்கிறார்கள்.

இப்படித்தான் பல பழக்க வழக்கங்களும், மரபுகளும் தலைமுறை தலைமுறையாக நம்முடன் தொடர்ந்து வருகின்றன. குழந்தைகளுக்கு உள் மறைந்திருக்கும் ஆர்-வங்களை அடையாளம் காணவும், புதிய ஆர்வங்களை உரு-வாக்கவும் தான் அவர்களைப் பள்ளிக்கு அனுப்புகிறோம். ஆனால் அவர்கள் நாளடைவில் அவர்களுடைய ஆர்வங்-களை மறந்து வெறும் புத்தகதைப் படித்தாலே போதும் என்ற நிலைக்கு வந்துவிடுகிறார்கள் என்பது வேறு விஷயம்.

உங்கள் வியாபாரத்தைப் பொறுப்பேற்று நடத்த உங்கள் குழந்தைகளை நீங்கள் ஊக்குவிக்க முடியுமா? பார்ப்போம்.

ஒருவருக்குள் ஓர் ஆர்வத்தைத் தூண்டுவது எப்படி? உதாரணமா உங்க குழந்தையை எப்படி பாடுவதற்கு ஊக்குவிப்பது? உங்க குழந்தை நல்லா பாடணும்னா அவன் / அவள் பாடுவதை எப்போதும் கொண்டாடுங்க, எப்பவும் பாராட்டுங்க. பாடுவதைப் பாராட்டும் ஒரு சூழலை உங்க வீட்ல உருவாக்குங்க. உங்க குழந்தை முன்ன நீங்க பாட ஆரம்பிங்க.

குழந்தையின் எல்லா முயற்சியிலும் ஊக்கமும், பாராட்டு-களும் கொடுங்க. இது உங்க குழந்தையின் மூளையில் பாடுவதைப் பற்றி சந்தோசமான பதிவுகள் ஏற்பட உதவும். அவ்வளவுதான், உங்க குடும்பத்தில ஒரு பாடகர் உருவாகி விடுவார்.

இதே பார்முலாவை உங்கள் குழந்தையைத் தொழில் முனைவோரராக ஆக்கவும் பயன்படுத்திக் கொள்ளலாம்.

இயல்பான ஆர்வமே வாழ்க்கையின் அர்த்தம்

10,000 மணி நேர நிபுணர்

எழுத்தாளர் மால்கம் கிளாட்வெல் தனது Outlier என்ற புத்தகத்தில்

நீண்ட பயிற்சி ஒருவரை நிபுணராக மாற்றுகிறது

என்று கூறுகிறார் [4].

பில் கேட்ஸ், ஜஸ்டின் பீபர் போன்ற சாதனையாளர்கள் சின்ன வயசுலேயே அவங்க துறையைத் தேர்ந்தெடுத்துட்-டாங்க; அதனாலதான் அவங்க பெரிய வெற்றி பெற்றதாக சொல்றார்.

தொடர்ந்து பயிற்சி செய்வது புத்திசாலித்தனத்தை விட அதிகப் பலன்தரும் அப்படின்னும் சொல்றார். 'ஒரு வேலையை செய்யத் தேவையான திறமை இல்லாத ஒருவர், 10,000 மணி நேரம் தொடர்ந்து பயிற்சி செய்தா, அதை ஈடு செய்ய முடியும்'னு சிலர் விளக்கம் சொல்றாங்க.

ஆனா, 'உள்ளார்ந்த ஆர்வம் இருக்கும் ஒருவர் 10,000 மணி நேரம் பயிற்சி செய்தால், அவர் ஒரு நிபுணரா ஆவாரு'ன்னு நான் புரிஞ்சுக்கிறேன்.

யார் அவ்வளவு நேரம் பயிற்சி செய்ய முடியும்?

யோசிச்சுப் பாருங்க, 10,000 மணி நேர முயற்சிங்கிறது தோராயமா நாலு வருஷம்! 4 வருட முயற்சி என்பது ஒருவரது வாழ்க்கையையே பணயம் வைப்பதற்கு சமம்.

அவங்க உள்ளார்ந்த ஆர்வத்தைக் கண்டுகொண்டவர்கள் மட்டுமே அப்படி ஒரு ரிஸ்க்க எடுக்க முடியும். உங்களுக்குள் அப்படி ஓர் ஆர்வம் இல்லைன்னா, நீங்க ஒரு சில நாட்களுக்கு மேல் அப்படிப் பயிற்சி செய்ய மாட்டீங்க. நம்மில் பல பேர் ஜிம், நடைபயிற்சி என்று போக ஆரம்பித்து பாதில யிலேயே விட்டிருக்கிறோம், இல்லையா?

அப்படிப் பல மணி நேரம் கடினமாக உழைக்க உங்கள எது மோட்டிவேட் பண்ண முடியும்? ஆசை, உறுதி, அன்பு, பேராசை, பழி வாங்கும் எண்ணம், ஈகோ போன்ற பல காரணங்களை நீங்கள் சொல்லலாம் ஆனால், மிகவும் பொதுவான காரணி ஒருவரின் இயல்பான ஆர்வம் தான்.

உந்துசக்தி

குழந்தைப் பருவத்தில் நான் மிகவும் துறுதுறுப்பாக இருந்தேன். ஆனால் அந்தத் துறுதுறுப்பை எப்படிப் பயன்படுத்தறதுனு எனக்குத் தெரியல. நிறைய விஷயங்களைத் தேடிப்போய் கடைசியில் சிக்கலில் மாட்டி கிட்டதுதான் அதிகம். பல நேரம் வெவ்வேறு மாதிரியான யோசனைகள் வரும். ஆனால் அடுத்தது என்ன செய்யணும்ன்னு தெரியாது.

என் டைரியில் எழுதி இருக்கேன் -

நான் எதையும் செய்ய முடியும் என்று எனக்கு தெரியும், ஆனால் கடவுளே, என்ன செய்ய வேண்டும் என்று எனக்கு வழிகாட்டு!

நான் வேலையில் சேர்ந்து சில வருடங்களில், அதிகப் பணம் சம்பாதிக்க வாய்ப்புகளைத் தேடத் தொடங்கினேன். கொஞ்ச வருஷத்துகுள்ள மூன்று, நான்கு வேலைகள் மாறினேன்.

ஒவ்வொரு முறை புதிய கம்பெனியில் சேரும் போதல்லாம் 'ஆமாம் இதுதான் நான் தேடிகிட்டு இருந்த வேலை, இதுதான் நான் தேடிகிட்டு இருந்த ட்ரீம் கம்பெனி. இங்கேயே பலவருஷம் வேலை செய்யப்போறேன்' அப்படின்னு தோணும்.

சில மாதங்களுக்குப் பிறகு, சம்பள உயர்வும், பதவி உயர்வும் கொடுத்த மோட்டிவேஷன் காணாம போய்டும். என் தேடல் மீண்டும் தொடங்கும். அப்போ எனக்கு 'குரு' என்று யாரும் கிடையாது. எல்லாமே நானே தேடி நானே கண்டுபிடிக்கணும்.

அந்த நேரங்களில், நான் நிறைய மோட்டிவேஷன் சம்மந்தமான மீட்டிங் போயிருக்கேன். நிறைய பேரோட உற்சாகமான பேச்சுக்களைக் கேட்பேன், பல புத்தகங்களைப் படித்தேன். என் வீட்டில் இது போன்ற புத்தகங்களைக் கொண்டு ஒரு மினி லைப்ரரியை நான் வைத்திருக்கேன்.

ஒவ்வொரு முறையும் நான் படிச்சத பயிற்சி செய்ய முயற்சி செய்துக்கிட்டே இருப்பேன். உளவியல், ஆன்மீகம் பற்றிய பல புத்தகங்களிலிருந்து எனக்கு ஒரு விடை கிடைக்கும் வரை தேடல் தொடர்ந்தது.

**உள்நோக்கிய தேடல்தான் உண்மையான தேடல்.
வெளியில் தேடினால் பதில் கிடைக்காது**

என்று புரிந்துகொண்டேன்.

என் வாழ்க்கையின் நோக்கத்தைக் கண்டுபிடித்து அதை அடைவதை நோக்கி வேலை செய்தால் நான் மகிழ்ச்சியாக இருக்க முடியும்.

நான் பரிணாமம் அடைய அடைய என் கேள்வியும் மாறி-யது –

**என் உள்ளார்ந்த உந்துதல் என்ன?
அதை எப்படிக் கண்டுபிடிப்பது?**

இந்த உலகத்தில் பதில்கள் நிறைந்திருக்கின்றன. ஆனால் சரியான கேள்விகளைத் தான் தேட வேண்டியிருக்கிறது. நாம் சரியான கேள்விகளைக் கேட்கும்போது அதற்கான விடை நம் முன் தோன்றும் - ஆனால் வேறு ஒரு வடிவத்தில்.

வாழ்க்கையின் அர்த்தம்

என்ன வேண்டுமானாலும் செய்யலாம்னு தெரியும்போது, உண்மையில நமக்கு என்ன வேண்டும் என்ற கேள்வியின் ஆழத்தைப் புரிஞ்சுக்கலாம்.

கேள்வியைப் பற்றிய ஆழ்ந்த சிந்தனையில் எனக்கு பதில்கள் வரும். நான் அந்த சிந்தனைகளுக்குப் பெரும்பாலும் என் டைரியில் எழுத்து வடிவம் கொடுத்துவிடுவேன்.

அப்படி எனக்குக் கிடைத்த ஒரு பதில் –

வாழ்க்கை கடுமையான வார்த்தைகளால் பேசும் போது,
பழைய சிந்தனைகளும் விதிகளும் உதிர்கின்றன.

செல்வம் கரையும் போது தடையான பழக்கங்கள்
உடைய நாம் புதுப்பிறவி எடுக்கிறோம்.

அறிஞர்கள் சொன்னார்கள் -
'உயிரின் நோக்கத்தைக் காண மரணப்படுக்கையில்
இரு'.

மரணத்திற்குப் பிறகு ஓர் அடையாளத்தை விரும்பினால்
வாழும்போதே அதை நான் உருவாக்க வேண்டும்.

தொடர்ந்து சோர்வின்றி எதைச் செய்கிறேனோ
அதுவே என் திறமையாகி, பின் அடையாளம் ஆகிறது.

என் திறமை எங்கிருந்து கிடைக்கிறது?
பிறப்பால், சூழலில் இருந்து, அனுபவங்களிலிருந்து.

வாழ்க்கையின் ஒவ்வொரு நிகழ்வும் ஓர் அனுபவம்.
ஒரே நிகழ்வு வேறொருவருக்கு வேறொரு அனுபவம்.

கொடுத்த ஒன்றை மட்டுமே எடுக்க முடியும் -
இந்த விதி வாழ்க்கைக்கும் பொருந்தும்.

கொடுக்கப்பட்ட அனுபவங்களே என் திறமை -
திறமையே அடையாளம்.

திறமையை செய்வதே – ஆனந்தம். அதைப்
பின்பற்றும் போது வாழ்க்கை அர்த்தம் பெறுகிறது.

உள் அமைதி

பெரிய விஷயங்களை சாதிப்பதும், லட்சியங்களை அடை-வதும் தான் வாழ்க்கையின் அர்த்தம்னு பலர் நம்புறாங்க. ஆனால் அது உண்மை இல்ல. சாதனை என்பது நம் பயணத்தின் மைல்கல் - அவ்வளவுதான். அதுவே நம் இலக்கா இருக்கமுடியாது.

அதே போல, சாதனைகளின் கணநேர சந்தோஷங்களால் வெற்றியை அளக்க முடியாது. வெற்றி என்பது உள் அமைதி பற்றியது. நாம் நம் இலக்குகளை நோக்கிப் பயணிப்பது நமக்கு சந்தோஷத்தைத் தருகிறது. ஏனென்றால் இலக்கு-களை அடையும்போது நம் வாழ்க்கையின் நோக்கத்தை நெருங்கி விட்டதாக நினைக்கிறோம்.

நம் வாழ்க்கையின் அர்த்தத்தைத் தெரிந்துகொள்ளும் போது அதை நோக்கி ஈர்க்கப்படுறோம். அந்தப் பயணத்தில் நமக்குள் ஓர் உந்து சக்தி உருவாகிறது. அதை நாம் மட்டுமே அனுபவிக்க முடியும். இந்த ஈர்ப்பு விசைதான் உள்ளார்ந்த உந்து சக்தி எனப்படும் intrinsic motivation.

நீங்கள் சரியான திசையில் நகரும் ஒவ்வொரு முறையும், மென்மையான இந்த உந்து சக்தி வலுவடைந்து உங்களுக்கு மேலும் சக்தியைக் கொடுக்கிறது. அது அத்தனைத் தடைகளையும் உடைத்தெறியும் சக்தியாக வெளிப்படும்போது மனவலிமை (will power) என்று அழைக்கப்படுகிறது. அதனால்தான் எங்கு விருப்பம் இல்லையோ அங்கு வழிகளும் இல்லாமல் போகிறது.

உள்ளார்ந்த உந்துதல் மூலம் மட்டுமே மன அமைதியை அடைய முடியும்.

இந்த உள்ளார்ந்த உந்துதல் இல்லாதவர்கள் எப்போதும் அழுத்தத்திற்கு உள்ளாகிறார்கள். அவர்கள் செயல்படுவ-தற்குத் தொடர்ந்து வெளிப்புற உந்துதல்களோ, அழுத்தமோ தேவைப்படுகிறது. யாரவது அல்லது ஏதாவது அவர்களை முடுக்கி விடவேண்டும்.

ஒருவர் வாழ்க்கையில் பெரிய உயரங்களை அடையலாம், ஆனால் அவர் அந்த வெற்றிகளின் மூலம் உள்அமைதியை அடைந்துவிட முடியாது. தங்கள் வாழ்க்கையில் ஏற்படும் சின்ன தோல்வி, ஏமாற்றங்களை எதிர்கொள்ள முடியாமல் பிரபலங்கள், தொழிலதிபர்கள் வாழ்க்கையையே முடித்துக் கொள்வதை நாம் பார்த்திருப்போம். அவர்களின் வெற்றி அவர்களை வாழத் தூண்டவில்லை.

உள்ளார்ந்த உந்துதல் கொண்ட ஒரு தொழில் முனைவோர் சவால்களை சந்தோசமாக எதிர்கொள்வார். பல தடைகள் வந்தபோதும் அவற்றைக் கடந்து மகிழ்ச்சியுடன் தனது பயணத்தைத் தொடர்வார்.

சுற்றி இருப்பவங்க 'அவர் தேவையில்லாமல் ரிஸ்க் எடுக்கிறார்', 'இவ்வளவு சம்பாதிச்சும் ஏன் இப்படி அனாவசியமா கஷ்டப்படணும்' என்று விமர்சிப்பதை எல்லாம் காதிலேயே வாங்கிக்காம அவர் தன் வழியில் சந்தோஷமா போய்கிட்டு இருப்பார்.

இந்த மாதிரி, வாழ்க்கையில் உண்மையா ஜெயித்த நிறைய பேர் நம்ம சுத்தி இருக்காங்க. அவங்க எல்லாருமே இயல்பான ஆர்வத்தை அடையாளம் கண்டு அதைத் தொடர்ந்து போனவங்கதான். அந்தத் தேடல்தான் அவங்களை வாழ்க்கையில் முன்னோக்கிக் கொண்டு

போயிருக்கு. இங்க அப்படிப்பட்ட ஒரு சாகசப் பயணத்தை நாம் எப்படி செய்வதுங்கிறதப் பத்தி தான் பேசுறோம்.

டாக்டர் அப்துல் கலாம், ஸ்டீவ் ஜாப்ஸ், சச்சின் டெண்டுல்கர், ஏ. ஆர். ரகுமான், நரேந்திர மோடி போன்ற வெவ்வேறு துறைகளில் நம் சமகாலத்தில் வாழ்ந்த, வாழ்ந்து கொண்டிருக்கும் நிறைய பேரை உதாரணமா குறிப்பிடலாம்.

Patch up Vs Build up

நம்மில் பலர், பலவீனத்தை சரிசெய்துட்டா செயல்திறனை அதிகப்படுத்திடலாம்னு நம்புகிறோம்.

நான் வேலைக்குப் போயிட்டு இருந்த நாட்களில், என் எல்லா வேலைகளிலும் எனக்குப் பாராட்டும் அதற்கு ஏற்ற மாதிரி ப்ரமோஷனும் கிடைச்சது. ஆனால், எந்த வேலையும் எனக்கு நிரந்தரமான ஒரு திருப்தியைத் தரல. மேலதிகாரிகள் மற்றும் நலம் விரும்பிகளிடம் ஆலோசனை கேட்டேன். அவர்கள் என் பலவீனங்களைச் சுட்டிக்காட்டி, அவற்றை சரிசெய்தால் நான் சந்தோசமாக இருக்கலாம்னு சொன்-னாங்க.

என் குறைகள் என்னன்னு தெரிஞ்சுக்க நான் பல முயற்சிகள் எடுத்தேன். என் பலவீனங்கள் பற்றி குடும்பத்தினரிடமும், நண்பர்களிடமும் விவாதித்தேன்.

என் பலவீனங்களை ஒட்டுப் போடுவதில் அதிக நேரம் செலவிடத் தொடங்கியபோது, நான் ஒட்டுப்போட இன்னும் பல விஷயங்கள் இருப்பதைப் பார்த்தேன். பிறகு என் தகுதி, திறமை மேல் எனக்கே சந்தேகம் வந்து விட்டது. என் தன்னம்பிக்கை குறைய ஆரம்பித்தது.

பின்னர் நான் சில self-help, சுய முன்னேற்றம் சம்மந்தமான புத்தகங்களப் படிக்க ஆரம்பித்தேன். ஆனால் அங்கேயும் நம் குறைகளை நிவர்த்தி செய்வதைப் பற்றியே நிறைய சொன்னாங்க.

நம்மை எப்படி சரி செய்வது, நமது குறைபாடுகளை நீக்க productivity tools எவ்வாறு பயன்படுத்துவது, டைம் மேனேஜ்மென்ட், மோட்டிவேஷன் பற்றிதான் அதிகம் பேசினாங்க. ஆனால் அவங்க சொன்ன பல வழிகளும், உத்திகளும் சில மாதங்கள் கூட நீடிக்கல.

பேட்ச்-அப்கள் ஒருபோதும் பில்ட்-அப்களுக்கு ஈடாகாது.

சுத்தமான தமிழில் சொல்லனும்னா,

நிவாரணங்கள் ஒருபோதும் நிர்மாணித்தலுக்கு ஈடாகாது.

ஆனால் நம் நிறைகளை அதிகப்படுத்தி, வளர்ச்சி அடைய உதவிசெய்யும் புத்தகங்கள் ரொம்ப குறைவாகத் தான் இருந்தன.

நிச்சயமா, நமது பலவீனத்தைத் தெரிஞ்சுக்கணும்; ஆனால் அதை சரி செய்வதே நம் முதல் குறிக்கோளா இருக்கக் கூடாது. நமக்கு என்ன பலம் அமைஞ்சிருக்கோ அதைப் பயன்படுத்தி முன்னோக்கிப் போகணும்.

யாரும் பெர்பெக்ட் இல்லை

இன்னொரு சுவாரஸ்யமான விஷயம் என்னன்னா, நாம வெற்றியாளரா பார்க்கிற எல்லாருக்குமே பலவீனமான இன்னொரு பக்கமும் இருக்கு. அவர்கள் தங்கள்

பலவீனமான பகுதிகளில் ரிப்பேர் வேலையைப் பார்க்க மாட்டாங்க - அதில் அவங்க சக்திய வீணடிக்க மாட்டாங்க. அதுக்கு பதிலா தங்கள் பலத்தை அதிகப்படுத்திக்க நிறைய வேலை செஞ்சிகிட்டு இருப்பாங்க.

ஸ்டீவ் ஜாப்ஸ் எவ்வளவு படைப்பாற்றல் மிக்கவர்னு நமக்குத் தெரியும். ஆனால், இன்னொரு பக்கம் அவர் நிறுவனத்தில் தன்னுடைய சகாக்களுக்கு ஒரு நல்ல தலைவரா இல்ல. அவரோட டீமில் வேலை செய்யறது அவ்வளவு சுலபமாகவோ சந்தோஷமாகவோ இல்லைனு ஆப்பிள் கம்பெனியில் நிறையபேர் சொல்லி இருக்காங்க [5].

தன்னைச் சுற்றி இருப்பவர்களை சரியா புரிஞ்சிக்க முடியல என்பதை ஜாப்ஸ் சில பேட்டிகளில் ஒத்துக்கிட்டு இருக்கார். ஆனால், தன் பலத்தில் மட்டும் கவனம் செலுத்தணும்னு அவர் தீர்மானமா இருந்தார். வேறு வார்த்தைகளில் சொன்னா, மற்றவங்க என்ன சொல்றங்க என்று கவலைப்- படக்கூடாது என்பதில் அவர் தெளிவா இருந்தார்.

பேட்டிங் ஜாம்பவான் சச்சின் ஒரு வெற்றிகரமான கேப்டனாக முடியல [4]. அவரது தலைமையில் விளையாடிய 25 டெஸ்ட் போட்டிகளில் 4 போட்டிகளில் மட்டுமே வென்ற இந்திய அணி, 73 ஒருநாள் போட்டிகளில் 23 போட்டிகளில் தான் வெற்றி பெற்றது.

வழக்கத்திற்கு மாறா, அவருக்கு கேப்டனாக இரண்டாவது வாய்ப்பும் கிடைச்சது. ஆனால் அதுவும் முதல் இன்னிங்ஸ் போலவே அவ்வளவு பெரிதா அமையல. வெஸ்ட் இண்டீஸ் டீமின் பிரையன் லாராவுக்கும் இதே போல ஒரு கதை இருக்கு. ஏ. ஆர். ரஹ்மான் இன்னும்கூட மக்கள் கிட்டயி-

ருந்தும், சமூக நிகழ்வுகளில் இருந்தும் விலகியே தான் இருக்கார்.

இந்தப் புத்தகத்தில் முதல் சில அத்தியாயங்களில், இயல்பான ஆர்வம் என்றால் என்ன, இயல்பான ஆர்வம் பற்றித் தெரியாமல் எப்படி சில நிறுவனங்கள் தேக்க நிலை அடைந்தன என்பதையும், எளிமையான 4 பர்சனாலிடி வகைகள் பற்றியும், ஒவ்வொரு வகைக்கான குணாதிசயங்கள் பற்றியும் பார்ப்போம். பின் உங்கள் பர்சனாலிட்டியைக் கண்டுபிடிப்பது எப்படி, உங்கள் பலத்தையும், பலவீனத்தையும் உங்களுக்கு சாதகமாக எப்படிப் பயன்படுத்திக் கொள்வது என்றெல்லாம் நாம் ஆழமாக அலசுவோம்.

நடத்தையும் இயல்பான ஆர்வங்களும்

Personality என்பது ஒருவர் எப்படி யோசிக்கிறார், சுற்றுப்புறத் தூண்டல்களுக்கு எப்படி react செய்கிறார் அப்படிங்கிறதுதான். ஒரு குறுகிய நேரத்தில் - அதாவது நாம் கவனிக்கும் நேரத்தில் ஒருவர் எப்படி நடந்துகொள்-கிறார் என்பதை அவரது Behaviour அல்லது அவரது இயல்பு என்று சொல்கிறோம். அப்படி என்றால், ஒருவருடைய பெர்சனாலிட்டி தான் அவரது நடத்தையைப் பெருமளவு தீர்மானிக்கிறது.

எனவே ஒருவரது நடத்தையைப் புரிந்து கொண்டால் அவரது பெர்சனாலிட்டியை புரிந்துகொள்வதும், ஒருவரது பெர்சனாலிட்டியை வைத்து அவரது நடத்தைகளைக் கணிப்பதும் சாத்தியமாகிறது. அதன் மூலம் அவரை இயக்கும் எண்ணத் தூண்டல்களை சுலபமாப் புரிஞ்சுக்கலாம்.

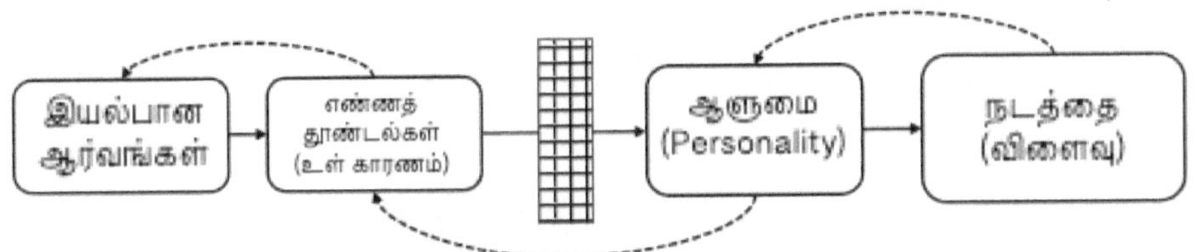

படம் 2 – நடத்தையும் இயல்பான ஆர்வங்களும்

இந்த எண்ணத் தூண்டல்கள் எங்கிருந்து வருகின்றன? இந்த எண்ணத் தூண்டல்கள் நம்முடைய இயல்பான ஆர்வத்திலி-ருந்தே வருகின்றன.

உங்கள் இயல்பான ஆர்வத்தைக் காண்பது எப்படி?

ஒரு காட்சியைக் கற்பனை செய்து பாருங்க. நீங்க ஆழமா தூங்கிட்டு இருக்கிங்க. நடு ராத்திரில திடீர்னு கண் முழிச்சிப் பாக்கறீங்க. உங்க வீட்டுக்குள்ள யாரோ வந்துபோன மாதிரி இருக்கு. ஜன்னல் திறந்திருக்கு. அடிக்கிற குளிர் காற்றில் திரைச்சீலை அலை பாயுது. ஆனால், அங்கே உங்களைத்-தவிர வேறுயாருமே இல்ல.

உங்கள் படுக்கைக்குப் பக்கத்தில் ஒரு லெட்டர் -

குழந்தாய், உன் தவத்தை மெச்சினேன்!
உனக்கு வரம் தர முடிவெடுத்தேன்.
இவ்வளவு நாளாக நீ வேண்டிக்கொண்டிருந்த
அத்தனை செல்வங்களும் உனக்கு அளிக்கிறேன்.

யோசித்துப் பாருங்கள். நீங்கள் சம்பாதிக்க வேண்டிய, அடைய விரும்பிய அவ்வளவு பணமும் உங்களுக்குக்

கிடைச்சிருக்கு. நீங்க வேலைக்குப் போகவேண்டாம். கம்பெனிக்குப் போகவேண்டாம். இனி சம்பாதிக்கவே வேண்டாம்.

இப்போது, காலை, மாலை, இரவுன்னு எல்லா நேரமும் நீங்க ப்ரீ. அப்படி ஒரு நாளில், பொழுது போக்க என்ன செய்வீங்க?

இன்னொரு காட்சியையும் கற்பனை செய்யுங்கள் - இப்படி நிஜ வாழ்வில் யாருக்கும் நடக்கக் கூடாதுன்னு வேண்டிக்கிறேன். ஒருநாள் கண்விழித்துப் பார்க்கும்போது நீங்க குடும்பத்துடன் ஒரு விசித்திரமான ஊருக்குள்ள மாட்டிக்கிட்டு இருக்கீங்க. பணமோ, வேறு எந்த உடமைகளோ உங்களிடம் இல்ல.

உங்க குடும்பத்தைக் காப்பாற்ற நீங்க சம்பாதிக்கணும். அந்த ஊரில் என்ன வேலை செய்தாலும் ஒரே அளவு - போதுமான - சம்பளம். நீங்க எந்த வேலையை வேணும்னாலும் செய்யலாம். இப்படி ஒரு சூழ்நிலைல ஒரு நாள் முழுக்க செய்வதற்கு எந்த வேலையைத் தேர்ந்தெடுப்பீங்க?

இந்த இரண்டு கேள்விகளுக்கும், உங்கள் ஆழ்மனதிலி- ருந்து, மனப்பூர்வமா பதில் சொல்ல முடிஞ்சா நீங்க உங்க இயல்பான ஆர்வத்தைக் கண்டுபிடிச்சிட்டீங்கன்னு அர்த்தம்.

இயல்பான ஆர்வத்தின் அறிகுறிகள்

உங்க பழக்கவழக்கங்கள் மூலமாகவும் உங்க இயல்பான ஆர்வத்தைக் கண்டுபிடிக்கலாம். உதாரணமாக,

1. நீங்க ப்ரீயா இருக்கும்போது என்ன பண்ணுவீங்க?

2. உங்க பிளாஷ்பேக்ல சின்ன வயசுக்குப் போய்ப் பாருங்க— உங்கள ரொம்ப பரவசப்படுத்திய விஷயம் எது?

3. நீங்க டைம் பார்க்காம வேலை செஞ்சது எப்போ? மணிக்கணக்கா மொபைலயே தொடாம வேலைசெஞ்ச நேரம் எது? என்ன வேலை செஞ்சீங்க?

4. இது வரைக்கும் உங்க வாழ்க்கையிலேயே பெரிய வெற்றியா எதை நினைக்கறீங்க?

பல சைக்கோமெட்ரிக் டெஸ்ட்டுகள் இன்னைக்கு இருக்கு. ஆனால், இந்த புத்தகத்தில் திறமைகளை அளப்பதைப் பற்றியோ, சைக்கோமெட்ரிக் ஆய்வுகளைப் பற்றியோ பேசவில்லை.

இயல்பான ஆர்வம்கிற கருத்தை தொழில்முனைவோரின் நலனுக்கும் நிறுவனங்களுக்கும் எப்படிப் பயன்படுத்துவது என்பது தான் நம் நோக்கம். அதேமாதிரி, தொழில் முனைவோர் அவங்க பணியாளர்களின் சைக்காலஜி பத்தியெல்லாம் தெரிஞ்சுக்கணும் என்பதும் என் நோக்கம் இல்ல.

சிறு நிறுவனங்களுடன் பல வருஷமா வேலை செய்வதால் என்னால அவர்களின் சிரமங்களைப் புரிஞ்சுக்க முடியும். ஒவ்வொருத்தருடைய பெர்சனாலிட்டியையும் ஆராய்ந்து அவங்களுக்கு ஏற்ற வேலை கொடுக்கிற அளவு சிறு நிறுவனங்கள்ல அத்தனை வகையான வேலைகள் இல்ல.

20 வகையோ 60 வகையோ - அத்தனை வகை பர்சனா-லிட்டிகளையும் ஆராய்ச்சி பண்ணற அளவு HRஇல் ஆட்-களும், நேரமும் இல்ல. அது அவசியமும் இல்ல.

ஒரு தொழில்முனைவோர் அவரைப் பற்றியும், அவருடன் வேலை செய்பவர்களைப் பற்றியும், அவர்களின் இயல்-பான ஆர்வம் பற்றியும் புரிஞ்சுகிட்டு, இருக்கும் மிக முக்கியமான வேலைகளில் அவரவர்களுக்குப் பொருத்த-மான வேலையைக் கண்டுபிடிக்கணும் - அவ்வளவுதான். அதற்கு ரொம்ப சிம்பிளான ஒரு வழி தேவை.

எளிமையான வழி - நான்கு பெர்சனாலிட்டி வகைகள்

ஒருமுறை என் க்ளையென்ட் நிறுவனத்தில் தொடர்ந்து பணியாளர் சம்மந்தமான பிரச்சினைகளும், மேனேஜர்கள் அடிக்கடி வேலையை விட்டுப் போவதுமாக இருந்தது. அங்கே சேர்ந்த மேனேஜர்கள் 2 அல்லது 3 மாசத்தில் ரிசைன் பண்ணிட்டுப் போயிடுவாங்க.

கொஞ்சம் ஆராய்ந்து பார்த்ததில் என் க்ளையென்ட் தன் பணியாளர்களை நடத்தும் விதம்தான் காரணம்னு தெரியவந்தது. ஆனால் இந்த விஷயத்தை நேரடியா சொல்லாம அவருக்கு உணர்த்த விரும்பினேன்.

இரண்டு அடிப்படையான நடத்தை முறைகளைப் பயன்படுத்தி ஒருவருடைய பர்சனாலிட்டியை விளக்கினேன். இதே அடிப்படையில், ஏன் அவர்களது மார்கெட்டிங் துறை எதிர்பார்த்த அளவு வெற்றிகரமா இல்ல, ஏன் ஒரு புது மார்கெட்டில் அவங்களால் ஆர்டர் எடுக்கவே முடியல, ஏன் அவங்க உற்பத்தித் துறையில் இருக்கவங்க எப்போதுமே பிரச்சினைகளை மறைக்க நினைக்கறாங்க, இதுபோல பல சிக்கல்களுக்கு ரெண்டு பேரும் சேர்ந்து விடை கண்டுபிடிச்சோம். அது ரொம்ப எளிமையா, புரியற மாதிரி இருந்தது.

இந்த முறையில் வெறும் நான்கு வகையான பர்சனாலிட்டியைப் பற்றித்தான் தெரிஞ்சுக்கப் போறோம். இதே அடிப்படையை ஒருவருடைய இயல்பான ஆர்வத்தை அடையாளம் காணவும் நாம பயன்படுத்தமுடியும்.

ஒருவருடைய வேலையில் அவருடைய ஆர்வத்தைத் தூண்டக்கூடிய அந்த ரெண்டு நடத்தை முறைகள் அல்லது இயல்புகள் இவைதான் -

1. அவர்கள் என்ன தேடுகிறார்கள்?

2. எங்கே தேடுகிறார்கள்?

எங்கே தேடுகிறார்கள் - தனக்குள்ளாகவா? வெளியிலிருந்தா?

ஒரு விஷயத்தப் புரிஞ்சுக்க எளிமையான வழி - அதை நம் நடைமுறை வாழ்க்கையில் பொருத்திப் பார்க்கிறதுதான். அதனால் இப்ப ஒரு கதையைப் பார்ப்போம்.

ரமேஷ், சுரேஷ் ரெண்டுபேரும் நல்ல நண்பர்கள் - அவங்கவங்க கம்பெனிய கவனித்துக் கொள்ளும் தொழில்முனைவோர். ஒருநாள் பக்கத்தில் இருக்கும் நகரத்துக்கு ட்ரெயினில் போறாங்க - பகல் ட்ரெயின். ஆனால் ரெண்டு பேருக்கும் வெவ்வேற பெட்டிலதான் சீட் கிடைத்தது.

மத்தியானமா அவங்க ட்ரெயின் நகரத்தை வந்து அடைஞ்சது. சுரேஷ் மெதுவா, அமைதியா தான் இருந்த பெட்டியில் இருந்து இறங்குறார். புக்கையும், ஹெட்போனையும் பைக்குள்ள போட்டுக்கிட்டே மெதுவா நடக்க ஆரம்பிக்கறார். அதே நேரம் ரமேஷ், பக்கத்துப்

பெட்டியிலிருந்து யாருடனோ பேசிக்கிட்டே இறங்குறார். வயசான ஒரு தம்பதியின் பெட்டியை இறக்கி வைக்கிறார்.

படம் 3 - எங்கே தேடுகிறார்கள் - தனக்குள்ளாகவா? வெளியிலிருந்தா?

அந்த வயசான அம்மா சொன்னாங்க - "ரமேஷ், நம்ம வீட்டுக்கு வராம நீங்க ரெண்டு பேரும் ஊருக்குத் திரும்பக்கூடாது. ஓகேவா?"

"கண்டிப்பா மா, நாங்க ரெண்டு பேரும் நாளைக்கு டின்னருக்கு அங்கதான் வருவோம்" என்று ரமேஷ் சிரிச்சுகிட்டே சொன்னார். "நாளைக்கு உங்கள கொஞ்சம் டிஸ்டர்ப் பண்ணுவோம்." என்று இன்னொரு முறை உறுதியா சொல்லி அவங்கள அனுப்பி வைத்தார்.

அதே சமயம், சம வயசுள்ள ஒருவர் ரமேஷ் தோளில் கைய வெச்சு சொன்னார்- "ரமேஷ், இன்னைக்கு நீங்க சந்திக்கப் போகிறவர் என்கூட வேலை செய்தவர்தான், மறந்துடாதீங்க. ஏதாவது உதவி வேணும்னா, ஒரு போன் பண்ணுங்க, போதும்".

அவர் ரமேஷ்டன் கை குலுக்கிட்டு நகரும்போது, இதையெல்லாம் பார்த்துக்கிட்டே சுமேஷ் அங்க வந்து சேர்கிறார்.

"அதிர்ஷ்டசாலிங்க நீங்க! உங்க சொந்தக்காரங்க வந்திருக்-காங்க போல?" என்றார் சுமேஷ்.

மெதுவா சிரிச்சிகிட்டே ரமேஷ் சொன்னார், "அட, சொந்தக்காரங்க எல்லாம் இல்ல. சும்மா பேச்சு கொடுத்தேன். இறங்குற வரைக்கும் பேசிக்கிட்டே வந்தோம். அதான் நெருக்கிட்டோம்".

இங்கே ரெண்டு பேருக்குமான சூழல் ஒரே மாதிரியானது; ஆனால் அவங்க நடந்துகிட்ட விதம் முற்றிலும் மாறுபாடானது. அறிமுகம் இல்லாதவங்களிடம் பேசவிரும்பாத சுமேஷ், முன்பின் தெரியாதவர்களையும் நண்பர்களாக்கிக் கொள்ளும் சாமர்த்தியம் கொண்ட ரமேஷ். இந்த ஒரு குணநலன் அவர்களின் நடத்தையைப் பெரிய அளவில் வேறுபடுத்துகிறது.

ரமேஷ் அவர்களோடு பேசுவதை விரும்புகிறார். ஆனால் சுமேஷ் தன் பயணத்தில் பாட்டு அல்லது பாட்காஸ்ட் கேட்டுட்டு வந்திருப்பார்; தன் பிசினஸை எப்படிப் வளர்ப்பது என்று யோசிச்சுகிட்டே வந்திருப்பார். மேலும், அன்றைக்கான பிசினஸ் ட்ரிப்பை எப்படி அதிகபட்சம் பயன்படுத்திக்கலாம் என்று திட்டம் போட்டுக்கிட்டே வந்திருப்பார். அவரைப் பொறுத்தவரை எல்லாக் கேள்விகளுக்கும் அவருக்குள்ளேயே பதில் இருக்கு.

இன்னொரு விஷயமும் இருக்கலாம். சுமேஷ் அடுத்தவங்க சுதந்திரத்துக்கும், தனிமைக்கும் அதிக முக்கியத்துவம் கொடுப்பார். அதில் தலையிடாம இருக்க முயற்சி செய்வார். அடுத்தவங்க மேல் அவர் வைத்திருக்கும் மரியாதை என்பதே அவங்களை டிஸ்டர்ப் பண்ணாம இருக்கறதுதான் என்று நினைக்கிறார். போகும்போது வரும்போது யாரவது பார்த்தாலும் ஒரு சிரிப்போட முடிச்சுப்பார்.

ஆனால் ரமேஷால் அப்படி இருக்க முடியாது. அவர் அந்தப் பயணம் முழுதும் யார் கூடவாவது பேசிக்கிட்டே வந்திருப்பார். பக்கத்தில் இருக்கவங்க பேசவில்லை என்றாலும் ஒரு சிரிப்புடன் ஹலோ சொல்லி இவரே பேச்சை ஆரம்பித்து விடுவார்.

அவரை அறிமுகப்படுத்திகிட்டு அவங்க என்ன பண்றாங்க, எங்க போறாங்க என்று கேட்டுத் தெரிந்துகொள்வார். சக பயணிக்கு ஒரு வசதியான / பாதுகாப்பான உணர்வைக் கொடுப்பது தன் கடமை என்று நினைக்கிறார். அவருடைய பிசினஸ், இன்னைக்கான சந்திப்புகள் பற்றியெல்லாம் அவங்ககிட்ட பிரீயா பேசுவார். சரி என்று தோன்றினால், அவர்களிடம் உதவி கேட்கவும் தயங்க மாட்டார்.

எதைத் தேடுகிறார்கள் - புதுமையையா? பரிச்சயமானதையா?

நம் கதையைத் தொடருவோம்...

மீட்டிங் முடிச்சுட்டு, ரமேஷும் சுரேஷும் இரவு உணவுக்கு சந்திக்கறாங்க. வழக்கமான செட்டிநாடு உணவகத்துக்கு வந்தபோது அவங்களுக்கு ஓர் அதிர்ச்சி காத்துக்கிட்டு இருந்தது. அந்த உணவகம் கைமாறிடுச்சு. வழக்கமான செட்டிநாடு உணவகத்துக்கு பதிலா அங்க ஒரு சைனீஸ் உணவகம் புதுசா வந்திருந்தது.

அங்க இருந்த பழைய செக்யூரிட்டி கார்டு அவங்க ரெண்டு பேரையும் வரவேற்றார். "வாங்க சார், எப்படி இருக்கீங்க? எங்க ஆனர், பையன் கூடவே போய் USல செட்டில் ஆகிட்-டாரு சார். அவசரமா நம்ம ஓட்டலை இந்த சைனீஸ் ஓட்டல் கம்பெனிக்கு கொடுத்துட்டாரு.

அவரு சொல்லிக்கிட்டு இருக்கும்போதே, ரமேஷும் சுரேஷும் அடுத்து என்ன செய்வதுன்னு யோசிச்சுக் கிட்டே ஒருத்தரை ஒருத்தர் பாத்துக்கிட்டாங்க.

"வாங்க சார், இங்க சைனீஸ் டின்னர் சாப்பிட்டுப் பாருங்க. நல்லா இருக்கறதா எல்லாரும் சொல்றாங்க..." அந்த செக்யூரிட்டி இவர்களைப் பாசத்தோடு வரவேற்றார்.

சுரேஷ்க்கு ஆர்வம் தாங்க முடியல. என்னென்ன ஸ்பெ-ஷல்னு விசாரிக்க ஆரம்பிச்சுட்டார். ஆனால் ரமேஷுக்கு முகமே வாடிப்போச்சு.

"வேணாம்பா! நாங்க ரெண்டுபேரும் புது ஓட்டல்ல, புது மெனுவெல்லாம் முயற்சி பண்ற நிலைமையில் இல்ல. நாளைக்கெல்லாம் முக்கியமான மீட்டிங் இருக்கு. இப்போ எதுக்கு ரிஸ்க் எடுக்கணும்?"னு செக்யூரிட்டி கிட்ட சொல்லிகிட்டே புறப்படத் தயாராயிட்டார்.

"வாங்க சுரேஷ், நம்ம வழக்கமான அந்த சைவ உணவகத்-துக்குப் போகலாம். நண்பர்கள் கிட்ட விசாரிச்சுட்டு, நல்லா இருந்தால் அடுத்த முறை வரும்போது இங்க சாப்பிட்டுப் பாக்கலாம்" என்று அவரே முடிவும் எடுத்து விட்டார்.

படம் 4 - எதைத் தேடுகிறார்கள் - புதுமையையா? பரிச்சயமானதையா?

உணவகத்துக்கு உள்ளபோகிற வழியையே பார்த்துகிட்டு இருந்த சுமேஷ், "அட பயப்படாம வாங்க ரமேஷ்! இங்க என்ன புதுசா பண்றாங்க என்று பார்த்திடுவோம். ஒரு செல்பி எடுத்து குரூப்பில் போட்டு அவங்களுக்கு முன்னாடி நம்மதான் இதை முயற்சி பண்ணோம்னு சொல்லிக்கொள்-வோம்" என்று அவரை வற்புறுத்துகிறார்.

இப்பவும் ஒரே சூழலில் இவங்க ரெண்டு பேரும் வெவ்வேறு மாதிரி யோசிக்கறாங்க. சுரேஷுக்கு புதுசா முயற்சி பண்ண விருப்பம்; ஆனால் ரமேஷுக்கு பழகிப்போனதைத் தொடர விருப்பம்.

தெரியாமல் நேரும் இழப்புகள்

மாறுபட்ட சிந்தனை முறைகளால் ஒவ்வொருவரு-டைய திறமையும், ஆளுமையும் வெவ்வேறாக அமைந்து விடுகின்றன. அதைத்தான் போன அத்தியாயத்தில் பார்த்த ரமேஷ் - சுமேஷ் கதையும் உணர்த்துகிறது. இந்த வித்தியா-சத்தைப் புரிந்து கொள்ளாமல் சிறு நிறுவனங்கள் பெரிய பிரச்சினைகளை சந்திக்கின்றன.

நான் பார்த்த சில நிறுவனங்களில் இந்தப் பிரச்சினை எப்படி இருந்தது, அதனால் அவர்களின் வளர்ச்சி எப்படி பாதிக்கப்பட்டது என்பதைப் பற்றி இந்த அத்தியாயத்தில் பார்க்கலாம்.

பின் எட்டாவது அத்தியாயத்தில் அந்தப் பிரச்சினைகளை நாங்கள் எப்படிக் கண்டுபிடித்தோம், எப்படி நிவர்த்தி செய்தோம் என்று பார்க்கலாம்.

கதை 1: 'தட்டித் தூக்கிடுவோம்' கடைக்காரர்

சுரேந்தர் ரொம்ப ஜாலியான, துடிப்பான பேர்வழி; நிறைய பாலோயர்ஸ் வேற. எப்பவுமே ஏதாவது பெரிசா செய்யணும்னு ஆசைப்படுவார். தனது போட்டியாளர்களை ஜெயித்துக் காட்டுவதில் அவருக்குத் தனி மகிழ்ச்சி. அவரை

சுத்தி எப்பவும் நாலு பேர் இருந்துகிட்டே இருப்பாங்க. அவங்களுடன் வெளியூர் டூர் போவது, நிறைய காசு செலவு செய்வது என்று எப்பவும் பரபரன்னு இருப்பார். அவர் அப்பா ஆரம்பிச்ச கடைய இவர் நடத்திட்டு வரார்.

முப்பது வருஷம் முன்னாடி, சுரேந்தரோட அப்பா தன் ரெண்டு தம்பிகளையும் சேர்த்து ஊருக்குள்ள ஒரு மாளிகைக் கடை தொடங்கியிருக்கார். அயராத உழைப்பால் சில ஆண்டுகளில் அந்தக்கடை பிரபலமாகி நல்ல வியாபாரமும் நடக்க ஆரம்பிச்சது.

அடுத்த கொஞ்ச நாள்ல, ஊரு வளர வளர, மக்களின் வாழ்க்கைத் தரமும் மேல போச்சு. அதனால், மேல்தட்டு மக்களைக் கவர ஒரு பெரிய கடையை ஒரு பாங்கான இடத்தில் ஆரம்பிச்சாரு. அதுவும் நல்லா வளர்ந்தது. அதனால் அவங்க மூணாவது கடையைத் தொடங்க ஏற்பாடு பண்ணாங்க.

அதுக்குள்ள அவங்க ரெண்டு தம்பி குடும்பங்களும் சொத்து பிரிக்கச் சொல்லி கேட்டதால், இவரு அவங்களுடைய பழைய கடையை எடுத்துக்கிட்டு, பெரிய கடையையும், புது கடையையும் தம்பிகளுக்காக விட்டுக் கொடுத்துட்டாரு. சுரேந்தர் சின்ன வயசா இருக்கும்போதே இதெல்லாம் நடந்து முடிஞ்சது.

ஆனால் சுரேந்தரால் இதை ஏத்துக்க முடியல. முதல் கடையிலிருந்து, அதை வளர்த்து அடுத்த ரெண்டு கடை வரைக்கும் எல்லாமே அவருடைய அப்பாவின் உழைப்புதான். அப்படி உருவாக்கித் தந்தவருக்கு அவர் தம்பிகள் தந்த பரிசு நெருக்கடியான பஸ் ஸ்டாண்ட் சாலையில் இருக்கற சின்ன கடைதான்.

அசோக்... இந்த நாளை உன் டைரியில் குறிச்சு வெச்சுக்கோ...

சுரேந்தர் கடைய பார்த்துக்க ஆரம்பிச்சதும் அவருடைய ஒரே இலக்கு தன் சித்தப்பாக்கள் கடையைவிட பெரிசா வளர்ந்து காட்டணும் என்பதுதான். அவங்க இருந்த நெருக்கடியான சாலையில் என்னென்னவோ முயற்சி பண்ணி பக்கத்துக் கடையை வாங்கி சின்னக் கடையை ஓரளவு பெரிய கடையா ஆக்கினார். இதனால் அவங்க கடை கொஞ்சம் பார்வையாவும், பரபரப்பாவும் ஆனது. அதுக்கேற்ற விற்பனையும் நடந்தது.

அந்த வெற்றிக்கப்புறம் சுரேந்தருடைய வேகம் அதிகமாயிடுச்சு. சீக்கிரமே ஊரில் புதுசா உருவான புறநகரில் கொஞ்சம் பெருசா ஒரு கடையை ஆரம்பிச்சார். அந்தப் பகுதியிலேயே முதலாவதா வந்த பெரிய கடை என்பதாலும், மக்கள் சுலபமா வந்துபோற இடம் என்பதாலும் வியாபாரம் ரொம்ப நல்லா நடந்தது. கொஞ்ச நாளைக்கு அந்தக் கடையைப் பத்தியும் சுரேந்தரைப் பத்தியும் ஊரையே பேச வச்சது.

மற்ற கடைக்காரங்க யோசிக்கக் கூட முடியாத ஒரு விஷ-யமா - சுரேந்தர் அவர் கடைக்கு ஒரு பிராண்ட் கன்சல்-டன்ட்டைத் தேடிப்பிடித்தார். அந்த மாவட்டத்திலேயே பெரிய ரீடைல் கம்பெனியா வளரணும்கிற ஆசைக்கு இதெல்லாம் துணையா வந்தது. உள்ளூர் வர்த்தக சங்கமும், தொழில் வட்டங்களும் அவரைப் பற்றிப் பேச ஆரம்பித்தன. சுரேந்தருக்கும் அப்படிப் பிரபலமடைவது ரொம்பப் பிடிச்சி-ருந்தது.

அவருடைய அதிவேக வளர்ச்சி இன்னும் தொடர்ந்தது. அடுத்தடுத்து இரண்டு கடைகளைத் திறந்து அவர் தன் சித்தப்பாக்கள் இருவரை விட அதிகக் கடைகளுக்கு சொந்தக்காரர் ஆனார். அதுக்கப்புறம்தான் சோதனையே ஆரம்பித்தது.

இறங்குமுகம்

அடுத்தடுத்து சுரேந்தர் திறந்த ரெண்டு கடைகள் எதிர்பார்த்த அளவு சிறப்பா இல்ல; பெரிய சூப்பர் மார்கெட் நடத்தணும்கிற கனவோட ஆரம்பிச்ச ஒரு கடையையும் மூடவேண்டியதாப் போச்சு - அதுவும் ஆரம்பிச்ச ஆறு மாதத்திலேயே.

அதனால் கொஞ்சம் கொஞ்சமா சுரேந்தருடைய பிடி தளர ஆரம்பிச்சது. சுரேந்தர் எடுக்கற முடிவுக்கெல்லாம் ஓகே சொல்லிட்டு இருந்த அவருடைய அண்ணனும், தம்பியும் விலக ஆரம்பிச்சாங்க. சுரேந்தர் மேல அப்பா வெச்சிருந்த நம்பிக்கையும் குறைஞ்சது.

கடையில் அவங்க கவனம் குறையவே, வாடிக்கையாளர் எண்ணிக்கையும் கணிசமா குறைஞ்சுபோச்சு. செலவைக் குறைக்கறதுக்காக கடையில் வேலை செஞ்சவங்களை நீக்க வேண்டியதாயிடுச்சு. அதனால் ஊரில் சில பேச்சுக்கள், மீதம் இருந்த பணியாளர்கள் கிட்ட ஒரு நம்பிக்கையின்மை, அதனால் வாடிக்கையாளர் சேவையில் அதிருப்தி - இப்படி அடுக்கடுக்கா பிரச்சினைகள் வர ஆரம்பித்தன.

இதெல்லாம் சரிக்கட்ட சுரேந்தர் எடுத்த பல முயற்சிகளும் தோல்வியிலேயே முடிந்தன. பல விளம்பர முயற்சிகளுக்குப் பாராட்டுகள் வந்ததே தவிர, விற்பனை பெரிசா வரல.

சுரேந்தருடைய அப்பாவால் இதுபோன்ற தொடர் சரிவுகளைப் பார்த்துகிட்டு இருக்கமுடியல. அதனால் பழையபடி அவர் கடை நிர்வாகத்தில் இறங்க ஆரம்பிச்சுட்டார். வந்ததும் சுரேந்தர் எடுத்திருந்த பல புதுமையான முயற்சிகளுக்கும் தடைபோட்டார். எல்லா நடவடிக்கைகளையும் பழைய படி மாத்திட்டார்.

கடைசில சுரேந்தர் தன்னுடைய அணுகுமுறையில் ஏதோ தவறு இருக்கிறத உணர்ந்தார். ஆனாலும் அவரது ஆரம்ப வெற்றிகளுக்கான காரணத்தை அவரால் கண்டுபிடிக்க முடியல.

சுரேந்தரின் செயல்முறையில் எதாவது ஒரு பேட்டர்ன் உங்களுக்குத் தெரியுதா?

கதை 2: மாருதி கார் கேட்டா BMW கொடுக்கிறார்

ராம் ஒரு பொறியியல் ஆர்வலர். இருவது வருசத்துக்கும் மேல வீட்டு உபயோக மின்சாதனத் தயாரிப்பில் இருக்கார். அவர சந்திச்ச அன்னைக்கு டின்னர் சாப்பிட்டுக்கிட்டே அவருடைய கதையப் பேசிக்கிட்டிருந்தோம்.

அவர் இன்ஜினியரிங் படிச்சு முடிச்ச உடனே ஒரு சின்ன கம்பெனி ஆரம்பிச்சிருக்கார். வாட்டர் கூலர் சாதனங்களில் இருக்கக்கூடிய உலோகத் தண்ணீர் டேங்க் உற்பத்தி செய்யறதுக்கு ஒரு பெரிய நிறுவனம் அவருக்கு ஆர்டர் கொடுத்தது. தண்ணி வியாபாரம் சிறப்பா போய்ட்டிருந்த காலம் (வெறும் தண்ணீர்ங்க), அதனால் அவருடைய வாடிக்கையாளர் வியாபரம் உச்சத்துக்குப் போச்சு. அவருடைய வியாபாரமும் நல்லா வளர்ந்தது.

நல்ல பார்ட்னர்

ஒரு சில வருடங்களிலேயே வியாபாரம் அவர் கற்பனை செய்து பார்க்காத அளவு பெரிசா வளர்ந்தது. புதிய மாடல்களை ரொம்ப விரைவா வடிவமைக்கிறது, வாடிக்கையாளர் சொல்லாமலே அவருடைய பொருட்களில் இருக்கிற சின்ன சின்ன குறைகளையெல்லாம் நிவர்த்தி செய்வது, தொடர்ந்து அதில் முன்னேற்றம் செய்வது, வாடிக்கையாளர் ஏதாவது மாற்றம் சொன்ன விரைவா செய்து முடிக்கிறது என்று பல வழிகளில் வாடிக்கையாள-ருக்கு நெருக்கமான ஒரு சப்ளையராகிட்டாரு.

அந்த வாடிக்கையாளரின் ஆர்டர்கள் அதிகமாயிட்டே போச்சு. ஒரு கட்டத்துல, வேற ஆர்டர்கள் எதையும் எடுக்க முடியாத நிலை வந்தது. அதனால் கம்பெனி ஆரம்பிச்ச

நாலாவது வருசத்திலிருந்து அந்த ஒரு வாடிக்கையாளரின் ஆர்டரை மட்டுமே செய்து கொடுக்க ஆரம்பிச்சாரு. அடுத்த சில வருஷங்களுக்கு வியாபாரம் நல்லா வளர்ந்துக்கிட்டே இருந்தது.

இடைப்பட்ட காலத்துல, ராம் தன் நிறுவனத்தைப் பெரிசாக்கிகிட்டே போனார். ஆனால் தொடர்ந்து பணியாளர்கள் வேலைய விட்டு திடீர்னு நின்று போவதும் அதிகமா இருந்தது. அப்பதான் அவர்கிட்ட வேலை செய்யறவங்க திருப்தியாகவும், சந்தோசமாகவும் இல்லைனு அவருக்குத் தெரியவந்தது.

பின் ஒரு HR ஆலோசகர் மற்றும் நண்பர்களின் அறிவுரைப்-படி, பணியாளர்கள் மேல் கவனம் செலுத்த ஆரம்பிச்சாரு. அவங்களைத் திருப்திப் படுத்த கம்பெனியிலேயே மதிய உணவு கொடுப்பது, அவ்வப்போது இரவு விருந்து கொடுப்-பது, குடும்ப சுற்றுலா என்று நிறைய விஷயங்களை ஏற்பாடு பண்ணினார்.

பத்து வருஷம் முன், அந்த முக்கியமான வாடிக்கையாளர் கிட்டேருந்து திடீர்னு ஆர்டர்கள் வேகமா குறைய ஆரம்-பிச்சது. அவங்க தண்ணீர் டாங்கைத் தாண்டி மற்ற உபகர-ணங்கள் தயாரிக்க ஆரம்பிச்சுட்டாங்க. அடுத்ததடுத்த வரு-ஷங்களில் முந்தைய விற்பனையில் வெறும் 10% விற்பனை தான் செய்ய முடிஞ்சது. அதனால் பணியாளர்களையும் வெறும் 10% அளவுக்கு குறைக்க வேண்டியதாயிடுச்சு. அதுக்கப்புறம் தான் இந்த வீட்டு மின்சாதனத் தயாரிப்பில் இறங்கியிருக்கார்.

சில வருஷங்களில், B2B வியாபாரத்திலிருந்து முழுசா B2C வியாபாரத்துக்கு மாறிட்டாரு. எப்பவும் ஏதாவது ஒரு

பிரச்சினை கம்பெனியின் வளர்ச்சிக்கு முட்டுக்கட்டையா வந்துகிட்டே இருந்தது. நிலைமையை சரி செய்ய அவர் எடுத்த முயற்சிகள் பற்றி விளக்கமா பேசினோம். அவருக்கு நான் ஏதாவது உதவ முடியுமா என்று ராம் எதிர்பார்ப்போடு கேட்டாரு.

வாடிக்கையாளர்களுக்குப் புரியவில்லை

அவருடைய தொழிற்சாலையைப் பார்க்கப் போயிருந்தேன். தொழிற்சாலை முழுக்க உதிரி பாகங்கள், உற்பத்தி செய்த பொருட்கள், உள்ளீட்டுப் பொருள்கள்னு (raw materials) நிறைஞ்சு இருந்தது. நான் எதிர்பார்த்ததை விட கொஞ்சம் பெரிசா இருந்த அந்தக் கட்டடத்தில் உற்பத்தி செய்த பொருட்கள் நிறைய இடத்தை ஆக்கிரமிச்சு இருந்தன.

அதில் சில அட்டைப் பெட்டிகளைக் காட்டி ராம் சொன்னாரு, "சார் அதுக்குள்ள இருக்கிறதெல்லாம் மார்கெட்டிலேயே பெஸ்ட் பொருட்கள். ஒரு சில வாடிக்கையாளர்கள் பல வருஷங்களா பயன்படுத்திக்கிட்டு இருக்காங்க; ரொம்ப திருப்தியாவும் இருக்காங்க. ஆனால் ஏனோ ஜனங்க வாங்க மாட்டேங்கிறாங்க. அவங்களுக்கு மலிவான பொருட்கள் தான் பிடிச்சிருக்கு".

வியாபாரம் சிறப்பா இருந்த காலத்தில் ஒரு சில பணியாளர்கள் எப்படித் தன்னை ஏமாத்திட்டாங்க, எப்படித் வியாபாரத்தை பாதிச்சாங்க என்று சில விவரங்களை ராம் என்கிட்ட பகிர்ந்துக்கிட்டாரு. அந்த மாதிரிக் கசப்பான அனுபவங்களால் அவரு தொழிலாளர்கள் கூட நெருங்கிப் பழகுவதையே தவிர்த்துட்டார்.

அதுமட்டுமில்லாம கம்பெனியில் பெரும்பாலான வேலைகளை அவரே நேரடியா செய்ய ஆரம்பிச்சுட்டார்.

புதிய பொருள் வடிவமைப்பு, உற்பத்தி, கொள்முதல், விற்பனைன்னு அத்தனையும் அவரை நம்பியே ஓடிக்கிட்டு இருந்தது.

பெரிய கதைகள், நீண்ட விவாதங்கள், கொஞ்சம் கேள்வி பதில்களுக்கு அப்புறம் அவங்களோட தேக்க நிலைக்கான காரணத்தைக் கண்டுபிடிச்சோம். பிரச்சினைகள் எல்லாம் அவரோட பர்சனாலிட்டியிலிருந்துதான் ஆரம்பிக்கிறதாத் தெரிஞ்சது.

ராம் புதுசான பொருட்களை உருவாக்குவதில் தான் ஆர்வமா இருந்தார். அவர் ஒரு டிசைன் என்ஜினீயர். அதனால், எப்பவுமே எதாவது புதுசா பண்ணனும்கிற ஆர்வம்தான் அவரை உந்திக்கிட்டு இருந்தது.

வாழ்வா சாவா போராட்டம்

ராமுடைய பர்சனாலிட்டி வகையைத் தெரிச்சுக்கிட்ட பிறகு, அவங்க நிறுவனத்தில் அது எப்படிப்பட்ட தாக்கத்தை ஏற்படுத்தி இருக்கு என்று எங்களுக்கு முழுசா புரிய ஆரம்-பிச்சது.

அந்தக் கம்பெனியின் பெரிய பலவீனம் அவர் தன் பணியாளர்களைக் கையாளும் விதம் தான். பணியாளர்க-ளைத் தக்கவைக்கிறது அவருக்குப் பெரிய சவாலாகவே இருந்தது. அங்க ஒட்டுமொத்த பணியாளர்களின் சராசரி வேலைக்காலம் வெறும் அஞ்சு மாசம்தான். அதாவது அங்க புதுசா வேலைக்கு சேர்ந்த ஒருத்தர் சராசரியா ஆறு மாசம்கூடத் தாக்குப்பிடிக்க முடியாம வேலைய விட்டுட்டுப் போயிடுவார்.

கம்பெனியில் வேலை செய்யற எல்லாரும் தினமும் ராம் கிட்டதான் ரிப்போர்ட் பண்ணுவாங்க. அதனால் போதுமான கவனமும், வழிகாட்டுதலும் எல்லாருக்கும் கிடைக்கல. உதாரணமா, எப்பவெல்லாம் அவருக்கு பிரச்சினை வருதோ அப்பமட்டும்தான் எல்லாரையும் மீட்டிங்கிற்கு வரச் சொல்லுவார். '10 நிமிஷம் வாங்கப்பா' என்று சொல்லி ஆரம்பிக்கிற மீட்டிங், சாயங்காலம் வரைக்கும் இழுக்கும். அப்புறம் ஒருத்தர், ரெண்டுபேராவது அன்னைக்கு வேலைய விட்டுட்டுப் போயிடுவாங்க.

எனக்கு யாரும் ரெபரென்ஸ் கொடுப்பதில்லை

அவங்க தேக்க நிலைக்கு இன்னொரு முக்கியமான காரணம் - வாடிக்கையாளர்களை சரியாப் புரிஞ்சுக்காம இருக்கிறது அல்லது அவங்களுடன் ஒத்துப் போகாம இருக்கிறது.

ராமுடைய ஆர்வமெல்லாம் தலைசிறந்த அட்வான்ஸ்டான கருவிகளை வடிவமைக்கணும், பல வருஷங்களுக்குப் பிரச்சினையே வராதமாதிரி அந்தக் கருவிகளை உற்பத்திப் பண்ணும்கிறதுதான்.

"நான் ஜெர்மன் பம்புகள் மற்றும் பித்தளை பாகங்களை மட்டுமே பயன்படுத்துவேன். எங்கள் பொருட்களுக்குப் பத்து வருட உத்தரவாதம் இருக்கு. இது மாதிரி வசதிகளை வாடிக்கையாளர்களுக்கு நம்ம ஊரில் யாரும் கொடுக்கி-றதில்ல" என்றார் ராம்.

எனக்கு ஆச்சர்யம், "என்னது பத்துவருசம் உத்திரவாதமா? அப்ப மார்க்கெட்லயும் மார்கெட்டிங்கிலேயும் உங்களை அடிச்சுக்க ஆளே இல்லன்னு சொல்லுங்க!" என்றேன்.

"இல்ல சார், நாங்க இந்த விஷயத்தையெல்லாம் மார்க்கெட்-டிங் பண்ணல. பயன்படுத்தும் போதுதான் இந்த வித்தியாச சம் அவங்களுக்குத் தெரியவரும்" என்று பதில் சொன்னார்.

"அப்ப, உங்க வாடிக்கையாளர்கள் ரொம்ப மகிழ்ச்சியா இருப்பாங்க, உங்க பொருட்களை பத்தி நிறைய பேருக்கு சொல்லுவாங்க, இல்ல? Word of mounth விளம்பரம்!"

"இல்ல சார், தெரியல. வாடிக்கையாளர்கள் எப்பவுமே அவங்க மாருதி கார் கேட்டா நான் BMWவைக் கொடுத்-துட்டதா சொல்வாங்க. ரெண்டாவது, ஆரம்பத்தில் எங்க பொருட்களைப் பயன்படுத்தும்போது எந்த வித்தியாசமும் தெரியாது. சில மாசங்களில் நம்ம போட்டியாளர்களோட பொருட்கள் ரிப்பேராகும். நம்மளோடது வருசக் கணக்கா ஓடிக்கிட்டே இருக்கும்.

அதனால், புதுசா நம் பொருட்களை வாங்கின வாடிக்கையாளர்கள் நம்மை 'costly'ன்னு சொல்லிடறாங்க. அதனால் அவங்ககிட்ட நான் எந்த feedbackக்கும் வாங்கிறது இல்ல. அவங்கள referenceஆ பயன்படுத்தறதும் இல்ல" என்று முகத்தில் உணர்ச்சிகள் எதுவுமில்லாம சொன்னார்.

கொஞ்ச நேரம் மௌனத்துக்கப்புறம் "உண்மைய சொல்லனும்னா, அவங்க reference பத்தி நான் யோசிக்கலைன்னுதான் சொல்லணும்" என்று முடித்தார்.

சிறந்த பொருட்களை உருவாக்கணும்கிற ஆர்வத்துல, ராம் தற்போதைய மாடல்களை அடிக்கடி புதுப்பிப்பது வழக்கம். பெரும்பாலும், இந்த அப்கிரேடேஷனுக்கு அப்புறம் சில உதிரிப் பாகங்கள் உபயோகம் இல்லமாப் போயிடும். அப்படி உபயோகமில்லாம போன பல உதிரிப் பாகங்கள்

அவங்க தொழிற்சாலையில் பல வருசமா உட்கார்ந்துகிட்டு இருந்தன.

ஒருமுறை அவருடைய கிராபிக் டிசைனர் ரொம்ப கடுப்பேத்திட்டாராம். உடனே ராம் தானே கிராபிக் டிசைனிங் கத்துக்கிட்டார். அவங்க நிறுவனத்துக்குத் தேவையான லேபில்களில் இருந்து, ப்ரோச்சர்கள், விசிட்டிங் கார்டு என்று எல்லாத்தையும் அவரே டிசைன் பண்ண ஆரம்பிச்சுட்டார். சில நேரங்களில், 'சார் பிஸியா இருக்காரு, வாடிக்கையாளர் சந்திப்புக்கு வரலைன்னு' அவங்க சேல்ஸ்மேன் நினைச்சுகிட்டு இருக்கும்போது, சார் பிசியா கேட்லாக் டிசைன் பண்ணிக்கிட்டு இருந்திருக்காரு.

ராமுக்குப் அறிமுகமில்லாதவங்களை சந்திக்கிறது, அவர்களுடன் பேசுவதெல்லாம் கொஞ்சம் கஷ்டமான விஷயம். அதனால், ஒரு புது கஸ்டமரை சந்திக்க ரொம்பத் தயங்குவாரு. சேல்ஸ்மேன்களே எல்லா விவாதங்களையும் முடிச்சிடனும்னு சொல்லுவார். கடைசியா டீல் முடிக்க (பேரம் பேச) மட்டுமே அவர் வருவார்.

அங்கேயும் வந்து, அடுத்து அவர் தயாரிக்கப் போகும் மாடல்கள், புதுசா வெளிநாட்டில் கிடைக்கும் உதிரிபங்கங்கள், புது டெக்னாலஜி பற்றிதான் பேசுவார். அவருடைய ஆர்வத்தையும், அறிவையும் புரிச்சிக் கிட்டவங்க மேற்கொண்டு விலையைப் பற்றி விசாரிக்காம ஆர்டர் கொடுத்திடுவாங்க. ஆனால் அப்படி வெற்றிகரமா முடிஞ்ச மீட்டிங்கள் ரொம்ப குறைவு.

இவருடைய கதையில் உங்களுக்கு ஒரு பேட்டர்ன் தெரியுதா?

கதை 3: தேக்கத்தைப் பற்றி ஒரு விறுவிறுப்பான கதை

அவர்களின் நிறுவனம் எலக்ட்ரானிக்ஸ் உபகரணங்க-ளுக்கான கூடுகள் (body parts) தயாரிக்கும் துறையில் வெள்ளிவிழாக் கண்ட ஒரு கம்பெனி. குமார், தனது தம்பி-யோடு சேர்ந்து, அவங்க வீட்டின் ஒரு சிறிய பகுதியில் இரண்டு காலாவதியான லேத் மெஷின்களுடன் இந்தத் தொழிலை ஆரம்பிச்சாரு.

சில வருடங்கள் ஜாப்-ஒர்க் முறையில் ஆர்டர் எடுத்து செய்துகிட்டு இருந்தாங்க. கொஞ்சம் கொஞ்சமா சீட் மெட்டல் வேலைகளில் பெயர்பெற்ற கம்பெனியா வளர்ந்தாங்க.

ஆரம்பத்தில் அவங்க குடும்பத்தின் நிதிநிலைமைய சரிசெய்-யணும்கிற ஒரு வேகம் அவங்களை அயராம இயங்கவைச்-சது. 10 வருடத்துக்கும் மேலா ராத்திரி பகல்னு பார்க்காம உழைச்சதால், அவங்க எதிர்பார்ப்பையும் தாண்டி அவங்க-ளுக்குத் தேவையான எல்லாமே அந்த பிசினஸில் இருந்து கிடைச்சது.

அவர்களுடைய கடின உழைப்பும், அர்ப்பணிப்பும் குமாருக்கு தொழில் துறையில் ஓர் அங்கீகாரத்தையும், நல்ல பேரையும் வாங்கி கொடுத்தன. வாடிக்கையாளர்களின் நன்மதிப்பும் அவர்கள் மூலமா ஒரு பெரிய நட்புவட்டமும் அவருக்குக் கிடைச்சது.

வாடிக்கையாளர்களை மையமாகக் கொண்ட நிறுவனம்

ஒரு கஸ்டமர் என்ன எதிர்பார்க்கிறார், அவருடைய பிரச்-சினை என்ன, அவருக்கு என்ன தேவை அப்டிங்கிற அவங்க சொல்றதத் தாண்டியும் புரிஞ்சுக்கக் கூடிய ஒரு திறமை குமாருக்கு இருந்தது.

பல நேரங்களில், 'அவங்களுடைய பிரச்சினை இதுதான், அதுக்கு இந்த டிசைன் தான் சரியா இருக்கும்னு' இவரே கஸ்டமருக்கு அறிவுரை கொடுப்பாரு. அவங்க தேவைக்கு ஏற்ற மாதிரி டிசைன்களை மாற்றி பொருட்களைத் தயாரிச்சும் கொடுத்திடுவார். இவருடைய சப்போர்ட் வாடிக்கையாளர்களுக்கு ரொம்ப பிடிச்சிருந்தது.

நிறைய வாடிக்கையாளர்கள் இவங்க டிசைன்களுக்கும், அதில் இவங்க செய்த மாற்றங்களுக்கும் காப்புரிமை வாங்கிக்க சொல்லி அறிவுறுத்தினாங்க. "இதெல்லாமே உங்க ஐடியாதான்; நீங்க கேட்டதாலதான் நாங்க மாத்தினோம், பேடென்டெல்லாம் எதுக்கு" என்று சொல்லி அங்கேயும் ஒரு பஞ்ச் வச்சிடுவார்.

குமாருக்கு அவர் ஏரியாவில் இருக்கிற எல்லா வாடிக்கையாளர்களையும் நல்லாத் தெரியும். அவங்களுக்-கும் குமாரைத் தெரியும். அவங்க குடும்ப விசேஷங்களில் கலந்துக்கிறதுக்காக தமிழ்நாடு முழுக்க இவர் பயணம் பண்ணியிருக்கார். எதாவது ஷீட் மெட்டல் வேலைன்னா வாடிக்கையாளருக்கு டக்குனு குமார்தான் ஞாபகதுக்கு வருவார். அந்த அளவுக்கு ஒரு நெட்ஒர்க்க உருவாக்கி இருக்கார்.

அதனால் குமார் இதுவரைக்கும் மார்கெட்டிங், பிராண்டிங், பிரமோஷன் பற்றியெல்லாம் பெரிசா யோசிக்கவே இல்ல. பல வருடங்களுக்கு முன் பிரிண்ட் பண்ண ப்ராடக்ட் கேடலாக்கை தான் இன்னும் பயன்படுத்தறாங்க. அவங்க வெப்சைட் கூட சில வருசமா புதுப்பிக்காமலே இருக்கு.

அதேபோல் சப்ளையர்களிடமும் குமாரப் பற்றி ஒரு நல்ல அபிப்பிராயமும், மரியாதையும் இருந்தது. அவங்க கூட குமார் பல வருசமா வியாபாரம் பண்ணிக்கிட்டு இருக்கார். அவருக்கு வந்திருக்கிற ஆர்டர், கஸ்டமர்கிட்ட இருந்து பணவரவுன்னு சில முக்கியமான விஷயங்களை அவங்ககிட்ட குமார் பகிர்ந்துப்பார். அதனால், இவர் அவங்களுக்கு பணம் கொடுப்பதில் கொஞ்சம் முன்ன பின்ன ஆனாலும் அவங்க பெரிசா எடுத்துக்க மாட்டாங்க.

அதுமட்டுமில்லாம, அவருடைய பணியாளர்களையும் நல்ல முறையில் கவனிச்சுப்பாரு. அவங்க மருத்துவ செலவுக்குப் பணம் கொடுக்கிறது, பசங்க படிப்புக்கு பீஸ் கட்டுறதுன்னு அவரால் முடிஞ்ச உதவிகளைத் தனிப்பட்ட முறையில் பண்ணுவார். அதனால், அவருக்கு சமூகத்தில் ஒரு நல்ல பேரு இருந்தது. அந்த ஊரின் முக்கியமான தொழில் கூட்டமைப்புகளிலும் குமார் பல வருஷங்கள ா பதவி வகிக்கிறார்.

சிறந்த நோக்கங்கள் மட்டும் போதாது

குமாருடைய தம்பி ரவிதான் பாக்டரியை கவனிச்சுக்கிறார். அவங்க எப்பவுமே ஆர்டரை சொன்ன நாளில் முடிச்சுக் கொடுத்ததே கிடையாது. 'அவங்க ஒரு வாரம்னு சொன்னா ஒரு மாசமாயிடும்' என்று வழக்கமா வாடிக்கையாளர்கள் சொல்லுவாங்க. அந்த அளவுக்கு அவங்க பிரபலம்.

குமாருக்கும் ரவிக்கும் தினமும் ஏதாவது ஒரு கஸ்டம-ரை சமாதனப் படுத்துவதிலேயே நிறைய நேரம் செலவு ஆயிடும். அதுக்கப்புறம் அந்தக் கஸ்டமருடைய ஆர்டரைக் கண்டுபிடிச்சு அதை முடிச்சு வெளியே அனுப்பேவே நாள் சரியா இருக்கும். ஒரு சில கான்ட்ராக்ட்டில் அவங்க தாம-தத்துக்காக நிறைய அபராதமெல்லாம் கட்டி இருக்காங்க.

குமார் எப்பவும் வாடிக்கையாளர்களோட க்ளோஸா இருப்பதிலேயே நிறைய நேரத்தை செலவு பண்ணுவார். நிறைய வாடிக்கையாளர்கள் குமாருக்கு நண்பர்களாகவே ஆகிட்டாங்க. தினமும் அவங்க ஒரு குழுவா சேர்ந்து ரேஸ் கோர்ஸ்சில் காலை நடைபயிற்சிக்குப் போவாங்க. அப்படிப் பேசும்போது சில சமயங்களில் குமார் ஆர்டர்களை வாங்-கிட்டு வந்திடுவார்.

ஆனால், கடந்த சில வருஷங்களில் அவங்க வளர்ச்சி விகிதம் பெரிசா மாறல. நிறுவனத்தின் டர்ன் ஓவர் ஒரு குறிப்பிட்ட இடத்துலேயே நின்னுபோச்சு. ஏறி இறங்கி அதே டர்ன் ஓவர்தான் பல வருசமா இருந்து வந்தது.

பெரிசா வளர்ச்சி இல்லாததனால் பணியாளர்களுக்குப் பதவி உயர்வோ, சம்பள உயர்வோ போதுமான அளவு கொடுக்க முடியல. அதனால் நிறுவனத்தில் வேலை செய்த நிறைய தொழிலாளர்கள் - ஒன்னு போட்டியாளர்கிட்ட வேலைக்குப் போயிட்டாங்க, இல்ல அவங்களே சின்னதா ஒரு கம்பெனி ஆரம்பிச்சு போட்டியாளர் ஆயிட்டாங்க.

குமாருடைய நீண்டநாள் வாடிக்கையாளர்கள் கூட இந்தமா-திரி சின்ன சின்ன போட்டி கம்பெனிகளுக்கு நிறைய ஆர்டர் கொடுக்கத் தொடங்கிட்டாங்க. ஏன்னா சின்ன கம்பெனிக-ளால் சீக்கிரமா டெலிவரி கொடுக்க முடிஞ்சது; கூப்பிட்ட நேரத்தில் நேரில் வந்து பார்க்க முடிஞ்சது.

ஒரு பத்து வருஷத்துக்குள்ள அப்படிப் பல சின்ன போட்டி-யாளர்கள் குமார் நிறுவனத்தை விடப் பல மடங்கு பெரிசா வளந்துட்டாங்க. குமாருடன் நடைப்பயிற்சி போய்க்கிட்டு இருக்கிறவாடிக்கையாளர்கள்கூட குமாருக்குசின்னஆர்டரா கொடுத்திட்டு பெரிய ஆர்டர்களை போட்டியாளர்களுக்கு கொடுக்கிறாங்க.

உற்பத்தித்திறன் மட்டுமே தீர்வு ஆகாது

சில வருஷங்களுக்கு முன் 'ஆர்டர்களைத் தாமதமா முடிச்சுக் கொடுக்கிறதுதான் வளர்ச்சிக்குத் தடையா இருக்கு'ன்னு புரிஞ்சுக்கிட்டாங்க. அதை சரிபண்ண ஜெர்மனியில் இருந்து புதுசா ஆட்டோமேஷன் கருவிகளை வாங்கிப் பயன்படுத்த ஆரம்பிச்சாங்க. இது அந்த ஊரையே அவர்களைப் பற்றி பேச வச்சது.

பழைய வாடிக்கையாளர்களை எல்லாம் குமார் நேரில் போய் சந்திச்சு இந்த ஆட்டோமேஷன் எந்திரங்களைப் பார்க்க வருமாறு கூப்பிட்டார். அதுக்கு எதிர்பார்த்த பலனும் கிடைச்சது. அடுத்தடுத்து பல பழைய கஸ்டமர்கள் ஆர்டர் கொடுக்க ஆரம்பிச்சாங்க. ஆனால் இது எதுவுமே அவங்க பிரச்சினையைத் தீர்க்கல. ஆர்டர் லீட் டைம் குறையவே இல்ல. அதனால், கொஞ்ச நாளில் பழையபடி ஆர்டர்கள் குறையத் தொடங்கின.

ஆர்டர் அதிகம் வராமல் அந்த எந்திரங்களுக்கான இயக்க செலவும், பராமரிப்பு செலவும் அதிகமாயிடுச்சு. ஒண்ணு அவங்க எந்திரங்களை விற்கணும், இல்ல செலவைக் குறைக்க பணியாளர்களை நிறுத்தணும் என்கிற நிலைமைக்குப் போயிட்டாங்க. ஆனால் குமாருக்கு பணி-

யாளர்களை நிறுத்துவது சரியாப் படவில்லை. அதனால் அந்த எந்திரங்களை விக்கிறதுன்னு முடிவு பண்ணிட்டாங்க.

ரவி அவங்க ப்ரொடக்சன் முறையை மாற்றுவதற்காக ஒரு லீன் கன்சல்டன்டை அணுகினார். அந்த கன்சல்டண்டும் அவரோட வேலையை சிறப்பா செய்து முடித்தார் (நான்-தாங்க). நாலே மாதத்தில் ஆர்டர் லீட் டைம் 90% குறைஞ்சது. அதானால் அவங்க விற்பனையும் சூடு பிடிச்சது. அடுத்த ரெண்டு வருடத்தில், அவங்க விற்பனை டார்கெட்டையெல்-லாம் உடைச்சு உச்சத்தைத் தொட்டது.

அப்புறம்? அப்புறம் என்ன, அதுக்கு மேல அவர்களால் தொடர்ந்து வளர முடியல. திரும்பவும் ஒரு தேக்க நிலை. அவங்க பொருட்களுக்கான தேவை கொஞ்சம் கொஞ்சமாகக் குறைய ஆரம்பிச்சது. சீனாவிலிருந்து இறக்குமதியாகும் பொருட்களோட போட்டிபோட வேண்டியதா இருந்தது. அவங்க எவ்வளவு போராடியும் பெரிய அளவுக்கு அதுக்கப்புறம் முன்னேற்றம் ஏற்படல.

இங்கே என்ன சிக்கல் இருக்கு?

கதை 4: பாலங்களா அகழிகளா? எது உங்கள் தொழிலை வளர்க்கும்?

பாலாஜியின் கதை வேற மாதிரி. அவர் ஒரு ரெடிமேட் கார்மெண்ட் நிறுவனத்தை நடத்திக்கிட்டு இருக்கிறார். 20 வருஷம் முன்ன ரொம்ப சின்ன அளவில் இந்தத் தொழிலை ஆரம்பிச்சு படிப்படியா அதை வளர்த்துக்கிட்டு வரார். உயர்ந்த தரம், குறித்த நேரத்தில் சப்ளை, சரியான விலைன்னு அவருக்கு மார்க்கெட்டில் நல்ல பேர் இருக்கு.

ஆரம்பத்தில் சாம்பிள் மெடிரியலும், கேடலாகும் எடுத்துக்கிட்டு தானே தமிழ்நாடு முழுக்க சுத்தியிருக்கார். அவருடைய எளிமை, நேர்மையான அணுகுமுறையால் கஸ்டமர் மனதில் இடம் பிடிச்சுட்டார். அவர் சந்திச்ச சில பேர் அவரது அணுகுமுறை பிடிச்சுப்போய் உடனடியா ஆர்டர் கொடுத்துட்டாங்க. மற்ற சிலர் sample ஆர்டர் கொடுத்தாங்க.

சிலபேர் அவங்களுக்கு அவசரமா தேவைப்படும்போது மட்டும் கூப்பிட்டாங்க. அவர்கள் எல்லாருக்கும் ஒரு குறையும் இல்லாம இவர் சொன்னபடி பொருட்களை சப்ளை செய்தார். சில பெரிய நிறுவனங்கள், அந்தமாதிரி அவசரத்துக்காக ஆர்டர் கொடுக்க ஆரம்பிச்சு பாலாஜியு-டைய நிரந்தர வாடிக்கையாளர் ஆயிருக்காங்க.

பாலாஜியின் திட்டங்களையும், கனவுகளையும் கேட்டா நீங்க அவரை எதிர்மறையா யோசிக்கிறவர்னு நினைப்பீங்க. அவரோட எதிர் காலத் திட்டங்கள் பத்தி நான் அவர்கிட்ட கேட்டபோது, "நிச்சயமா நம்மால 10 வரைக்கும் போக முடியும்னா நான் 6ஐத் தான் என் இலக்கா வெச்சுப்பேன்.

ஏன்னா, ஒரு விஷயத்தை முடிவு பண்ணிட்டா அதை அடைஞ்சே ஆகணும்; இல்லைன்னா பெரிய ஏமாற்றம் இல்லையா? இந்த மாதிரி ஏமாற்றம் வேணாம்னுதான் நான் பெரிசா எதுவும் யோசிக்கறதில்ல. 5 வருஷம், 10 வருஷம்னு பிளானும் போடறதில்ல" என்றார்.

எல்லாம் சிஸ்டெமேடிக்கா இருந்தா போதுமா?

"நான் சப்ளையர்கள் கிட்ட எல்லாம் பேசி வருஷக்கணக்காச்சு. எங்க மேனேஜரே பர்ச்சேஸ் ஆர்டர் அனுப்பிடுவாங்க. சரக்கு வந்ததும் பேமென்ட் போட்டுடுவாங்க. அவ்வளவுதான். அதுக்குமேல பேச பெரிசா என்ன இருக்கு?

எப்ப ஒரு சப்ளையர் பிரச்சினை கொடுக்கிறாரோ அப்ப அவருக்கான ஆர்டர்களைக் கொஞ்சம் கொஞ்சமாக் குறைச்சிடுவோம். ஆர்டர் குறைய ஆரம்பிச்சதும் சப்ளையர் புரிச்சிகிட்டுதன் தப்பசரி பண்ணிடுவார். நம்ம சப்ளையர்களில் பலபேரு நம்ம கம்பெனி ஆரம்பிச்ச நாள்லேருந்து நமக்கு சரக்கு கொடுக்கிறாங்க".

தொழிற்சாலையில் தினசரி உற்பத்தியைக் கண்காணிக்க சில நல்ல நடைமுறைகளை அவர் வச்சிருந்தார். செக்சன் வாரியான ரிப்போர்ட்களை தினசரி அவரே அலசிப் பார்த்து எங்கே என்ன பிரச்சினைனு தெரிஞ்சுப்பார். அதுக்கேற்ற மாதிரி மேனேஜர்களுக்கு 'அதை சரி பண்ணுங்க, இதை சரி பண்ணுங்கன்னு' ஆலோசனை கொடுப்பார். அவங்க தொழிற்சாலையில் இருக்க ஒரு சில பேர் அவரை எப்பவேணும்ன்னாலும் காண்டாக்ட் பண்ணலாம்.

தினசரி உற்பத்தியைத் திட்டமிடுதல், கொள்முதலுக்குத் தேவையான விவரங்களை சரிபார்த்து ஒப்புதல் கொடுத்தல்,

வரவுகளை சரிபார்த்தல் இதெல்லாம் தினமும் காலையில் ஒரு குறிப்பிட்ட நேரத்தில் நடந்திடும். இதுதான் அவருடைய காலை நேரத்துகான வேலை.

அதுக்கப்புறம் தன் ரூமில் இருக்கிற CCTV முன்னாடி உட்கார்ந்து பணியாளர்கள் செய்யற தப்புகளைக் கண்காணிச்சுக்கிட்டு இருப்பார். ஏதாவது அவருக்கு சரியப்படலைன்னா உடனே அந்த செக்சன் மேனேஜருக்கு போன் பறக்கும்.

"ஏம்மா அந்த 23, 24 வது டேபிள்ல ரெண்டு டெயிலர்க-ளும் ரொம்ப நேரமா பேசிக்கிட்டே இருக்காங்க. என்னனு பாருங்க... அப்புறம் அயன் பண்றவரு டீ குடிக்க போய் இருவது நிமிஷத்துக்கும் மேல ஆச்சு அவரையும் பாருங்க..."

அவர் மேனேஜர்களும் அவரை நல்லா புரிஞ்சவங்க. பிரச்சினையை சரிபண்ணிட்டு "சார், பேசிட்டேன் சார், இப்ப எல்லாம் ஓகேவா பாருங்க?"ன்னு கேப்பாங்க.

அதே மாதிரி சேல்ஸ் மேன்களெல்லாம் எங்கே இருக்காங்க, என்ன செய்றாங்கன்னு பல வழிகளில் தெரிஞ்சுக்கிட்டே இருப்பார். எனக்குத் தெரிஞ்சு அந்த ஊரில் முதல்முதலா மொபைல் ட்ராக்கிங்-ஐப் பயன்படுத்தியவர் அவராகத்தான் இருக்கும். அப்பவே சேல்ஸ் மேன்களுக்கு மொபைல் போனும் சிம்கார்டும் வாங்கிக் கொடுத்துட்டார்.

பணியாளர்கள் ஒத்துழைக்க மாட்டாங்க

அவருக்கு தன் பணியாளர்கள் மேல எப்பவும் முழுசா நம்பிக்கை இருந்ததே இல்ல. எப்ப ஒரு அவசரமான ஆர்டர் வந்திருக்கோ அப்ப பார்த்து அவங்க வேணும்னே லீவு போட்டுட்டுப் போயிடுவாங்கன்னு அடிக்கடி சொல்வார்.

அதனால் அந்த மாதிரி ஆர்டர் விஷயங்களை இவர் ரகசியமாவே வெச்சிருப்பார். அவர் அவநம்பிக்கைக்கு ஏற்ற மாதிரி நிறைய சம்பவங்களும் நடந்திருக்கு.

பெயிண்ட் அடிச்ச சுவற்றில் புகையிலை துப்புறது, லன்ச், டீ இடைவேளைல அவங்க ஓய்வெடுக்கிற நேரத்தில் ரொம்ப குறியா இருக்கிறது... இப்படி. அந்த நிறுவனத்தில் பணியாளராகள் சந்தோஷமாவும், திருப்தியாவும் இல்லலங்கிறது கண்கூடாவே தெரிஞ்சது.

ஒரு சிலபேர் அவங்க ஷிப்ட் நேரம் முடிஞ்சப்புறம் ஒரே ஒரு பீஸ் கூட தைச்சு கொடுக்க மாட்டாங்க. மேனேஜர் கேட்டா "சார், இன்னைக்கு டைம் முடிஞ்சுபோச்சு, நாளைக்கு காலையில் கண்டிப்பா முடிச்சு கொடுத்திடறேன்" என்று சொல்லி கிளம்பிடுவாங்க.

அங்க பணியாளர்களுக்கும் நிர்வாகத்துக்கும் நடுவில் ஒரு பெரிய இடைவெளியும், அவநம்பிக்கையும் இருந்தது. ஆனாலும் பாலாஜி அதையெல்லாம் பெரிசா எடுத்துக்கல. பணியாளர்களுடன் அவ்வளவா அவரு பேசறதே இல்ல. ஷாப் புளோருக்கு வருவதும் ரொம்ப குறைவு. அவங்களை சமாளிக்க அவருக்கு CCTVயே போதுமா இருந்தது.

கம்பெனிக்குள்ள யாரும் தனியா முக்கியத்துவம் அடைவது பாலாஜிக்குப் பிடிக்காது. அப்படி யாரவது 'பெரிய ஆள்' ஆகறமாதிரித் தெரிஞ்சா ஒரு பிரச்சினையை பெரிசு பண்ணியோ, இல்ல அவங்க வேலையில் குவாலிட்டி சோதனைகளை இறுக்கியோ அவங்களை மட்டம் தட்டிடுவாரு. அப்புறம் கொஞ்ச நாளில் அந்த நபர் வேலைய விட்டுட்டுப் போயிடுவார்.

நியாயப்படுத்தும் முடிவுகள் எப்போதும் நம்பிக்கை தருவதில்லை

நான் ரெண்டாவது முறை அவங்க பாக்டரிக்குப் போயி-ருந்தபோது, பாலாஜி ஒரு சேல்ஸ்மேன் செய்த ஒரு தவறைச் சொல்லி ரொம்ப வருத்தப்பட்டார்.

அந்த சேல்ஸ்மேன் அன்றைய விசிட் பற்றி தவறான அப்டேட் கொடுத்திருக்கார். ஆனால் அவருடைய மொபைல் ட்ராக்கிங் அவர் வேறு இடத்தில் இருக்கிறதா காண்பித்தது. அவர் சொன்ன கஸ்டமர் கிட்டயும் போன் பண்ணி விசாரிச்சுட்டார். அவர் அங்க வரல.

கொஞ்ச நேரத்தில் பாலாஜி அந்த சேல்ஸ்மேன் கிட்ட பேசி அவர் தப்ப ஒதுக்க வெச்சாரு. உடனே அவரை ஆபீசுக்கு வரவழைத்து அன்னைக்கு சாயங்காலம் 7 மணிக்கெல்லாம் எல்லா செட்டில்மென்ட்டும் கொடுத்து அவரை வேலையி-லிருந்து அனுப்பிட்டார்.

வேறொரு சந்தர்பத்தில் அவங்க கம்பெனியில் இருந்த ஒரு குரூப்பையே காணோம். "ஒத்துக்கிட்ட மாதிரி உற்பத்தி அளவ அதிகப்படுத்த அவங்க சம்மதிக்கல. எவ்வளவோ பேசிப்பார்த்தேன், கடைசி வரைக்கும் ஒத்துவரல. மேற்கொண்டு வற்புறுத்தினா நாளைலேர்ந்து வேலைக்கு வரமாட்டோம்னாங்க. சரி, நாளையில் இருந்து கம்பெனிக்கு வராதீங்கன்னு சொல்லிட்டேன்" என்றார்.

ஏன் இவ்வளவு 'உஷாரா' இருக்கீங்க என்று கேட்டதுக்கு, "எங்க தொழிலில் புதுசா பண்ண எதுவும் இல்ல சார். கடந்த நாப்பது அம்பது வருசத்தில் எதுவுமே மாறல. கொஞ்சம் ஆட்டோமேட்டிக் மெஷின்களும், கம்ப்யூட்டரும் தவிர எதுவுமே புதுசா இல்ல. யாரு வேணும்னாலும் டைலர் கடை

ஆரம்பிச்சு நமக்குப் போட்டியாளரா வந்துடலாம்" என்று சொன்னார். புதுமை என்ற விஷயமே தன் தொழிலில் செட் ஆகாது என்று ஆழமா நம்பினார்.

இதுபோன்ற சற்றே பிடிவாத சிந்தனைகளும், யாரையும் நம்பாமல் எல்லாவற்றையும் மேற்பார்வை பார்க்கணும்கிற எண்ணமும் அவரை தொழிற்சாலையை விட்டு வெளியே போக முடியாம செய்துவிட்டன.

எக்ஸ்போ மற்றும் மற்ற மார்க்கெட்டிங் சந்திப்புகளில் பங்கெடுத்துக் கொள்வதையும் செலவைக் காரணம் காட்டித் தவிர்த்து விட்டார். அதனால் மார்க்கெட் பல்ஸ் என்னனு அவரால தெரிஞ்சுக்க முடியல.

புதுசா வந்திருக்கிற போட்டியாளர்கள், அவங்க அணுகுமுறை எதுவும் இவருக்கு தெரிய வாய்ப்பு இல்லாமல் போயிடுச்சு. மேலும் பழைய வாடிக்கையாளர்கள் இவரைப் பார்க்காததனால் பிணைப்பு பலவீனமாகிட்டே வந்தது. இது அவங்க விற்பனையில் ஒரு சரிவை ஏற்படுத்த ஆரம்பிச்சது.

இந்த நிறுவனத்தில் ஏதாவது ஒரு விஷயத்தை முன்னேற்-றணும் என்றால் எதை முன்னேற்றலாம்?

கதை 5: நட்பில் மலர்ந்த பார்ட்னெர்ஷிப்

இதுவும் ஒரு வெள்ளிவிழா கொண்டாடிய நிறுவனத்தைப் பற்றிய கதைதான். ஆனா இதன் வளர்ச்சியைப் பார்த்தா இது வெறும் 25 வருட நிறுவனமான்னு சந்தேகம் வரும். அந்த அளவுக்கு வேகமாக வளர்ந்த நிறுவனம்.

ஜோசப் மற்றும் நிதின் என்ற இரண்டு நண்பர்களால் சிறு நிறுவனமாகத் தொடங்கப்பட்ட கம்பெனி இன்று இந்திய அளவில் பெரிய மார்க்கெட் ஷேரைக் கொண்டு, தனக்கென ஓர் அடையாளத்தைப் பெற்று இன்னும் வளர்ந்துகொண்டே இருக்கிறது.

ஸ்பெஷாலிட்டி பாஸ்டெனெர்ஸ் எனப்படும் உயர்தர இணைப்பான்கள் என்ற உதிர்ப்பாகத் தயாரிப்பில் இந்நிறுவனம் ஈடுபட்டுள்ளது. அவ்வகை உதிரிப்பகங்கள் ஆட்டோமொபைல்களில் பயன்படுத்தப் படுகின்றன.

ஜோசப், நிதின் ரெண்டுபேரும் தங்களுடைய முந்தைய கம்பெனியில் ஆபரேட்டரா ஒண்ணா வேலை பார்த்தாங்க. அந்த நிறுவனமும் வேறு வகையான பாஸ்ட்டெனெர்ஸ் உற்பத்தி செய்தது. அவங்க ரெண்டு பேரும் இந்தியாவின் வெவ்வேறு மூலைகள்லேருந்து வேலைக்காக மும்பைக்கு வந்தவங்க. தொடர்ந்து முன்னேறணும், வளரணும்கிற துடிப்பு அவங்களை ரொம்ப சீக்கிரம் நெருங்கிய நண்பர்களாக்கிடுச்சு.

சிறிய தொடக்கம்

அவங்க பழைய கம்பெனி சரியாப் போகாததால, வெளியே வந்து தனியா தொழில் செய்யணும்னு முடிவு பண்ணாங்க. அவங்களுக்கு அப்போ தெரிஞ்சதெல்லாம் இந்த இணைப்-

பான்கள் மட்டும்தான். அதனால் அதே பிசினெஸ்ஸத் தொடங்கினாங்க. பழைய முதலாளிகிட்ட அவங்க வேலை செய்த மெஷினையே விலைக்கு வாங்கினாங்க. அவரும் சந்தோசமா அந்த மெஷினைக் கொடுத்தார்.

ரொம்ப சீக்கிரமே ஸ்பெஷாலிட்டி பாஸ்ட்டெனெர்ஸ்தான் சிறப்பான எதிர்காலத்தையும், அவங்க கம்பெனிக்கு ஒரு அடையாளத்தையும் தரும்னு உறுதியா நம்பினாங்க. அதனால் சாதாரண இணைப்பான்கள் செய்வதை நிறுத்திட்டு, உயர்தர இணைப்பான் தயாரிப்பில் மட்டும் கவனம் செலுத்த ஆரம்பிச்சாங்க.

அந்தக் காலத்தில் உயர்தர இணைப்பான்களுக்கான தேவை அதிகமாவும், சப்ளை குறைவாகவும் இருக்கிறத அவங்க உணர்ந்தாங்க. நாட்டின் உற்பத்தியும் பொருளாதாரமும் வளரும்போது, தங்கள் நிறுவனத்திற்கென்று ஒரு சிறப்பான இடத்தையும் அங்கீகாரத்தையும் உருவாக்கணும்னு அவங்க விரும்பினாங்க.

அவங்க சப்ளையர்களோடும், கஸ்டமர்களோடும் நல்ல உறவைக் கடைபிடிச்சாங்க. அதிகத் தரம் வாய்ந்த பாகங்-களை உற்பத்தி செய்வதில் பெரிய பெரிய ஆட்டோமொ-பைல் நிறுவங்களின் தேவையை இவர்களால் பூர்த்தி பண்ண முடிஞ்சது. ஆனால் மற்ற போட்டியாளர்களுக்கு அது பெரிய சவாலாகவே இருந்தது.

சில வருஷங்களில் 'காலா' கடையிலிருந்து சொந்த பாக்டரிக்குப் போனாங்க. மும்பையின் சுற்று வட்டாரப் பகுதிகளில் இந்த வகையான காலா (Gala) நிறுவங்கங்கள் ரொம்ப அதிகம். அதாவது ஒரு சின்ன இடத்தில் பத்துக்குப்

பத்துனு அல்லது பத்துக்கு ஆறுனு சின்ன கடையில் ஒரு பாக்டரி செயல்படும்.

அவங்க தேவைக்கு ஏற்ற மாதிரி பெரிய நவீன எந்திரங்களை வாங்கினாங்க. அதில் சிலதுதான் புதுசு. நல்லா இருந்தா அவங்க பழைய மெஷினை செகண்ட்ஸ்ல வாங்கத் தயங்க மாட்டாங்க. நல்ல அனுபவம் வாய்ந்த ஆபரேட்டர்களையும் அவர்கள் வேலைக்கு எடுத்தாங்க.

ஆரம்பத்திலேயே தங்கள் பலத்தில் கவனம் செலுத்தணும்னு அவங்க முடிவெடுத்தாங்க. அந்த கவனம்தான் அந்த நிறுவனம் உயர்தர இணைப்பான் உற்பத்தியில் சிறந்த நிறுவனமா வளரவும் புகழ் பெறவும் உதவிசெய்தது.

தெளிவான எல்லைகள்

பார்ட்னர்கள் ரெண்டுபேரும் அவரவர் பலங்களில் கவனம் செலுத்தணும்னு ஒத்துக்கிட்டாங்க. மற்றவர்களைப் புரிந்து-கொள்வது, அதுக்கேற்ற மாதிரி முடிவுகள் எடுப்பது, வாடிக்கையாளர்கள் மற்றும் சப்ளையர்களுடன் உறவை பலப்படுத்துவதுன்னு நிதினுக்கு இயல்பா வரக்கூடிய விஷஷ யங்களை அவர் கவனிக்க ஆரம்பிச்சாரு.

மார்க்கெட்டில் நல்ல பேர் இருந்ததாலும், அவர்கள் கிட்டத்தட்ட மோனோபாலி (monopoly)யாக இருந்ததா-லும் எல்லா சந்தர்ப்பங்களிலும், எல்லா சந்திப்புகளிலும் நிதினுடைய கையே ஓங்கி இருந்தது. அதையும் அவர் நல்லாவே பயன்படுத்திக்கிட்டாரு. ஆனால் அவருக்கு அறிமுகம் இல்லாதவர்களோடு அவ்வளவு சீக்கிரம் பழக முடியாது.

இன்னொரு பக்கம் ஜோசப் இயல்பாவே கணக்கு வழக்கைப் பார்ப்பதில் கில்லாடியா இருந்தார். உற்பத்தியையும், அக்கௌன்ட்சையும் பார்த்துக்கிட்டார். அவர் உற்பத்திப் பொருளுக்கான செலவை நிர்ணயிப்பதிலும், அதைக் கட்-டுப்படுத்துவதிலும் ரொம்ப அக்கறை காட்டினார். சில நேரங்-களில் அவர் கணக்குக்கு மாறா ஏதாவது நடந்தா அதைப் புரிஞ்சுக்க ராத்திரி பகல்னு பார்க்காம பாக்டரியிலேயே நின்று கவனிப்பாராம்.

இந்த மாதிரி துல்லியமான கணக்கீடுகள் அவர்கள் போட்டி-யாளர்களைக் காட்டிலும் குறைவான விலைக்கு பொருட்-களை வழங்கி அதிக ஆர்டர்கள் எடுப்பதிலும், விலை சம்மந்-தமான பேச்சு வார்த்தைகளிலும், போட்டியாளர்களுக்கும் வாடிக்கையாளர்களுக்கும் ஒரு படி மேல இருக்கிற ஒரு வச-தியைக் கொடுத்தது.

மேலும் ஜோசப், புள்ளிவிவரப் புலியா இருந்தார். தூங்கும்போது கூட அவரை ஏமாற்ற முடியாதுன்னு அவங்க மேனேஜர்கள் நம்பினாங்க. (மதிய உணவுக்கப்புறம் ஜோசப் கொஞ்ச நேரம் ஆபீஸ்லேயே தூங்குவது வழக்கம்).

ப்ரொபெஷனலா இயங்கிய கூட்டணி

நிதின் மற்றும் ஜோசப் அவங்களுக்கு இயல்பா வரக்கூடிய துறைகள் தவிர மற்ற எந்தத் துறையையும் சேர்த்துப் பார்க்கணும்னு நினைக்கல. அதுபோல அவங்களால சிறப்பா நடத்த முடியாத மார்க்கெட்டிங், R&D போன்ற துறைகளை நல்ல மேனேஜர்களிடம் ஒப்படைச்சுட்டாங்க. அவங்க வெற்றியில் இது ஒரு முக்கியமான முடிவு.

உதாரணமா, அவங்க புதுப் பொருட்களுக்கான பட்டியல் எப்பவும் வளர்ந்துட்டே இருந்தது. வாடிக்கையாளர்கள் கேட்பதற்கு முன்னால இவங்க அந்த ப்ரொடக்ட உருவாக்கி வச்சிருப்பாங்க. பெரிய ஆட்டோமொபைல் நிறுவனங்கள் எல்லாம் இவங்களுடைய புது பொருட்கள், புது மெஷின்களைப் பார்த்து ஆச்சரியமும், பெருமிதமும் அடைவாங்க. ஆனால் R&Dயில் ஓனர்கள் தலையீடே இருக்காது.

ஆரம்ப நாட்களிலேயே அமெரிக்கா மற்றும் ஐரோப்பாவில் நடக்கும் எக்ஸ்போக்களில் பங்கேற்பாங்க. அப்பவெல்லாம் இந்தியாவிலிருந்து பெரிய நிறுவனங்களும், வெகுசில சிறிய நிறுவனங்களுமே அவற்றில் பங்கேற்கும். அதனால் அவங்க நிறுவனத்துக்கு உலகளவில் ஓர் அங்கீகாரமும், சர்வதேச ஆர்டர்களும் கிடைத்தன. ஆனால், செலவு அதிகமாகக் கூடாதுன்னு இவங்க ரெண்டு பேரும் அதிகமா இந்த மாதிரி வெளிநாடுகளுக்குப் போனதில்லை. எல்லாம் அவங்க மார்க்கெட்டிங் துறையே பார்த்துக்கும்.

நூறு கோடி விற்பனை இலக்க அவங்க எதிர்பார்த்த காலத்தை விட சீக்கிரமாவே அடைஞ்சுட்டாங்க. இப்போ 500 கோடிய நோக்கிப் போயிட்டு இருக்காங்க. கூடிய சீக்கிரம் IPO என்ற இலக்கையும் எட்டிடுவாங்க.

இந்த நிறுவனத்தின் கதையை மற்ற நிறுவனங்களின் கதையிலிருந்து வித்தியாசப்படுத்துவது எது? நிதின் மற்றும் ஜோசப்பின் வெற்றிக்கு முக்கியக் காரணம் என்ன?

அத்தியாயம் 5

நான்கு கட்டங்கள்

ஒரு நிறுவனம் என்பது பலதரப்பட்ட மக்கள் ஒரே இலக்கை அடைய ஒன்றிணைந்து, தங்களுக்குள் நல்லிணக்கமாக செயல்படும் ஓர் அமைப்பாகும்.

நிறுவனம் என்பது மக்களை செங்கற்களாக வைத்து உருவாக்கப்பட்ட கட்டடம் என்று எண்ணிக் கொண்டால் அந்த செங்கற்களை ஒன்றிணைக்கும் சிமெண்ட்டாக இருப்-பது அவர்களிடையே வளரும் நல்லுறவாகும். இவ்வகை இணக்கமான உறவே எல்லா கற்களையும் பிணைத்து, கட்டடத்திற்கு வடிவத்தையும், உறுதியையும் தருகிறது.

வாடிக்கையாளர்களைத் திருப்திப் படுத்துவதே நிறுவனத்தின் முதன்மைக் குறிக்கோளாக இருக்கலாம். ஆனால் மகிழ்ச்சியான ஊழியர்கள் இல்லாமல் எந்தவொரு நிறுவனமும் தங்கள் வாடிக்கையாளர்களை திருப்திப்படுத்த முடியாது.

மகிழ்ச்சியான பணியிடம்

ஒரு பணியாளர் சந்தோசமாக இருந்தால் அவர் வேலை செய்யும் இடத்தை சந்தோசமானதாகவும், வேலை செய்ய ஏற்ற இடமாகவும் மாத்திடுவார்.

அவருடைய உடல் நலம், குடும்பத்துடன் நல்லுறவு என்று எல்லாமே முன்னேற்றம் அடையும். அவர் தன் வேலையில் முழு ஈடுபாட்டுடன் இருப்பார். அதனால் நிறுவனம் பயனடையும். அது போல பல சந்தோசமான பணியாளர்கள் அமையும்போது அந்த நிறுவனம் பெரிய வளர்ச்சி அடையும்.

அப்படி நிறுவனம் நல்லா வளரும்போது அதில் வேலைசெய்-யும் பணியாளர்களுக்கு நல்ல சம்பளமும், வேலை நிரந்தர-மும் கிடைக்கும்.

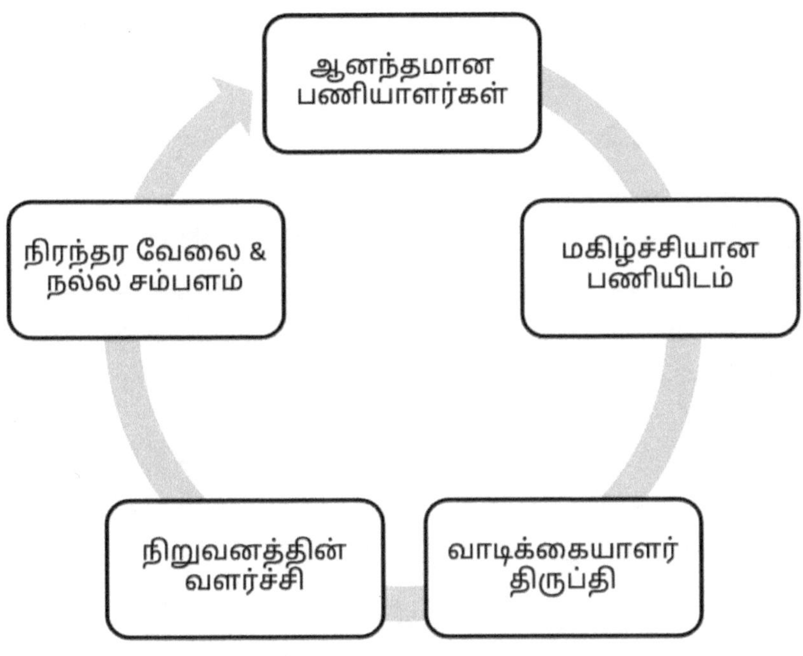

படம் 5 - மகிழ்ச்சியான பணியிடம்

அது மற்ற சாதாரண நிறுவனத்தில் கிடைக்கிறத விட அதி-கமா இருக்கும். இது அந்த பணியாளர்களுக்கு வேலையில் திருப்தியையும், ஈடுபாட்டையும் இன்னும் அதிகமாக்கும். அவர் திருப்தியாவும், சந்தோஷமாவும் இருப்பதால் அவருடன் வேலை செய்யும் சக பணியாளர்களுடனான உறவு நல்லபடியா இருக்கும்.

அது சரி, பணியாளர்களை எப்படி சந்தோசமா வெச்சுக்கிறது? ரெண்டு வழி இருக்கு - ஒண்ணு நிறைய பரிசுகள் கொடுக்கிறது, பெரிசா பார்ட்டி ஏற்பாடு பண்ணி விருந்து, காக்டெய்ல் கொடுக்கிறது, வெளிநாடுகளுக்கு டூர் அனுப்புறது.

ரெண்டாவது, ஒவ்வொரு பணியாளரும் அவர் விரும்பும் வேலையை செய்ய வைப்பது.

தன்னிச்சையான பதில்வினை

இந்த உலகில் வாழும் உயிர்களிலேயே மிகவும் சாமர்த்தியமான விலங்கு - மனிதன்தான். நம்முடைய சுற்றுப்புற சூழலுக்கு ஏற்றமாதிரி நாம் ரொம்ப சிறப்பா-கவே தகவமைத்துக் கொள்கிறோம். உலகத்தில் இருக்கிற எல்லா உயிரினத்தையும் ஆட்சிசெய்யும் வல்லமையும், நம் மக்கள் தொகையுமே இதற்கு சாட்சி.

இந்த ஒத்துப்போகும் திறமையின் (adapt செய்து கொள்வது) காரணமா நாம் வளர வளர பலவகையான ஆளுமைகளை நமக்குள்ள வளர்த்திட்டு இருப்போம்.

ஆனாலும் ஒவ்வொரு தூண்டுதலின் போதும் நமக்குள் முதலில் தன்னிச்சையாக வரும் பதில்வினை நம்முடைய இயல்பான ஆர்வத்தின் வெளிப்பாடாத் தான் இருக்கும்.

பின் நம் சூழலப் பொருத்து அந்த ரியாக்சனை நாம் கொஞ்சம் மாற்றிதான் வெளிக்காட்டுவோம்.

உதாரணமா, நீங்க ஒரு ப்ராஜெக்ட் பண்ணிக்கிட்டு இருக்கீங்க. அதில் ஒரு பிரச்சினை வருது. ஒரு சில முயற்சிகளில் அந்தப் பிரச்சினையை உங்களால தீர்க்க முடியலன்னு வச்சுப்போம். நீங்க புதுமையை விரும்பும் நபரா இருந்தா, அந்த ப்ராஜெக்ட்டில் உங்களுக்கு ஆர்வம் குறையத் தொடங்கும். உங்க மனசு அதுக்கு பதிலா வேற ஒரு ப்ராஜெக்ட் பக்கம் போகும்.

"என்ன விட்டுடுங்க, எனக்கு இந்த ப்ராஜெக்ட் பிடிக்கல. நான் இதைவிட அருமையான அடுத்த ப்ரொஜெக்ட ஆரம்-பிக்கிறேன்"ன்னு உங்க உள்மனசு சொல்லும். ஆனா, பொறுப்பான ஒரு தலைவரா, நீங்க அத வெளிய சொல்ல முடியாது. அப்ப "சீக்கிரம் இந்தப் பிரச்சினைக்கு விடை கண்டுபிடிங்க... நமக்கு நேரம் ரொம்பக் கம்மியா இருக்கு" னு சொல்வீங்க. இதில் உங்க தன்னிச்சையான பதில்வினை அடுத்த நல்ல திட்டத்தைத் தேடிப்போவது.

இதுபோல தன்னிச்சையான பதில்வினையைக் கொடுக்கும் ஆளுமையை உங்க முதன்மையான பெர்சனலிட்டின்னு சொல்வோம். அப்படிப்பட்ட பெர்சனாலிட்டி அமையக் காரணமான ஆர்வத்தை உங்க முதன்மையான ஆர்வம் அல்லது **இயல்பான ஆர்வம்னு** சொல்லலாம்.

ஒருவருக்குள் இருக்கும் நிறைய ஆளுமைகளைப் பிரித்துப் பார்க்கிறது மூலமாவும், அதில் அவருக்கு அதிகமான தாக்கத்தைக் கொடுக்கும் ஆளுமையைக் கண்டுபிடிக்கிறது மூலமாவும் அவரது இயல்பான ஆர்வத்தை அடையாளம் காணமுடியும்.

அப்படி ஒருவருடைய இயல்பான ஆர்வத்தைக் கண்டுபிடிச்சுட்டா, அவரது நடத்தையை நாம் சுலபமா கணிக்க முடியும் - அதாவது அவர் வெவ்வேறு சூழ்நிலையில் எப்படி நடந்துப்பார், எப்படி முடிவெடுப்பார்னு சரியா சொல்லமுடியும்.

இரண்டு அடிப்படை நடத்தைகள்

நாம முன்னாடி சுமேஷ் - ரமேஷ் கதையில் பார்த்தோம். எதைத் தேடுகிறார்கள் - புதுமையையா அல்லது பரிச்சயமானதையா? என்றும் எங்கு தேடுகிறார்கள் - தனக்குள்ளா அல்லது வெளியிலா? என்ற இரண்டு கேள்விகள். இவற்றை இரண்டு அடிப்படை நடத்தை- கள்ன்னு சொல்லலாம்.

புதுமையைத் தேடுறவங்களை explorerனும், பரிச்சயமா- னதைத் தேடறவங்களை perfectionistனும் குறிப்பிடலாம். அவங்க தேடல் தனக்குள் இருந்தா அவங்களை inward- looking peopleனும், விடைகளை வெளியில் தேடறவங்களா இருந்தா அவங்களை outward-looking poepleனும் குறிப்பி- டலாம்.

இப்ப இந்த நாலு நடத்தைகளையும் ஒரு சதுரத்தின் பக்கங்களாக எடுத்துக்கிட்டா, நமக்கு சதுரத்தின் மூலைகளாக நான்கு ஆளுமைகள் கிடைக்கின்றன. அவ்வாறு ஒரு சதுரத்தை கீழே இருக்கும் நான்கு கட்டங்க- ளாகப் பிரிக்கும்போது

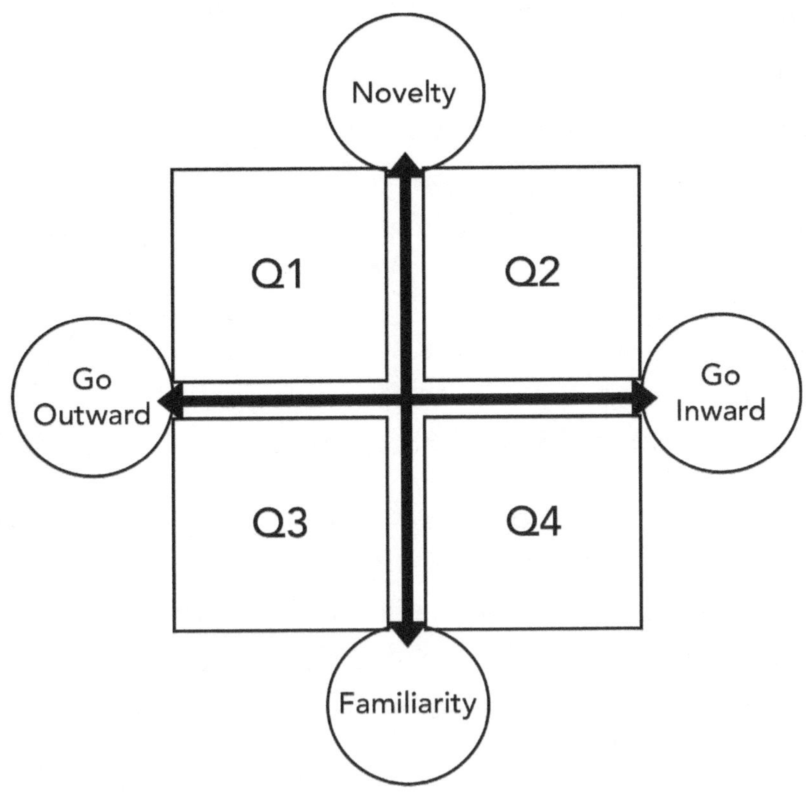

படம் 6 - நான்கு கட்டங்கள்

1. முதல் கட்டம் Q 1 - வெளிப்புறத்தில் புதுமையைத் தேடுவோர்

2. இரண்டாம் கட்டம் Q 2 - தனக்குள்ளே புதுமையைத் தேடுவோர்

3. மூன்றாம் கட்டம் Q 3 - வெளிப்புறத்தில் பரிச்சயத்தைத் தேடுவோர்

4. நான்காம் கட்டம் Q 4 - தனக்குள்ளே பரிச்சயத்தைத் தேடுவோர்.

ஒவ்வொரு கட்டத்துக்குமான ஆளுமைகள்

நம்மில் பெரும்பாலானவங்களைப் போல் நானும் இயற்-கையை ரசிக்கிறவன். சின்னவயசுல இருந்தே எங்க ஊரைச் சுத்திப் படர்ந்திருந்த இயற்கை அழக ரசிச்சுக்கிட்டே வளர்ந்-தவன். பல மணிநேரம் டிவியில் மிருகங்கள் பத்தின ஷோக்-களப் பார்த்திருக்கேன்.

அப்படி டிவியில் காட்டு விலங்குகளை பார்க்கும் போதும், வீட்டில் வளக்குற விலங்குகளை பார்க்கும்போது அவற்றின் தனிப்பட்ட குணாதிசயங்களை நிறைய கவனிச்சிருக்கேன்.

அதேபோல ஸ்கூல் நாட்களில் நான் சில விஷயங்களை ரொம்ப உன்னிப்பா கவனிச்சிருக்கேன். கிரிக்கெட் விளை-யாடும் போதும், நான் ஆட்டத்தை விட, ஒவ்வொரு சூழல்-லயும் விளையாடறவங்க எப்படி நடந்துக்கறாங்க, எப்படி முடிவெடுக்கிறாங்க, அவங்க மன நிலை என்னவா இருக்-கும்னு கவனிப்பேன்.

இதை வச்சு எதிரணியில் எந்த பேட்ஸ்மேனுக்கு யார் பவுல் பண்ணனும், இக்கட்டான சூழலில் யாரு பேட்டிங் இறங்கணும், ஒவ்வொரு பேட்ஸ்மேனுக்கும் வெவ்வேறு சூழலில் எப்படி பீல்டிங் அமைக்கணும்னு என்னால யூகிக்க முடிஞ்சது. கிரிக்கெட் விளையாடம நான் மைண்ட் கேம் தான் விளையாடி இருக்கேன்.

இது போன்ற ஒரு கலவை - மனிதர்களின் குணநலன்களை-யும், விலங்குகளின் குணநலன்களையும் ஒப்பிட்டுப் பார்க்க வச்சது. அதே மாதிரி இந்த நாலு கட்டங்களில் இருக்கக் கூடியவங்களின் மன நிலையை சில விலங்குகளோடு ஒப்-பிட்டுப் பார்த்தேன். என்ன ஆச்சர்யம்? இந்த குணநலன்கள்

சில விலங்குகளின் குறிப்பிட்ட நடத்தைகளுக்கு ஏறத்தாழ ஒத்துப்போகுது.

இந்த மாதிரி பழகிய விஷயங்களோடு ஒப்பிடும்போது சொல்ல வந்த விஷயம் சுலபமா நம்ம மனசுல பதியும். அதனால்தான் இப்படி ஒரு முயற்சி.

ஆனால், எல்லாக் கட்டத்துக்கும் ஒரே விலங்கு குடும்பத்தில் இருந்து ஒப்பிடனும்னு நான் எச்சரிக்கையோடு இருந்தேன். ஏன்னா ஒரு விலங்கு பெரிசு இன்னொன்னு சின்னது என்று வாக்குவாதத்துல, நம்ம கான்செப்ட் மாறிடக் கூடாது இல்லையா?

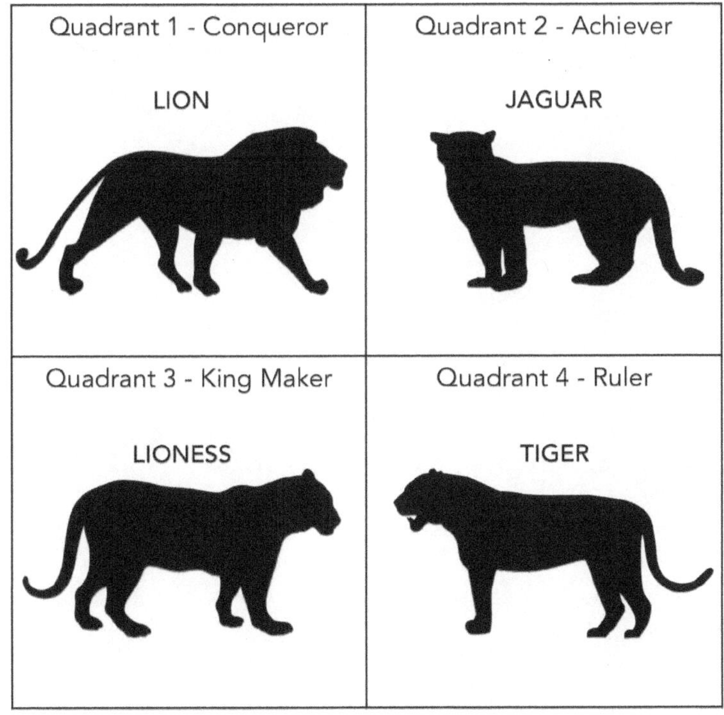

படம் 7 - நான்கு கட்டங்களும் அவற்றின் குணாதிசயங்களும்

அதனால் நாலு விலங்குகளையும் சிங்கம், புலி, சிறுத்தைனு ஒரே குடும்பத்தில் இருந்து எடுத்திருக்கேன். தயவு செய்து 'இதில் எது பெட்டெர்'னு இப்பவே யோசிக்காதீங்க. ஒவ்வொரு விலங்கும் அதனுடைய திறனில் சிறந்தது. மேலும், நாம் இங்க அவற்றோட வேட்டையாடும் விதம் மற்றும் சமூக அமைப்பு பற்றி மட்டும்தான் பேசப்போறோம். உயர்வு தாழ்வு பற்றி இல்ல.

கட்டம் 1ல் இருப்பவர்களை நாம் ஆண் சிங்கத்துடனும், கட்டம் 2ல் இருப்பவர்களை சிறுத்தையுடனும், கட்டம் 3ல் இருப்பவர்களை பெண்சிங்கத்துடனும், கட்டம் 4ல் இருப்ப-வர்களை புலியுடனும் ஒப்பிடலாம். இப்ப ஒவ்வொரு கட்-டத்தில் இருப்பவர்களும் அவங்க தொழில் வாழ்க்கையில் எப்படி நடந்துப்பாங்க என்று பார்ப்போம்.

கட்டம் 1 - வெற்றியாளர் - ஆண் சிங்கம்

இந்தக் கட்டத்தில் இருப்பவங்க நல்ல உடற்கட்டோடும், பலசாலியாவும், அதிக ஆற்றல் கொண்டவர்களாகவும் இருப்பாங்க. இயல்பாகவே நல்ல பேச்சாற்றல் இருக்கும். அதோட அவங்க குரலில் ஒரு அதிகார தோரணையும் இருக்கும்.

இவங்களுடைய முக்கியமான குணாதிசயம் ஜெயிச்சுக்-கிட்டே இருக்கணும்கிற ஒரு துடிப்பும், அதிகாரத்தின் மேல இருக்கிற நாட்டமும்தான். அதனால்தான் இவங்களை வெற்றியாளர்னு சொல்றேன். ஜெயிப்பதற்காக இவங்க எந்த ரிஸ்கும் எடுக்கத் தயங்க மாட்டாங்க. இப்படி **சாதிக்கணும்கிற எண்ணம்தான் இவர்களுடைய உந்துசக்தியாவே இருக்கும்.**

ஒரு வெற்றியாளர் 'தான் யாரு, எப்படிப்பட்ட ஆளு'ன்னு ஒரு சுயமதிப்பீடு வெச்சிருப்பாரு. வாக்குவாதம் செய்வது அவருக்கு ரொம்பப் பிடிக்கும். ஒவ்வொரு முறையும் அவர்தான் சரின்னு அவரால நிரூபிக்கமுடியும். அவருக்கு இயல்பா இருக்கிற ஒரு அதிகார தோரணை, கம்பீரம் மற்றும் அவர் மேல இருக்கக்கூடிய ஒரு மதிப்பும் அவருக்கு வெற்றிகளை சாதாரணமா பெற்றுத்தரும்.

ஓர் ஆண் சிங்கம் எப்படி வேட்டையாடும்? பொதுவா ஆண் சிங்கம் ரொம்ப அரிதா தான் வேட்டையாடும். அந்தக் குடும்பத்தின் பெண் சிங்கங்கள் வேட்டையாடித் தரும் உணவைத் தான் ஆண் சிங்கம் சாப்பிடும். அப்ப ஆண் சிங்கத்துக்கு வேட்டையாடத் தெரியாதா? அப்படி இல்ல, நல்லா வேட்டையாடும். ஆனாலும், பெண் சிங்கங்கள்

வேட்டையாடித் தரும்போது, நாம் ஏன் மெனக்கெடனும்னு நினைக்குதோ என்னவோ.

உண்மையில, ஆண் சிங்கம் பக்கத்தில இருப்பதே அந்த சிங்கக் குடும்பத்திற்கு ஒரு பெரிய பாதுகாப்புதான். உருவத்தில பெரிசாகவும், கம்பீரமாகவும், பயமில்லாமலும் இருப்பது, ஒரு கர்ஜனையில 5 மைல் வரைக்கும் காட்டையே கதிகலங்க வைக்கும் தோரணை – இதெல்லாம் தான் ஆண் சிங்கத்தின் தனித் திறமை. ஆனா, பெண் சிங்கங்களால வீழ்த்த முடியாத பெரிய இரைய, ஓர் ஆண்சிங்கம் சுலபமா அடிச்சு வீழ்த்திடும். ஓநாய், காட்டு நாய்கள், கழுதைப்புலி போன்ற எதிரிகள் ஆண் சிங்கம் இருக்கும் பக்கம் கூட வராது. இதனால, சிங்கக் குட்டிகளுக்கும் பாதுகாப்பு.

இதே போலத்தான் இந்த முதல் கட்டத்துக் காரங்க. இவங்க பெரிசா சிரமம் எடுத்து எந்தக் காரியத்தையும் செய்ய வேண்டியதில்ல. கண்ணைசைச்சாலே காரியம் தன்னால நடந்திடும். அந்த அளவுக்கு செல்வாக்கு வச்சிருப்பாங்க. ஆனா, ஒரு விசயத்தை இவங்க தான் செஞ்சு முடிக்கணும்னு வந்திட்டா, களத்துல இறங்கி ஒரு கை பார்த்திடுவாங்க.

அவர் தன் அதிகாரத்தைப் பயன்படுத்தி, மத்தவங்க கிட்ட ஆகவேண்டிய வேலைய வாங்கிப்பாரு. சாதாரணமான நேரங்களில் ரொம்ப அமைதியாவும், நிதானமாகவும் நடந்துக்கிற இவரை யாரும் அவசரப்படுத்த முடியாது. அவர் தனக்கான வேகத்துலதான் செயல்படுவார்.

அவர் நடந்துக்கிற விதமே அவரோட துணிச்சலை வெளிப்படுத்தும். இந்த அதீதத் துணிச்சல் எல்லை மீறிப் போகும் நேரங்களில் இவங்க சமூக உணர்வே இல்லாதவங்க போல – தான் தோன்றித் தனமா - நடந்துப்பாங்க.

உதாரணமா மற்றவர்களுக்கு எரிச்சலூட்டற மாதிரி டிரெஸ் போடுவது, ரொம்ப வித்தியாசமா மேக்-அப் பண்ணிக்கிறது, கண்கூசும் கலர்களில் டிரெஸ் போட்டுக்கிட்டு வருவது - இப்படி. தான் எந்த விதிகளையும் கடைபிடிக்க வேண்டிய-தில்லை, தான் அதற்கெல்லாம் அப்பாற்பட்டவர்னு அவங்க முழுசா நம்பறாங்க.

ஒரு காரியத்தில் இறங்கிட்டா தன் முழு சக்தியையும், கவனத்தையும் அதில் செலுத்துவாங்க. அவங்க வழியில் யாராவது குறுக்கிட்டா அவ்வளவுதான்.

இந்தக் கட்டத்தில் இருப்பவர்களுக்கு எப்பவும் அடுத்து என்ன, அடுத்து என்னன்னு யோசிச்சுக்கிட்டே இருக்கணும்; இல்ல, புதுசா ஏதாவது செஞ்சுக்கிட்டே இருக்கணும்.

புதியவர்களை சந்திக்கிறது, அவங்ககிட்ட தன்னைப் பத்திப் பேசறது போன்றவை, இவங்களை உற்சாகப்படுத்தும். அறிமுகம் இல்லாதவங்க கிட்ட பேசுவது இவங்களுக்கு ரொம்ப சுலபமா வரும்; பெரும்பாலும் இவங்க எதார்த்தமா பக்கத்தில் இருக்கவங்ககூட பேச ஆரம்பிச்சுடுவாங்க.

இந்தக் கட்டத்தில் இருப்பவங்க, 'வந்தாலே சும்மா அதிருதில்ல' என்பது மாதிரி போற இடத்தில் எல்லாம் ஒரு அதிர்வை ஏற்படுத்தித் தன் அட்டென்டன்ஸ போட்டுடுவாங்க. அது நண்பர்கள் பார்ட்டியா இருந்தாலும் சரி, முன்னபின்ன தெரியாத இடமா இருந்தாலும் சரி.

இயல்பாவே நல்ல பேச்சாற்றல் மிக்கவங்களா இருப்பாங்க. தங்கள் எண்ணத்தைத் எந்தத் தயக்கமும், தடையும் இல்லாம ப்ரீயா வெளிப்படுத்துவாங்க. அவங்களுக்கு இயல்பாவே இருக்கக்கூடிய கம்பீரமான குரலில் உரக்கப் பேசுவாங்க. இவங்க பேசும்போது இன்னொரு விஷயம்

- எந்தக்கரணத்தைக் கொண்டும் அவசர அவசரமா விஷயத்தைக் கொட்ட மாட்டாங்க. அவங்களுக்கான டைம் எடுத்துகிட்டு நிதானமாப் பேசுவாங்க.

ஓய்வு நேரத்தை ஜாலியா செலவு பண்ணுவாங்க. நண்பர்-களோடு சேர்ந்து வெளிய போறது, அவங்களுக்கு நல்லா செலவு செய்வது என்று இருப்பதால் இவங்களை சுத்தி எப்பவும் ஒரு கூட்டம் இருந்துகிட்டே இருக்கும். இந்த மாதிரி நண்பர்கள் தன்கூட இருக்கிறது 'வெற்றியாளர்'களுக்கு மனதளவில் ஒரு பலமாவும், அதிகாரத்தை நிலைநாட்டுற வழியாவும் அமைகிறது.

வெற்றியாளர் மற்றவங்களுடைய சவால்களை விரும்பி ஏற்றுக்கொள்வார். எதிராளிகளோட பலத்தை தெரிஞ்சு அதை மதிக்கக் கூடிய பக்குவம் இவங்களுக்கு இருக்கும். தேவைப்படும்போது அடுத்தவங்களுக்கு சவால் விடவும் தயங்கமாட்டாங்க.

பொது இடங்களில் பிரச்சினைன்னா அதை எதிர்த்து குரல் கொடுக்கிற முதல் ஆள் இவங்களாத்தான் இருப்பாங்க. உதாரணமா, வரிசையில் யாரவது திடீர்னு நுழைஞ்சா அதை ஏன் என்று கேக்கிறவர் முதல் கட்டத்துக்காரராதான் இருப்பார்.

ஒரு ஹோட்டலில் சர்விஸ் சரியா இல்லைன்னா அங்க உடனடியா புகார் பண்ணக்கூடியவர் இவர்தான். எல்லா விஷயங்களிலும் மனசில் பட்டதை வெளிப்படையாப் பேசுவார். சில நேரங்களில் வெளியில் நடக்கிற சண்டைக்-கெல்லாம் தானா பஞ்சாயத்து பண்ணவும் போவார். இவருக்குனு ஒரு வாய்ஸ் இருக்கும்; மற்றவங்களும் அதை மதிப்பாங்க.

எதிராளி மனசில் என்ன ஓடுதுன்னு தெரிஞ்சுக்கிட்டு அதுக்கேத்த மாதிரி தன் திட்டங்களைத் தீட்டுவதில் முதல் கட்டத்தில் இருப்பவங்க ரொம்ப கெட்டிக்காரங்க.

ஒரு பிரச்சினைல அடுத்தவங்க தப்பு என்ன என்பதைத்தான் முதலில் கவனிப்பாங்க. தன்பேர்ல என்ன தப்பு இருக்கு, அந்தப் பிரச்சினையைத் தான் எப்படித் தவிர்த்திருக்க- லாம்னு யோசிக்காம, 'அதனால்தான் இப்படிப் பண்ணி- னேன், அவர் அப்படிப் பேசினதாலதான் நான் இப்படிப் பேசினேன்'னு அடுத்தவங்களும், அவரோட சூழலும்தான் காரணம்னு உறுதியாப் பேசுவாங்க.

தன் பேச்ச கேட்கிறவங்க மனசில் பெரிய கனவுகளையும், எதிர்காலத்தைப் பற்றி பெரிய திட்டங்களையும் இவரால் சுலபமா விதைக்க முடியும். ஒரு தலைவராக, தன் வார்த்தை ஜாலத்திலேயே அஸ்திவாரம் போட்டு வானத்தில் மாளிகை கட்டக் கூடியவர்.

இந்த வெற்றியாளர் தன் பணியாளர்களுக்கும், டீமில் இருப்பவர்களுக்கும் ஒரு மாரல் சப்போர்ட்டா இருப்பார். அவர்களுக்கு ஊக்கம் கொடுக்கிறதுலயும், உற்சாகப்- படுத்துறதுலயும் இவரை அடிச்சுக்க முடியாது. ஒரு, அரவணைப்போடு பணியாளர்களை பெரிய சாதனைகளை நோக்கி இவர் கூட்டிட்டுப் போவார்.

முதல் கட்டத்துக்காரர் காரியத்தில் குறியா இருப்பாரு (result oriented). நினைச்ச காரியத்தை முடிக்கிறதுக்காக தன் அதிகாரத்தையும் பலத்தையும் முழுசா பயன்படுத்திப்பார். சிக்கலான நேரத்தில் அதிகாரத்தை தனக்கு சாதகமா பயன்படுத்திக்கத் தயங்கமாட்டார்.

எந்த சூழல்லயும், எவ்வளவு அழுத்தத்தையும் அவரால தாங்கிக்க முடியும். சிக்கலான சூழலில் ஒரு வேலையை செய்துமுடிக்கிற பொறுப்பை இவர் கிட்ட கொடுத்தா, உடனடியா ஏற்றுக் கொள்வார். பழைய திட்டங்களையும், உக்திகளையும் தூக்கி எறியத் தயங்கமாட்டார். டீமைப் புதுப்பிச்சு புத்துயிர் கொடுப்பார்.

இந்தக் கட்டத்தில் இருப்பவங்க எப்பவும் தான் எல்லா விஷயத்திலும் 'ஸ்பெஷல்'னு நம்புவாங்க. அதனால், மதிப்பு, மரியாதையில் இருந்து, லாபம் வரைக்கும் எல்லா விஷயத்திலும் ஸ்பெஷல் பங்கு எதிர்பார்ப்பங்க. அதாவது, **இவங்க ஷேர் மற்ற எல்லார விட அதிகமா இருக்கணும்னு விரும்புவாங்க;** Lion's share**னு கேள்விப்பட்டிருப்பீங்களே, அதுமாதிரி.**

கூட்டாளிகளை சேக்கிறதும், அந்தக் கூட்டத்தில் எல்லாரும் தனக்குக்கீழ இருக்கிற மாதிரி பாத்துக்கிறதும் இவங்களுக்குக் கைவந்த கலையா இருக்கும். இவங்க ஒரு டீமில் சேர்ந்தால், கொஞ்ச நாட்களிலேயே அந்த டீமுக்குள்ள ஒரு பிரிவினை வந்திடும். ஒண்ணு அந்த டீமில் இருப்பவர்கள் இவரைத் தலைவரா ஏத்துக்கிட்டு இருப்பாங்க; இல்ல, அங்க **ஒரு தனி அணிய இவர் தொடங்கி இருப்பார்.**

அவர் தன் சகாக்களை பாதுகாக்கிறது மட்டுமில்லாம அவங்க மேல உரிமை கொண்டாடவும் ஆரம்பித்து விடுவார். தன் பக்கம் இருப்பவர்களைத் தனக்குக் கீழ இருப்பதாத் தான் அவர் பார்ப்பாரு. அதனால அவங்கள தண்டிக்கறதுக்கு முழு உரிமையும் எடுத்துப்பார். அவர் தரும் தண்டனைகள் ரொம்பக் கடுமையாவும், கருணையற்றதாவும் இருக்கும். பார்ப்பவர்களை பயமுறுத்தும்.

அவர் ஒரு நிறுவனத்தின் தலைவரா வரும்பட்சத்தில், தன் டீமில் இருப்பவர்களுக்கு வழிகாட்டியா இருக்கிறது மட்டுமில்லாம, ஒருநல்லசப்போர்ட்டாவும்இருப்பார். ரொம்ப சீக்கிரம் பழைய விதிகளையும், எல்லைக்கோடுகளையும் உடைச்சிடுவார். கொஞ்ச நாள்லேயே கம்பெனிக்குள்ள எதிரிகளையும் சம்பாதிச்சிடுவார்.

முதல் கட்டத்தில் இருப்பவர்களை ரொம்ப ஈஸியா யாரும் வேலைவாங்கிட முடியாது. அதேபோல எல்லாரும் அவர் கிட்ட சுலபமா பேசிப் பழகிட முடியாது. யார் சொல்வதையும் காது கொடுத்து கேட்கவும் மாட்டார்.

அவர் உங்க பேச்சைக் கேக்கணும்னா, ஒண்ணு உங்க கிட்ட உண்மையிலேயே ஒரு சரக்கு இருக்கணும் (நல்ல அர்த்தத்தில் தான் சொல்றேன்), அல்லது உங்களால அவருக்கு ஏதாவது லாபம் இருக்கணும். **அதனால், கொஞ்சம் வீக்கான டீம் அல்லது மக்கள் மேலும் நசுக்கப்படுவாங்க.**

பேச்சாளர்கள், விளம்பரத்துறை வல்லுநர்கள், அரசியல் தலைவர்கள், பிரபலங்கள், அடிக்கடி டீவியில் வரும் charismatic பிசினெஸ் வெற்றியாளர்கள், தொழில் சங்கத் தலைவர்கள், கம்யூனிட்டி தலைவர்கள் இந்தக் கட்டத்தில் இருப்பாங்க.

கேரக்டரா சொல்லணும்னா, மகாபாரதத்தில் வரும் பீஷ்மர், பீமன், துரியோதனன் போன்றவர்கள் Q1 ல இருப்பாங்க.

இப்போதைய பிரதமர் நரேந்திர மோடி, முன்னாள் பிரதமர் இந்திரா காந்தி, முன்னாள் முதல்வர் ஜெயலலிதா, சூப்பர் ஸ்டார் ரஜினிகாந்த், முன்னாள் இந்திய கிரிக்கெட் கேப்டன் சவ்ரவ் கங்குலி போன்றவங்களும் இந்தக் கட்டத்துல இருப்பாங்கன்னு நினைக்கிறேன்.

இரண்டாம் கட்டம் - சாதனையாளர்கள் - சிறுத்தை

ஒரு பிரச்சினைக்கு நூறு தீர்வுகளை சொல்லக் கூடியவங்க. எல்லாம் சரியா போயிட்டு இருக்கும்போது இவங்க நம்ம கண்ணிலேயே படமாட்டாங்க. ஆனால் எதாவது பிரச்சினை வரும்போதுதான் அவங்க பலம் என்னன்னு நமக்குத் தெரியும்.

இரண்டாம் கட்டத்தில் இருப்பவர் எல்லா விஷயங்களையும் தேடிப்போய் தெரிந்து கொள்வதில் ஆர்வமா இருப்பார். ரொம்ப க்ரியேட்டிவ்-ஆ சிந்திக்கக் கூடியவர். பெரும்பாலும் **ப்ளான் போட்டுப் பண்ணுவது அவருக்குப் பிடிக்காது.** அவருடைய உள்ளுணர்வுப் படிதான் நடந்துப்பார்.

சிறுத்தைகள் எப்படி வேட்டையாடும்? சிறுத்தை எப்பவும் தனியாத் தான் வேட்டையாடும். தன் சின்ன குடும்பத்துடன் மட்டும்தான் நெருக்கமா இருக்கும். கூட்டமா இருக்காது.

கூடுமான வரை இரைக்கு கடைசி வரைக்கும் தான் குறிவைக்கப் பட்டிருக்கோம்னு தெரியாமப் பாத்துக்கும் – தன் நடவடிக்கைகளை கடைசி நிமிஷம் வரை ரகசியமாவே வச்சுக்கும். பெரும்பாலும் காட்டுல எந்த விலங்குக்கும் பயப்பட வேண்டிய அவசியம் இதுக்கு இல்ல. தன் வலிமைய விட திறமைய நம்பித் தான் திட்டங்கள் தீட்டும்.

தன் வழியில யாரும் குறுக்க வராமப் பாத்துக்கும். அதுக்காக தனி திறமை எல்லாம் பயன்படுத்திக்கும். சூழ்நிலைக்கேத்த மாதிரி தகவமைச்சுக்கிறது சிறுத்தைகளுக்குக் கைவந்த கலை. முள்ளம்பன்றி முதல், முதலை வரைக்கும் பசிக்கு எந்த வாய்ப்பு கிடைச்சாலும் அதை இரையாக்கிக்கும். இதே உணர்வுகளைத் தான் இந்த ரெண்டாம் கட்டத்துக்காரங்க வெளிப்படுத்துவாங்க.

திட்டங்களுக்கு உள்ளேயும், வரையறைகளிலும் சிக்கிக்-
கிட்டா அவருடைய சுதந்திரம் பறிபோயிடும்னு நினைப்-
பார். இவற்றிலிருந்து விலகிப் போகும்போது அவருக்கு
ஒரு சுதந்திர உணர்வு கிடைக்கும். அந்த மாதிரி நேரத்-
தில் அவரது ஆக்கப்பூர்வமான ஆற்றலும், உள்ளுணர்வும்
பயன்படுத்தி காரியங்களை செய்து முடிப்பார்.

ஆர்வம், **சுலபமா கணிக்கமுடியாத தன்மை** (unpredictabi-
lity), சாகச மனநிலை மற்றும் தனிமை ஆகியவை இந்த
சிறுத்தையின் கட்டத்தில் இருக்கிறவருடைய அடிப்படை
குணநலன்கள்.

இவருக்குத் தன்னைப் பற்றிய சுயஉணர்வு அதிகமா
இருக்கும். தன்னுடைய உடல்தோற்றத்தில், மற்றவங்க
கண்ணுக்கு எப்படித் தெரியாறோம் என்பதில் ரொம்ப
கவனமா இருப்பார். தனிமை விரும்புவதால் எப்பவும் தனி-
யாகவும், தனக்குப் பிடிச்சா மாதிரியும் இருக்க விரும்புவார்.

நிறைய பேரோட சேர்ந்து இருக்கிறது சோர்வைக் கொடுக்-
கும். அவர் தனியா இருக்கும்போதுதான் தன்னைப் புதுப்-
பிச்சுக்க முடியும். ஆனால் அவரைப் புரிஞ்சுக்கறதுக்கும்,
அவர் சொல்றத கேட்டுகிறதுக்கும், அவரை அரவணைக்கி-
றதுக்கும் யாராவது கட்டாயம் தேவை.

அறிமுகம் இல்லாதவங்க கிட்ட அவராகப் போய் பேச
மாட்டார். அடுத்தவங்க இவர்கிட்ட வந்து பேசினால்தான்
இவர் பேச்சு கொடுப்பார். அப்படியே பேசினாலும் 'எப்படா
அவங்க முடிச்சுட்டுக் கிளம்புங்க, அவங்ககிட்டேயிருந்து
எப்படிடா எஸ்கேப் ஆகிறது'ன்னே பார்த்துக்கிட்டு
இருப்பார்.

இவருக்கு கற்பனைத் திறன் அதிகமா இருக்கும். கலை மற்றும் இலக்கியத்தில் நாட்டம் இருக்கும்.

எந்த வகையான சட்டதிட்டங்களில் இருந்தும் தந்திரமா தப்பிச்சிடுவார். விதிமுறைகளைக் கடைபிடிக்கிறது இவருக்கு இயல்பான விஷயம் இல்லை. விதிகளை எப்படி மீறுவது, எப்படி யார் கண்ணிலும் படாம தப்பிப்பது என்பதெல்லாம் இவருக்கு தண்ணிபட்ட பாடு.

எந்த ஒரு விஷயத்தையும் திரும்பத் திரும்ப செய்வது இவருக்கு சுத்தமா பிடிக்காது.

இவருக்கு கழுகுப் பார்வை என்று சொல்லலாம். நிறைய விஷயங்களைக் கூர்ந்து கவனிப்பார் - உள்வாங்கிப்பார். ஆனால், பட்டும்படாமல் நடந்துப்பார். உள்வாங்கிய விஷயங்களைத் தனக்குத் தேவைப்படும்போது பயன்-படுத்திப்பார்.

அவருக்குத் தேவையான மன வலிமையையும், பிரச்சினை-களுக்குத் தீர்வும் தனக்குள்ளேயே இருக்குன்னு நம்புவார்.

ஒரு புது முயற்சியில் இறங்கும்போது ஆர்வக் கோளாறில் எல்லா வேலைகளையும் அவசர அவசரமா ஆரம்பிச்சுடுவார். இப்படி ஆரம்பிச்ச பல ப்ராஜெக்ட்கள் இவருக்காகக் காத்திருக்கும். ஒரு புது விசயத்தில் ஆர்வம் வந்துட்டா இருக்கிற ப்ரொஜெக்டை விட்டுட்டு அடுத்த ப்ரொஜெக்டை ஆரம்பிச்சிடுவார்.

ஒரு தலைவராக, இவர் உருவாக்கும் மாளிகைகளுக்கு அஸ்திவாரமே இருக்காது. அவ்வளவு அவசரமாய்க் கட்ட ஆரம்பித்தது விடுவார். ஒரு மாளிகையை முடிக்கும் முன் அடுத்த கட்டடத்துக்கான யோசனையில் மூழ்கிப் போய்விடுவார்.

இந்த ஆர்வம், புது விஷயங்களை உடனடியா ஆரம்பிக்க-ணும்கிற உந்துதல் மற்றும் திரும்பத் திரும்ப ஒரு விஷயத்தை செய்யப் பிடிக்காமல் போவது இப்படி எல்லாம் இருப்பதால் இவரை 'ஆரம்ப சூரர்'னு சொல்லலாம். நிறைய விஷயங்-களை ஆரம்பிச்சிடுவார், எதையும் சரியா முடிக்க மாட்டார்.

ஒரு விசயத்தை ஆரம்பிக்கும்போது ஆர்வமிகுதியால் ஏற்படக்கூடிய anxiety எனப்படும் ஏக்கத்தாலும், பின் வேலைகள் முடியாம இழுக்கும்போது stress எனப்படும் மன அழுத்தத்தாலும் மாறி மாறி பாதிக்கப்படுவார். அப்பப்ப தான் சரியான பாதைலதான் போயிட்டு இருக்கோமா என்று தன்னைத்தானே கேட்டு குழப்பிக் கொள்வார்.

ஒரு சாதனையாளரா அவர் மனதில் ஆயிரம் கனவுகளும், கற்பனைகளும் ஓடிக்கிட்டு இருக்கும். ஆனால் அவரால் இந்த விஷயங்களை அடுத்தவங்களுக்கு அவ்வளவு சுலபமா சொல்லிப் புரியவைக்க முடியாது. அப்படியே அவர் பேசினாலும், ஒரே நேரத்தில் நிறைய எண்ணங்கள் அவருக்குள் குறுக்கிடுவதால் **கேட்பவருக்கு அவருடைய பேச்சு கோர்வையாகவே இருக்காது.**

அதேபோல, தன் கருத்துதான் சரி என்று ரொம்ப நேரம் விவாதிக்க மாட்டார். ஒரு கட்டத்துக்கு மேல, மத்தவங்க-ளுக்கு புரியாதுன்னு, பேசுவதை நிறுத்திடுவார்.

அவரைப் பற்றியும் அவர் செய்துக்கிட்டிருக்கிற பல ப்ரொஜெக்ட்களைப் பத்தியும் எடுத்து சொல்ல எப்பவும் அவர் ஏங்கிட்டு இருப்பார். ஆனாலும் தானா வாய்திறக்க மாட்டார். யாரவது அவர்கிட்ட மெனக்கெட்டு கேக்கணும், இல்ல அவருக்கென்று ஆடியன்ஸ் அமையணும்.

ரெண்டாம் கட்டத்தில் இருப்பவர் மத்தவங்க என்ன நினைப்பாங்க, என்ன சொல்லுவாங்க என்று பெரிசா கவலைப் படமாட்டார். விமர்சனங்களோ, ஏளனமா பேசறதோ இவரைப் பெரிசா பாதிக்காது. ஆனால், யாரவது இவர் மனசக் கஷ்டப்படுத்திட்டா, அவங்களுக்கு அதை எப்படியாவது திருப்பிக் கொடுத்திடணும்னு நினைப்பார். பல வருஷமானாலும் அந்தக் கணக்கை செட்டில் பண்ணக் காத்திருப்பார்.

அவருக்கு ஒரு பிரச்சினை வரும்போது, தான் எப்படி யோசிக்கிறோம், எப்படி உணர்கிறோம், இந்தப் பிரச்சினை-யில் தன் பங்கு என்ன, இந்தப் பிரச்சினையை எப்படித் தவிர்த்திருக்கலாம்னு தான் நிறைய யோசிப்பார்.

இவர் சும்மா இருப்பது போல் தெரிந்தாலும் அவருக்குள் பல கனவுகளும் திட்டங்களும் ரொம்ப வேகமா ஓடிட்டு இருக்கும். அவர் சரியான நேரத்துக்காக காத்துக்கிட்டி-ருப்பார். அவருக்கான நேரம் வந்துட்டா சட்டுன்னு காரி-யத்தில் இறங்கிடுவார். அப்படி இறங்கிட்டா அவரோட ஒவ்வொரு அடியிலும் முழு கவனத்தையும் முழு பலத்தையும் செலுத்துவார்.

யாரும் எதிர் பார்க்காத நேரத்துல, எதிர் பார்க்காத விதத்தில் தாக்குதல் நடத்துவதுதான் இவருடைய ஸ்பெஷாலிட்டி. அதனால் எதிரிக்கு சண்டைபோடவும் முடியாது, தப்பிக்கவும் வழி இருக்காது. தன் திட்டங்களை ரகசியமாவே வெச்சிருப்பார். அதனால் அந்தத் திட்டங்களை அவர் நடைமுறைப்படுத்தும் போது மற்றவர்களுக்கு எப்பவும் சில ஆச்சர்யங்கள் இருந்துகிட்டே இருக்கும்.

இவர் வீட்டுக்கு விருந்தாளியாப் போனா நிச்சயம் புதுசா ஏதாவது எதிர்பார்க்கலாம். அவருக்கு எந்த உணவு நல்லா சமைக்க வருமோ அதைப் புதுவிதமா சமைச்சு அசத்துவார்.

இந்த கட்டத்தில் இருக்கிறவர் தனிப்பட்ட சாதனையாளர். அவர் தன் சகாக்களையும், பணியாளர்களையும் விட தன் திறமையையும், உள்ளுணர்வையுமே பெரிசா நம்பி இருப்பார். அவருக்கான அங்கீகாரத்துக்காகவும், சாதிப்பதற்காகவும் அவர் அதிகமா உழைப்பார்.

தன் பணியாளர்கள் அல்லது தனக்குக் கீழ இருப்பவர்கள் மேல அதிகாரம் செலுத்துவதில் அவருக்குப் பெரிசா நாட்டம் இருக்காது. அவரது சுதந்திரத்தையும், சிந்தனை ஓட்டத்தையும் அடுத்தவங்க தொந்தரவு பண்ணாம இருந்தாலே போதும்னு நினைப்பார்.

இது தன் தலைமையை பலவீனமாக் காட்டுவதை உணர்ந்தா, அதை மறைக்க, **தன்னை ரொம்ப 'பிரெண்ட்லி' யான தலைவராக் காட்டிப்பாரு.** தன் பணியாளர்களைக் கேள்வி கேட்கத் தெரியாதபோது அவங்களுக்கு முழு சுதந்திரம் கொடுத்துட்டதா சொல்லிப்பாரு.

பொதுவா மற்றவங்களைத் திட்டுவதோ, ஏளனமாப் பேசுவதோ இவருக்கு இயற்கையா வராது. எப்பவாவது கோபத்தில் அப்படிப் பேசலாமே தவிர இவரால் திட்டம் போட்டு யாரையும் திட்ட முடியாது. **அடுத்தவங்களைக் கட்டாயப் படுத்தியோ, அதிகாரம் செலுத்தியோ வேலைவாங்குவது இவருக்கு சுத்தமா பிடிக்காது.** அவர் தன் திறமையால் அடுத்தவங்களைக் கவரணும்னு விரும்புவார்.

விஞ்ஞானிகள், கலைஞர்கள், சிந்தனையாளர்கள், கவிஞர்கள், பாடகர்கள், இசைக்கலைஞர்கள், கண்டுபிடிப்-பாளர்கள், தொழில் முதலீட்டாளர்கள், ஒரு சந்தர்ப்பத்தில் திடீரெனத் தோன்றும் தலைவர்கள், வியாபார யுக்திகளை வகுப்பவர்கள் போன்றவர்கள் நிறைந்த கட்டம் இந்த இரண்டாவது கட்டமாகும்.

கேரக்டரா பார்க்கும்போது, மகாபாரதத்தின் கிருஷ்ணன் இந்தக் கட்டத்தில் இருக்கலாம். உலக நாயகன் கமலஹா-சன், சச்சின் டெண்டுல்கர், ஏ.ஆர். ரஹ்மான், இளையராஜா போன்ற சாதனையாளர்களின் கட்டம் இது.

மூன்றாம் கட்டம் - கிங்மேக்கர் – பெண்சிங்கம்

ஒரு குழுவில் ரொம்ப சிறப்பா செயல்படக் கூடிய ரொம்ப சுறுசுறுப்பா இருக்கக்கூடிய நபர் - அதேநேரம் தன்னடக்கமானவர் அப்படின்னா அவர் நிச்சயம் மூன்றாம் கட்டத்துக்காரராத் தான் இருக்கமுடியும். தன் குழுவுடன் இருக்கும் நிரந்தர பிணைப்பும், ஒரு பரிச்சய உணர்வும்தான் அவரை உற்சாகப்படுத்துகின்றன.

மூன்றாம் கட்டத்தில் இருப்பவர் பழக ரொம்ப எளிமையா- னவர், நம்பகமானவர் - ரொம்ப முக்கியமா எப்பவும் உற்சாகமா இருக்கக்கூடியவர். மற்றவங்க சூழ்நிலையை அவங்க இடத்தில் நின்று புரிஞ்சுக்க அவரால முடியும். அவர் தன் உடல் பலத்தையும் மனோபலத்தையும் விட தன் சகாக்களையே அதிகமா நம்புவார்.

பெண் சிங்கங்கள் வேட்டையாடும் விதமே ஸ்பெஷலானது. பெண் சிங்கம் எப்பவும் ஓர் அணியாத்தான் வேட்டையாடும். எட்டு சிங்கங்கள் ஒண்ணா சேர்ந்து சொல்லி வெச்ச மாதிரி பெர்பெக்ட்டா டீம் வொர்க் பண்ணி இரைய அடிக்கும். உங்களுக்கு நேரம் கிடைக்கும்போது டிஸ்கவரி சேனல் அல்லது நேஷனல் ஜியொக்ரபி சேனல்ல பாருங்க.

அந்த சிங்கங்கள் ஒரு குழுவா செயல்படுவதும், அதுங்களுக்- குள்ள ஒரு கம்யூனிகேஷனும், அவ்வளவு நேர்த்தியா இருக்கும். அதைப் பார்க்கும் போதெல்லாம், இவங்களுக்கு இப்படித் திட்டமிட்டுக் கொடுத்தது யாரு, எப்படி இவ்வளவு கச்சிதமா செயல்படறாங்கன்னு ஆச்சரியமா இருக்கும். இந்தக் கூட்டுறவுதான் அவங்க பலம்.

மூன்றாவது கட்டத்துல இருக்கிறவங்களும் இப்படித்தான். அவங்களுடைய நெட்வொர்க்கை பலமா வெச்சிருப்பாங்க.

அந்த 'நெட்ஒர்க்' கபலவருஷமா உருவாக்கிவெச்சிருப்பாங்க. அந்த சமுக வலைக்குள்ள இருப்பவர்களுக்கு ஒருத்தர் மூலம் இன்னொருத்தருக்கு என்று பல வழிகளில் உதவி செய்வாங்க. அவங்க நட்பு வலைக்குள்ள வந்தவங்க வாழ்நாள் முழுக்க அந்த பந்தத்துக்குள்ள இருப்பாங்க.

இவர் தன் வட்டத்தைத் தாண்டி தனக்கு ஓர் அடையாளமோ, அங்கீகாரமோ வேணும்னு நினைக்கமாட்டார். பெரிசா தன்னை விளம்பரப் படுத்திக் கொள்வதும், எல்லார் கண்ணிலும் படுவதையும் இயல்பா விரும்பமாட்டார். திரும்பத் திரும்ப தன் வட்டத்துக்குள்ளேயே நிறைய செய்யணும்னு நினைப்பார்.

மூன்றாம் கட்டத்தில் இருப்பவர் நெருக்கடியான சந்தர்பங்களில் ரொம்ப உதவிகரமாவும், நம்பத்தகுந்த நபராவும் இருப்பார். தன் கம்பெனியில் அதிகாரத்தைவிட நட்புறவை பெரிசா மதிக்கிறவர் இவர். ஒரு குழுவா சேர்ந்து வேலை செய்றதுக்காக தன் அதிகாரத்தைத் துறக்கவும் தயாரா இருப்பார்.

தன் சகாக்களை சந்தோசமா வச்சுக்க தானாவே முன்வந்து பல உதவிகளை செய்வார். அப்படி செய்வதை தன் பொறுப்பா நினைப்பார். தன் வசதியைவிட அடுத்தவங்க வசதியைப் பெரிசா நினைப்பார். தன் சகாக்கள் செய்யும் சின்ன சின்ன தவறுகளை அவர் பெரிசா எடுத்துக்க மாட்டார். ஆனால் வேணும்னே தப்பு பண்றவங்களை டக்குன்னு கழட்டி விட்டுடுவார்.

இயல்பிலேயே இவருக்கு மற்றவர்களை அதிகாரம் செய்யவோ அவங்களுக்கு கட்டளை இடவோ வராது. ஆனால் அப்படி செய்யக்கூடிய ஒருவரைத் தேர்ந்தெடுத்து அதற்கான பொறுப்பை அவருக்குக் கொடுத்திடுவார்.

ஆனால் தனிப்பட்ட முறையில் இந்த மூன்றாவது கட்டத்துக்காரர்கள் தைரியமானவங்க. மனத்தளவிலேயும், உடலளவிலேயும் ரொம்ப வலிமையானவங்க. ஒரு காரியத்தை முடிக்கக் களத்தில் இறங்கி ஒருகை பார்க்கவும் இவங்களால் முடியும்.

இவருக்குப் பெரிசா பயணம் செய்யவோ, ஊர்சுத்தவோ பிடிக்காது. யாரையாவது பார்க்கணும், ஏதாவது வேலை ஆகணும்னாதான் இவர் வெளியே வருவார். மற்றபடி தன் இடத்தில் வசதியா இருந்துக்கிட்டே நெட்ஒர்க்க பலப்படுத்திட்டு இருப்பார்.

அவருடன் தொடர்புகொள்ள எல்லா வழிகளும் எப்போதும் திறந்தே இருக்கும். அவரும் ஒரு குறிப்பிட்ட இடைவெளியில் 'என்ன, எப்படி இருக்க?' என்று கேட்டு தொடர்பை உயிர்ப்பிச்சுக் கிட்டே இருப்பார். எந்த பிரச்சினைன்னாலும் தன் நட்பு வட்டத்துலதான் அவர் உதவிகேட்பார். இவருக்கு வாழ்க்கையிலேயே மிகப்பெரிய தண்டனை யாரோடும் பேசாம தனியா இருக்கிறதுதான்.

அடுத்தவங்க முகபாவனை, குரல், போன்ற அறிகுறிகளை வச்சு அவங்க மனதில் என்ன ஓடிக்கிட்டு இருக்குன்னு இவரால கணிக்க முடியும். தன் வட்டத்துக்குள்ள நடக்கிற சின்ன விஷயங்களையும் அலசி ஆராய்ந்து அப்டேட்டா இருப்பார். சுத்தி இருப்பவர்கள் அவரை ஒரு 'ராடார்'னு சொல்வாங்க. அந்த அளவுக்கு விஷயங்களை உள்வாங்கி வெச்சிருப்பார்.

சின்ன விஷயங்களிலும் கவனம் செலுத்துவார். ஒன்றுக்கு இரண்டுமுறை சரிபார்த்து உறுதிப்படுத்திக்கொள்வார். அப்படி சரிபார்க்க மறந்துட்டா அன்றைக்கு அவருக்குத் தூக்கமே வராது.

பிரச்சினைகள் பெரிசா இல்லைன்னாலும் அவற்றைப் பற்றி-யும், தன் உணர்வுகள் பற்றியும் நண்பர்பகளுடன் பகிர்ந்-துக்கணும்னு விரும்புவார். இப்படியான பகிர்தல்களின் மூலமாத்தான் அவருடைய பிணைப்பு உறுதியாகுது.

புதிதாக அறிமுகம் ஆகும் நபர் அவரது உணர்வுகளையும் தன்னிடம் பகிர்ந்துக்கணும்னு இவர் காத்திருப்பார். அப்படிப் பகிர்ந்துகொள்ளும் போது தான் அவர் தன்னை அங்கீகரிச்சதா இவர் நினைப்பார். ஒரு சந்திப்பில் நண்பரோ, உறவினரோ அவர்கள் feelingsஅ இவருடன் பகிர்ந்துக்கலைன்னா ரொம்ப வருத்தப்பட்டு அந்த நபரை சந்தேகப்பட ஆரம்பிச்சிடுவார். இல்லை தன்னையே சந்தேகப்பட்டுக் கொள்வார்.

தனக்கென்று சில கொள்கைகளை வகுத்துகிட்டு அதை ஒட்டியே வாழ்ந்துகிட்டு இருப்பார். பெரிய கனவுகள், நீண்டகாலத் திட்டங்களில் எல்லாம் அவருக்கு நம்பிக்கை இருக்காது. 'பெரிசா கனவுகண்டா அது பலிக்காது, 'நீண்டகாலத் திட்டமெல்லாம் பகல் கனவு'ன்னு சொல்வார். ஒரு நிச்சயமான குறுகியகால திட்டத்தில் தான் அவர் ஆர்வம் காட்டுவார்.

போட்டி போடுவதிலும், பகைமை பாராட்டுவதிலும் அவருக்கு விருப்பம் இருக்காது. எப்பவுமே நம்பிக்கையும், மன உறுதியையும் வெளிப்படுத்துவார். அமைதியாவும், உறுதியாவும் விஷயங்களைக் கையாளக் கூடியவர். ரொம்ப சீக்கிரம் இவரைக் கோபப்படுத்திட முடியாது.

தடை சொல்லாத வரைக்கும் செய்யும் விஷயத்தையே திரும்பத் திரும்ப செய்வதை விரும்புவார். அந்த விஷயத்தில் கைதேர்ந்துவிட்டால், அதை இன்னும் பல இடங்களில் எப்படிப் பயன்படுத்தலாம்னு யோசிப்பார்.

தினசரி வேலைகள் முதல் முக்கியமான முடிவுகள் வரை பரிச்சயமானதை சிரமப்படாமல் செய்துகிட்டுப் போய்கிட்டே இருப்பது அவருக்கு உற்சாகத்தைத் தரும். தன்னைச் சுற்றி மாற்றங்கள் வராமல் பார்த்துக் கொள்வார். மாற்றங்களும், புதுமைகளும் அவர் சக்தியைக் குறைச்சிடும். எதிர்பாராத மாற்றங்களை அவர் ஜீரணித்துக் கொள்ள பல நாள் ஆகிடும்.

ஆனால், சின்ன மாற்றங்கள் செய்வது மூலமா தன் கஸ்டமருக்கோ, பணியாளர்களுக்கோ, தனக்கோ ஒரு பலன் கிடைக்கும்னு புரிஞ்சா அப்படி மாற்றம் செய்யத் தயங்கமாட்டார்.

ஒரு விஷயத்தை நினைச்சா அதை செய்து முடிக்கிற வரைக்கும் விடமாட்டார். அதில் எத்தனை சிரமங்கள், தடைகள் வந்தாலும் தன் கவனத்தை மாற்றாமல் பயணம் செய்துகிட்டே இருப்பார். அந்த விஷயத்தை செய்வதால் அவருக்கு சில நஷ்டங்கள் ஏற்பட்டாலும் அதை அவர் பொருட்படுத்தவே மாட்டார்; தன் இலக்க நோக்கிப் போய்க்கிட்டே இருப்பார்.

அதேபோல எடுத்த காரியத்தை முடிக்காமல், வாங்கிய பொருளை முழுசா அனுபவிக்காம அடுத்த காரியத்தை யோசிக்கக் கூட மாட்டார். அது அவருடைய வேகத்தை பாதித்தாலும் சரி.

அவர் வீட்டுக்கு விருந்தாளியாப் போனா நீங்க ஒரு நல்ல விருந்தையும் உபசரிப்பையும் எதிர்பார்க்கலாம். விருந்தா-ளிகளை சந்தோஷப்படுத்த பல மாற்றங்களத் தன் வீட்டில் செஞ்சிருப்பார். சில விஷயங்கள் கண்கூடாத் தெரியும், பல சின்ன சின்ன மாற்றங்கள் நமக்குத் தெரியாது. அந்த அள-வுக்கு சிரத்தை எடுத்து செய்வார்.

அதுக்காக இவருக்கு weightஏ இல்லன்னு நினைச்சுட வேண்டாம். மூன்றாம் கட்டத்துல இருப்பவங்க எல்லாருமே நல்லவங்களாத்தான் இருப்பங்கன்னு தப்புக்கணக்கும் போட்டுடாதீங்க. மகாபாரதத்தில் வரும் சகுனி கூட ஒரு கிங் மேக்கர்தான்.

ஒரு தலைவரா, தன் நிறுவனத்துக்கு பலமான அஸ்திவாரம் போடுவதாய் சொல்லி அஸ்திவாரம் மட்டுமே போட்டுக்கிட்டு இருப்பார். கட்டடம் எழுப்ப அவருக்கு நேரமே இருக்காது.

தலைசிறந்த விற்பனைப் பிரதிநிதிகள், ஒப்பந்தக்காரர்கள், தலைமை நிர்வாக அதிகாரிகள், உத்வேகம் தரும் தலைவர்கள், நிகழ்ச்சி ஒருங்கிணைப் பாளர்கள், மற்றும் சமூக சேவை தன்னார்வலர்கள் இந்தக் கட்டத்தை நிரப்புகிறார்கள்.

ஜிம் காலின்ஸ் தனது Good to Great [7] புத்தகத்தில் குறிப்பிடும் Level 5 Leaders இந்தக் கட்டத்தை சேர்ந்தவர்களாக இருப்பார்கள்.

தல தோனி, ஹிட்மேன் ரோஹித் ஷர்மா, கலைஞர் கருணாநிதி, நடிகர் விஜயகாந்த், இப்போதைய உள்துறை அமைச்சர் அமித் ஷா, தற்போதைய உத்திரப்பிரதேச முதல்வர் யோகி ஆதித்யநாத் போன்றவங்க இந்தக் கட்டத்த சேர்ந்தவங்கன்னு நினைக்கிறேன்.

நான்காம் கட்டம் - ஆட்சியாளர்கள் - புலி

'அவருடைய பேட்டைல அவர்தாங்க கிங்' என்று கேள்விப் பட்டிருப்போம். அவர் இந்தக் கட்டத்தில் இருப்பவர்தான். தன்னுடைய கம்பெனியில், குடும்பத்தில், அவரை சுத்தி ஒரு வட்டத்தில் அவர் வச்சதுதான் சட்டம். தன்னுடைய ஏரியா எது, எல்லை எது என்று ரொம்பத் தெளிவா இருப்பார். அதுக்குள்ள யாரும் அத்துமீறாமல் பாதுகாப்பார்.

தன்னம்பிக்கை, எல்லா விஷயங்களிலும் சுயமா செயல்ப-டக்கூடிய திறன், தன்னைப் பற்றிய பெருமிதம், மற்றும் பொறுப்புணர்ச்சி இவைதான் நான்காம் கட்டத்தில் இருப்ப-வருடைய குணாதிசயங்கள்.

அவரை வெளியில் எங்கயாவது பார்த்தா ரொம்ப சாதாரணமானவரா, கொஞ்சம் பிடிப்பு இல்லாதவரா நாம தப்பா புரிஞ்சிப்போம். ஆனால், அவருடைய ஏரியாவுக்குப் (கம்பெனியில்) போய்ப் பார்த்தால்தான் 'அவர் எவ்வளவு பவர்புல்லான ஆளு'ன்னு நமக்குத் தெரியவரும்.

புலிகளும் தனிமை விரும்பிகள்தான். இவை வேட்டைய-டுவெதில் ஒரு கணக்கும், சில விதிமுறைகளும் இருக்கும். அதாவது, தனக்குன்னு ஓர் எல்லையை வகுத்துக்கிட்டு, அதுக்குள்ள மட்டும்தான் தன் வாழ்க்கை-யையே ஓட்டும். அதன் இரை அந்த எல்லைக்குள்ள வந்தபிறகுதான் அதை வேட்டையாடும். பல நாள் பட்டினியா இருந்த்தலும் பெரும்-பாலும் எல்லை தாண்டி வேட்டையாடாது.

ரொம்ப கணக்குப் போட்டு, கச்சிதமா திட்டத்தை செயல்படுத்தி, குறைவான ரிஸ்க்குடன், வெற்றிகரமா தன் இரைய வேட்டையாடும்.

இதே போலத்தான் நான்காம் கட்டத்தில் இருப்பவர் பொதுவா ரொம்ப கணக்காகவும், ரொம்ப முன்யோசனை செய்பவராகவும் இருப்பார். எல்லா விஷயத்தையும் ஒரு லாஜிக்கோடதான் யோசிப்பார்.

ஒவ்வொரு அடியிலும் ரிஸ்கை தவிர்க்க முயற்சி செய்வார். இந்த முனைப்பு ஒவ்வொரு அடியையும் ரொம்ப ஜாக்கிரதையா வைக்கத் தூண்டுகிறது. வாழ்க்கையில் எல்லா விஷயங்களுக்கும் அவர் ஒரு பிளான் வெச்சிருப்பார். எல்லாமே தன் பிளான் படிதான் நடக்கணும்னு விரும்புவார். திட்டமிட்ட படி விஷயங்கள் நடக்கலைன்னா ரொம்ப உடைஞ்சு போயிடுவார்.

புதுமைகளையோ, மாற்றங்களையோ தானா முன்வந்து ஏத்துக்க மாட்டார்.

'மாற்றம்' என்ற ஒரு விசயம் அவர் லிஸ்டிலேயே இருக்காது. புதுசா ஒரு விஷயத்தை முயற்சி செய்வதும், புதிய நபர்கள்- கிட்ட பேசிக்கிட்டு இருக்கிறதும் அவருடைய ஆற்றலைக் குறைச்சிடும்.

அவர் ஒவ்வொரு ஏரியாவுக்கான விதிகளையும் தெரிஞ்சு வெச்சிருப்பார். அதன் படி யார்கிட்ட எப்படி நடந்துக்க- ணும்னு அவருக்குத் தெரியும். அதேபோல தனக்கென்றும், தன் நிறுவனத்திற்கென்றும் விதிகளை வெச்சிருப்பார்.

மற்ற இடங்களில் கடைபிடிக்கிற வழிமுறை பிடிச்சிருந்தா, அதை தனக்கேத்த மாதிரி மாற்றி கடைபிடிக்க ஆரம்பிச்சி- டுவார். ஏதாவது பிரச்சினைன்னா அதைத் தீர்க்க, முதலில் தன்னோட விதிமுறைகளைத் தான் சரிசெய்யணும்னு நினைப்பார்.

வெளியிலிருந்து பார்க்கும்போது அவரது நடவடிக்கைகள் கணிக்கமுடியாத மாதிரித் தோன்றலாம். ஆனால் அவருடைய திட்டங்களைத் தெரிஞ்சவங்களுக்கு அவர் எவ்வளவு கச்சிதமா வேலை செய்றார்னு தெரியும்.

அவரது இலக்குகள் எப்பவும் ரொம்பத் தெளிவாவும், அடையக் கூடியதாவும் அவர் சக்திக்குள்ளேயும் இருக்கும். பெரிய முயற்சி எடுக்கிற மாதிரியும், அதில் தோல்வி அடைஞ்சு சோர்ந்து போகிற மாதிரியான இலக்குகளை அவர் விரும்ப மாட்டார். அதனால் அவர் பெரிய இலக்குகளைக் குறி வைக்கவே மாட்டார்.

இயல்பாகவே ஒரு நேர்த்தியையும், ஒரு கெத்தையும் வெளிப்படுத்துவார். அதனால் இவரை நிறைய பேருக்குத் தெரிய வந்திடும். ஆனால் அறிமுகம் இல்லாத நபர்கள் கிட்ட பேசமாட்டார். தான் உண்டு தன் வேலை உண்டுன்னு இருப்பார். அப்படிப் பேசுவது கட்டாயம் என்றால் தான் பேசுவார்.

அதேசமயம், யாரவது இவரிடம் பேச்சு கொடுத்தா, அவர் ரொம்ப உண்மையா நடந்துப்பார். அவங்களுக்கு அந்த உரையாடல் பயனுள்ளதா அமையறா மாதிரி பார்த்துக் கொள்வார்.

உன்னிப்பா கவனிச்சா இவர் எப்பவும் இயங்கிக்கிட்டே இருப்பது புரியும். தன்னுடைய ஓய்வு நேரத்தைக் கூட சரியாத் திட்டமிட்டு அதன்படி ஓய்வும் எடுத்துப்பார். ஒரு விஷயம் முடிஞ்சதும் இவர் கவனம் அடுத்த விஷயத்துக்குப் போயிடும். சும்மா இருக்கிறது, ஜாலிக்காக ஊர் சுத்துறது இதெல்லாம் இவர்கிட்ட எதிர்பார்க்க முடியாது. கதைகள் பேசறது, காரணம் சொல்றதெல்லாம் இவருக்குப் பிடிக்காது.

எப்பவும் தைரியமாகவும், எடுத்த முடிவில் உறுதியாகவும் இருப்பார். இதைப் பிடிவாதம்னும் சொல்லலாம். இந்தப் பிடிவாதம்தான் அவர் பங்ச்சுவலா இருக்கவும் காரணமா இருக்கு.

தன்னை சுற்றியே யோசிக்கக் கூடியவர் என்பதால் அதே மாதிரியான ஒரு கொள்கைப் பிடிப்பையும், நேரம் தவறா-மையையும் மற்ற எல்லார்கிட்டயும் எதிர்பார்ப்பார். தன்னை மாதிரியே தன் நண்பர்கள், குடும்பத்தினர், பணியாளர்கள் உட்பட எல்லாரும் பர்பெக்ட்டா நடந்துக்கணும்னு எதிர்-பார்ப்பார்.

அவர் ஒரு வாக்கு கொடுத்துட்டா அதை நாம கண்ண மூடிக்கிட்டு நம்பலாம். ஒரு வேண்டுகோளை ஒத்துக்கி-றதுக்கு முன்னாடி பலதடவை யோசிப்பார்; ஒத்துக்கிட்ட பிறகு என்ன ஆனாலும் செய்து முடிச்சிடுவார். அதேமாதிரி, வேலைய அவர் ஆரம்பிச்ச பிறகு அவருக்கு எதையும் ஞாபகப்படுத்த (reminders) வேண்டியதில்லை.

பேச்சுவார்த்தைகளிலும், விவாதங்களிலிலும் ரொம்ப நிதானமா இருப்பார். தன் பக்கத்துக்கு ஞாயத்தை உறுதியா எடுத்துச்சொல்வார். தன் வாதம் சரின்னு நிரூபிக்க இருக்கும் அத்தனை விஷயங்களையும் சரியா பயன்படுத்-திப்பார். முறையான அணுகுமுறையும், நினைவாற்றலும் எதிராளியிடம் இருக்கும் குறைகளைக் கண்டுபிடிக்க உதவிகரமா இருக்கும்.

அவர்கூட வேலை செய்யறவங்களக் கேட்டா 'அவர் தன் விசயத்தில் ரொம்பப் பிடிவாதமாகவும், பணியாளர்கள் மேல ரொம்ப கண்டிப்பா இருக்கிறதாகவும்' சொல்வாங்க.

பணியாளர்கள் மூலமா சின்ன மனத்தாபம் அல்லது ஒரு சின்ன தோல்வி வந்துட்டா அதுக்காக நீண்டநாள் பணியாளர்களா இருந்தாலும் அவர்களைத் தூக்கி எறியத் தயங்கமாட்டார். ஒரு 'ஸ்ட்ரிக்டான ஆபிசர்'கிட்ட இதைத் தான எதிர்பார்க்க முடியும்.

ஒரு தலைவரா, தன் நிறுவனத்தைக் கட்டமைக்கும் போது எல்லாரும் அசந்து பார்த்துக்கிட்டு இருப்போம். திடீர்னு ஒரு சின்ன தவறு நடந்ததற்காக எல்லாவற்றையும் நிறுத்தி-டுவார். அல்லது கட்டடத்தில் நடந்த தவறுக்கு அஸ்திவா-ரம்தான் காரணம்னு அதைக் கலைத்துவிட்டு திரும்பக் கட்டுவார்.

தினசரி திட்டங்கள், அதற்கான வேலைகளைத் தவிர வேற எல்லாமே வேஸ்ட் அப்படிங்கிற ஒரு மனோபாவம் அவருக்கு இருக்கும். இப்படி முழு ஈடுபாட்டோடு அவர் வேலை செய்வதால் குடும்ப வாழ்க்கையும், சமூக வாழ்க்கையும் கொஞ்சம் பாதிக்கப்படும்.

அவர் வீட்டுக்கு நீங்க விருந்தாளியாப் போனா அவர் உங்களை நல்லா கவனிப்பார். 'சும்மா வந்துட்டு போறாங்-க'ன்னு நினைக்கவே மாட்டார். ரொம்ப சிரத்தை எடுத்து எல்லா விஷயங்களையும் திட்டமிட்டு கவனிப்பார். அந்த விருந்து உங்களுக்கு ஒரு மறக்கமுடியாத அனுபவமா இருக்கணும்னு அவர் ஆசைப்படுவார். ரொம்ப ஜாலியான காக்டெயில் பார்ட்டிக்கு கூட ரொம்ப அழகாத் திட்டமிடு-வார்.

ஆனால், எல்லாமே தன் திட்டப்படிதான் நடக்கணும்னு அவர் ஆசைப்படுவார். சொன்ன டைம்க்கு எல்லாரும் வந்தி-டணும், அந்தந்த இடத்துலதான் ஒவ்வொண்ணும் வைக்க-

ணும்னு எல்லாம் ரொம்ப ஸ்ட்ரிக்டா இருக்கும். சில நேரங்-களில் இதுவே அவர் வீட்டை உயிரோட்டம் இல்லாததா ஆக்கிடும். ஒரு சில நாள் பார்ட்டி முடியறதுக்குள்ள அவர் டயர்ட் ஆயிடுவார்.

எதிர்பாராத திருப்பங்களும், தோல்விகளும் இவரை கதிக-லங்க வைச்சுடும். அவர் எல்லா விஷயங்களையும் பலமுறை யோசித்து செய்வதால் எடுத்த முடிவுகளில் ரொம்ப உறு-தியாவும், பிடிவாதமாகவும் இருப்பார். தோல்வியையோ, ஏமாற்றத்தையோ முன்கூட்டியே உணரமாட்டார். கப்பல் முழுகிறவரை அதைக் கைவிடாம அதிலேயே இருக்க-ணும்னு நினைப்பார்.

காவல்துறை அதிகாரிகள், இராணுவத் தளபதிகள், வக்கீல்-கள், நீதிபதிகள், நிர்வாகத் தலைவர்கள், மதத்துற-விகள், அதிகாரிகள் ஆகியோர் இந்த நான்காம் கட்டத்துக்கு சொந்தக்காரர்கள்.

கேரக்டரா பார்த்தா, மகாபாரதத்தில் தருமன், அர்ஜுனன், கர்ணன் இவங்க எல்லாம் Q4 தான்.

அத்தியாயம் 6

உங்கள் ஆனந்தக் கட்டம

உங்களுக்கு ஒரு விஷயம் புரியவில்லை என்றால்
எதுவும் மாறாது.
உங்களுக்கு ஒரு விஷயம் புரிந்துவிட்டால்
எதுவும் மாறாது!

என்கிறது ஒரு ஜென் தத்துவம்.

ஒரு விஷயத்தைத் தெரிந்து கொள்வதைப் போலவே நடை-
முறைப் படுத்துவதும் முக்கியம்.

இதுவரைக்கும் ஆனந்தக் கட்டத்தைப் பற்றித் தெரிஞ்சுக்-
கிட்டோம். இனி இந்தப் புரிதலை எப்படி உங்களுக்கும்,
உங்க நிறுவனத்துக்கும் பயனுள்ளதா நடைமுறைப் படுத்து-
வது என்று பார்ப்போம். இந்தப் புரிதலின் முழுப்பலனையும்
அடைய நாம் ஐந்து படிகளைக் கடைபிடிக்க வேண்டும்.

இந்த ஐந்து படிகளைக் கீழே சுருக்கமாகவும், தொடர்ந்து
விளக்கமாகவும் பார்ப்போம்.

ஐந்து படிகள்

Step 0 - ஆனந்தக் கட்டத்தைப் பற்றிய புரிதல்

- இயல்பான ஆர்வங்கள் மற்றும் ஆனந்தக் கட்டங்கள் பற்றி நீங்கள் இப்போது புரிஞ்சுகிட்டு இருப்பீங்க என்று நம்புறேன். இந்த விசயம் தெரிஞ்ச பிறகு உங்க பலம், பணியாளர்களின் பங்களிப்புகள் பற்றிய உங்க கண்ணோட்டங்கள் மாறும் - நிரந்தரமா மாறும்.

- அதுமட்டும் இல்லாம, உங்க கம்பெனியில் எல்லாரும் உங்களைப் போலவே யோசிக்காம வெவ்வேறு விதமா யோசிப்பாங்க என்று இப்ப நீங்க புரிச்சுக்கிட்டிருப்பிங்க.

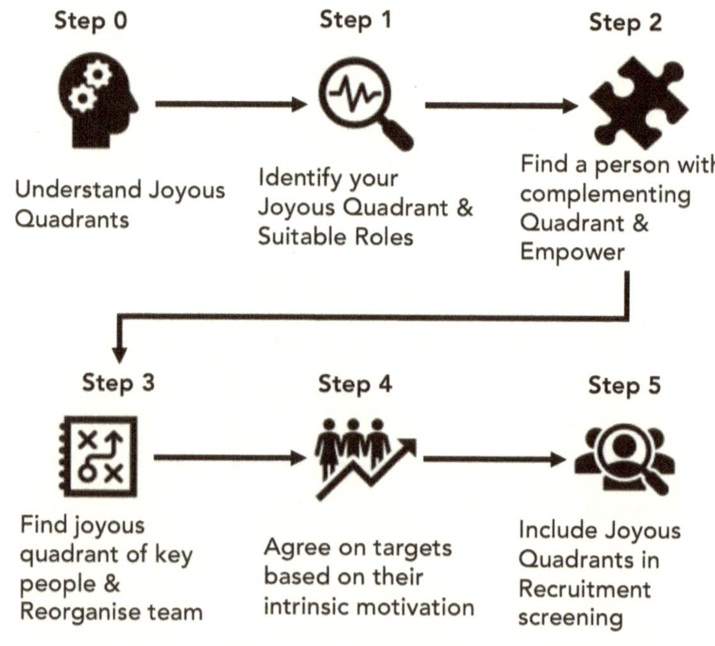

படம் 8 - ஆனந்தக் கட்டத்தைப் பயன்படுத்தும் ஐந்து படிகள்

'நாலு பேர் நாலுவிதமா யோசிப்பாங்க'.

இனிமேல் நீங்க உங்க பணியாளர்கள் கிட்ட இருக்கும் மாறுபட்ட சிந்திக்கும் திறன்களைப் பார்க்கத் தொடங்கு- வீங்க. உங்க கம்பெனியில் இருக்கிற வெவ்வேறு வேலைக- ளைப் பார்ப்பதற்கு வெவ்வேறு குணநலன்களைக் கொண்- டவங்க தேவைப்படறாங்க என்பதும் இப்ப புரிஞ்சிருக்கும். மேலும் இதுக்கப்புறம் நீங்க இன்டெர்வியூ பண்ணும்போது உங்களை மாதிரியே அவங்களும் யோசிக்கணும்னு எதிர்- பார்க்க மாட்டீங்க.

நீங்க உங்க பலத்தைப் புரிஞ்சிக்கிற அதே நேரத்தில் உங்க டீமில் இருக்கிற மற்றவங்களோட பலத்தையும் அங்கீக- ரிப்பீங்க. அதேபோல, உங்க கம்பெனியில் எந்த இடம் பலவீனமா இருக்கு, உங்களுக்கு எங்கே வெளியிலிருந்து சில உதவிகள் தேவைப்படும்னு நீங்க தெளிவா தெரிஞ்சுப்- பீங்க. தேவைப்பட்ட உதவிகளை அதற்குரியவங்க கிட்ட கேட்பதற்குத் தயங்கவும் மாட்டீங்க. உங்களுக்கு இன்னொரு விஷயமும் புரிஞ்சிருக்கும் -

நீங்க மிகப் பெரிய விஷயங்களை சாதிக்க, ஒவ்வொரு விஷயத்திலும் உங்களை விட சிறப்பான - அந்த விஷயத்தை இயல்பான ஆர்வமாகக் கொண்டவங்க உங்களோடு இருக்கணும்.

- இதை நீங்க ஒப்புக்கொள்வீர்கள் என்று நினைக்கிறேன் -

பிசினெஸ் என்பது, உங்களுக்கு விருப்பமான விஷயங்களில் எதை விற்பனை செய்ய முடியுமோ அதை -

உங்களை விட அதிகம் நேசிப்பவர்களைக் கொண்டு, இன்னும் அதிகமாக விற்பனை செய்தல்.

நாம் ஒவ்வொருவரும் பல விதங்களில் தனித்துவமான-வர்கள். ஆனால் ஒரு சில விஷயங்களில் - சில வகைப்பா-டுகளில் பலரோடு ஒத்துப் போகிறோம். ஆனந்தக் கட்டம் என்பதும் அந்தமாதிரி ஒரு வகைப்பாடு.

நாம் அனைவரும் ஏதாவது ஒரு கட்டத்தில் இருப்பவங்க கூட ஒத்துப் போவோம் - ஒரு தொழில் முனைவோரா முக்கியமான சில இடங்களில் ஒத்துப் போவோம். அதனால் ஒரு தொழில் முனைவோர் எப்படி முடிவுகள் எடுப்பார்னு அவருடைய ஆனந்தக் கட்டத்தை வைச்சு கணிக்க முடியும்.

உங்கள் ஆனந்தக் கட்டத்தைக் கண்டுபிடிப்பது மூலமா நீங்கள் உங்கள் பலத்தையும், பலவீனத்தையும் எளிதா அடையாளம் காணலாம். இப்படி பலங்களையும், பலவீனங்-களையும் தெரிந்து கொள்வதால் நீங்கள் பலவீனமடைய மாட்டீங்க. அதற்கு பதிலாக, உங்கள் பலத்தில் இன்னும் பலம் அடைஞ்சு உங்கள் பலவீனத்தைப் பற்றி அதிகம் புரிஞ்சுப்பீங்க.

இந்த விழிப்புணர்வு, உங்களுக்கு உள் அமைதியையும், சமநிலையையும் கொடுக்கும்.

Step 1 - உங்கள் ஆனந்தக் கட்டத்தைக் கண்டுபிடித்தல்

இந்த இடத்தில் நாம் இந்த புத்தகத்தோடு ரொம்ப முக்கிய-மான ஒரு மைல்கல்லைத் தொடுகிறோம்.

'உன்னை அறிந்தால், நீ உன்னை அறிந்தால் இந்த உலகத்தில் போராடலாம்'

அப்படினு பாடியிருக்காங்க. ஆனால், 'உங்களப் பத்தி உங்களுக்கு எவ்வளவு நல்லாத் தெரியும்?'னு யாரவது நம்மைக் கேட்டா நமக்கு ஒரே எரிச்சலாத்தாங்க வரும்.

என் வாடிக்கையாளர்கள் தங்கள் பணியாளர்களை இன்-டெர்வியூ எடுக்கும் போது, 'உங்களைப் பற்றி சொல்லுங்க', 'உங்களுடைய பலம், பலவீனம் என்னென்ன?', 'உங்க-ளுக்குப் பிடிச்ச விஷயங்களைப் பற்றி சொல்லுங்க' னு இவங்க கேட்கிறதும், அதுக்கு அவங்க தட்டுத்தடுமாறி பதில் சொல்றதும் வழக்கமா நடக்கிற விஷயம்தான்.

இதில் அவங்க சொல்ற பதிலவிட, கெத்தா இவங்க கேள்வி கேட்கிற சீன் இருக்கே... அதில் தொழில்முனைவோர் நல்லாத் தேறி இருக்காங்க என்று தான் சொல்லணும். சில சமயங்களில் இன்டெர்வியூ முடிஞ்சப்புறம் அதே கேள்வியை அந்தத் தொழில்முனைவோர் கிட்ட கேட்டா அவங்க பதிலும் தெளிவில்லாமத்தான் இருந்தது.

அது சரி, நம் பலம், பலவீனத்தை எப்படித் தெரிந்து கொள்வது?

1. உங்கள் உணர்வு *(feelings)* களைக் கண்காணியுங்கள்

இதுவரைக்கும் ஆனந்தக் கட்டம் பற்றியும் வெவ்வேறு விதமான சிந்தனைகள் பற்றியும், ஒவ்வொரு கட்டத்தில் இருப்பவர்களுக்கான குணாதிசயங்கள் பற்றியும் விளக்கமா பார்த்தோம்.

இதில் ஏதாவது ஒரு கட்டத்தில் நாம் பார்த்த குணாதிசயங்கள் உங்கள் குணாதிசயங்களோடு பொருந்தி வந்திருக்கலாம். அந்தக் கட்டம் உங்க ஆனந்தக் கட்டமா இருக்குமா?

ஆனால், வெவ்வேறு கட்டங்களில் பார்த்த சில சிந்தனை முறைகள் சில நேரங்களில் உங்கள் சிந்தனை முறையோடு ஒத்துப்போகலாம். உங்களுக்கு ஒன்றுக்கு மேற்பட்ட கட்டங்களின் குணாதிசயங்கள் சேர்ந்திருக்கலாம். அது மட்டுமில்லாம, நாம் விரும்பும் பர்சனாலிட்டி அல்லது மிருகம் உங்களுக்கு ஒரு குறிப்பிட்ட கட்டத்துமேல ஓர் ஈர்ப்பை ஏற்படுத்தலாம்.

அல்லது நீங்க ஒரு சில நடத்தைகளைத் தவிர்க்க விரும்பலாம் - உதாரணமா உங்களுக்கு முன்கோபம் அதிகம்னு வெச்சுக்கோங்க. நீங்க முன்கோபம் இல்லாத மாதிரிக் காட்டிக்க விரும்புவீங்க. இது இயற்கை. அப்ப முன்கோபப்படுவது ஒரு கட்டத்திற்குரிய குணாதிசயமா இருந்தால் அந்தக் கட்டத்தை நீங்க விரும்ப மாட்டீங்க.

'இல்லல, நான் இனி இந்தப் பழக்கத்தைக் கடைபிடிக்க மாட்டேன்' என்று உங்களுக்குள்ள சொல்லிக்கிட்டு அந்தக் கட்டத்தைத் தவிர்க்கப் பார்ப்பீங்க. அப்படி உங்களுக்கு நடந்தா, அந்தக் கட்டம் உங்க ஆனந்தக் கட்டமா இருக்க வாய்ப்புகள் அதிகம்.

2. உங்கள் நடத்தையைக் கவனியுங்கள்

இயல்பான ஆர்வம்கிறது ஒருவருடைய வழக்கமான சிந்தனை முறைனு சொல்லலாம். இந்த சிந்தனை முறை நம்முடைய நடத்தைகளில் பிரதிபலிக்குது.

இந்த மாதிரி உங்களுடைய ஆர்வத்தின் பாதிப்பு உங்களுக்குப் புரியலைன்னா - நீங்க சுய உணர்வோடு முடிவெடுக்கிநீங்களா அல்லது இதுபோன்ற ஆர்வங்களால் உந்தப்பட்டு முடிவுகளை எடுக்கிறீங்களான்னு புரிஞ்சுக்க முடியாது.

'நான் எப்பவும் இப்படித்தான் முடிவெடுப்பேன்'னு சொல்பவர்களால் ஏன் அந்த முடிவை எடுக்கிறார்கள்னு சொல்ல முடியாது. நீங்க இடதுகை பழக்கமுடையவர்னா உங்க கண் முன்னாடி வேகமாக நெருங்கும் பூச்சியைத் தட்ட உங்க இடது கைதான் முதலில் வரும்.

பின்னாடி நீங்க சுய நினைவோட யோசிக்கும் போது தான் எந்தக் கையை வெச்சுத் தட்டிவிட்டோம்னு பார்ப்பீங்க. நாம பார்க்கிற இயல்பான ஆர்வங்களும் அப்படிதான். இந்த இயல்பான ஆர்வங்கள் நம்ம வாழ்க்கையில் நாம் சிந்திக்க கற்றுக்கொள்வதற்கு முன்பே நமக்கு அமைந்து விடுகின்றன.

அதனால், சில குறிப்பிட்ட தருணங்களில் நீங்க எப்படி நடந்து கொள்கிறீர்கள் அல்லது எப்படி நடந்துகொண்டீர்கள் என்று உங்களுடைய நடத்தையை ஆராய்ந்து பாருங்கள். இந்த நாலு கட்டத்தில் நாம் பார்த்த யாருடனாவது உங்கள் நடத்தைகள் ஒத்துப் போகின்றனவா?

3. ரோல் மாடல்கள் யார்? குழந்தைப்பருவ ரோல்மாடல்களின் தாக்கம்

* குழந்தைப் பருவத்தில் கேட்கும் கதைகளில் இருந்தும், நம்மை பாதித்த அனுபவங்களில் இருந்தும் நாம் ரோல் மாடல்களைத் தேர்ந்தெடுக்கிறோம். பெரியவங்க குழந்தைகளுக்குப் புராணக் கதைகளை சொல்றதுக்கான காரணமும் இதுதான். சின்ன வயதில் இருந்தே குழந்தைகள் மனதில் இந்த மாதிரியான சிந்தனை முறையை உருவாக்கத்தான்.

* அதே போல பஞ்ச தந்திரக் கதைகள், அறநெறிக் கதைகள்னு நிறைய கற்பனைக் கதைகளை நாமும் கேட்டிருப்-

போம். அதுலேர்ந்து ஒரு சில குணாதிசயங்களை நாம வளர்த்துக்கிட்டு இருப்போம்.

- ஒரு குழந்தை வளரும்போது சூப்பர் ஹீரோக்களால் ஈர்க்கப்படுகிறது. இளைஞர்கள் சினிமா ஹீரோக்களை யும், பிரபலங்களையும், விளையாட்டு வீரர்களையும் பின்பற்றுகிறார்கள். காலேஜ் நாட்களில் சில பேர் அர-சியல் தலைவர்களையும், ஆன்மிகவாதிகளையும் தங்கள் ரோல் மாடலாத் தேர்ந்தெடுக்கிறார்கள்.

- வேலைக்குப் போன புதிதில் அவங்க பாஸ்; கொஞ்ச நாளில் தன் குடும்பத்தில் இருக்கும் மூத்தவர்கள் - தாத்தா, பாட்டி அப்படி பாலோ பண்ண ஆரம்பிக்கிறாங்க.

- சின்ன வயதில் நாம தேர்ந்தெடுக்கும் ரோல் மாடல் நம் சிந்தனை முறையில் ஆழமான தாக்கத்தை உண்டாக்கும். உலக விஷயங்கள் புரிவதற்கு முன்பே நல்லவன், கெட்டவன், எப்படி ஒரு ஹீரோ நல்லவங்களைக் காப்பாத்துறார், அந்த ஹீரோ எப்படி பணிவாகவும், புத்திசாலித்தனமாகவும் நடந்துக்கிட்டார் - இதுமாதிரி விஷயங்கள் மனதில் பதியுது.

- அந்தந்த கதையப் பொருத்து இந்த உலகம் நல்லதாக-வும், மோசமானதாகவும் அவங்க பார்வைக்குப் படுது. குழந்தைகளுக்கு கதை சொல்லும் பெரியவங்க அவங்க வாழ்க்கை அனுபவத்தின் படியே கதைகளின் கருத்துக்-களை பதிய வைப்பாங்க.

- பணம், தொழில், மணவாழ்க்கை இப்படிப் பல விஷயங்-களில் தங்களுக்குள்ள இருக்கிற ஆழமான சிந்தனை முறைகளையும், கண்ணோட்டத்தையும் மாத்திக்க முடி-யாமத் தவிக்கிற பல பேர நாம பார்த்திருப்போம்.

பிந்தைய ரோல் மாடல்கள்

* வாழ்க்கையில் எல்லாம் நல்ல மாதிரி போய்க்கிட்டு இருக்-
கும்போது, நமக்கு விருப்பமான சிந்தனை முறைகளை
வெளிப்படுத்துற கேரக்டரை நாம் ரோல் மாடலா எடுத்-
துப்போம்.

* ஒருவர் தேர்ந்தெடுக்கிற ரோல் மாடலை வெச்சு அவர்
வாழ்க்கையில் எதைத் தேடிக்கிட்டு இருக்கார்னு
சொல்லிட முடியும். வாழ்க்கையில் சில முடிவுகளை
எடுக்கமுடியாம நீங்க கஷ்டப்பட்டுட்டு இருந்தா,
தைரியமா முடிவெடுத்து, அட்டகாசமா ஒரு விஷயத்தை
செய்து முடிக்கிற ஹீரோவை உங்க மாடலாத் தேர்ந்தெ-
டுப்பீங்க.

அதேசமயம் நீங்க அந்த காலகட்டத்தில் அமைதியைத்
தேடிட்டு இருந்தா, பல ஆர்பாட்டங்களுக்கு மத்தியில்
அமைதியா இருக்கிற ஒரு கதா பாத்திரத்தைத்தான் மாடலா
ஏற்றுக் கொள்வீர்கள்.

அப்படிப் பார்க்கும்போது, முப்பது வயதுக்கு அப்புறம் நீங்க
தேர்ந்தெடுக்கிற ரோல் மாடல்கள் உங்களிடம் இல்லாத
அல்லது நீங்கள் அடைய விரும்புகிற குணாதிசயத்தை
உணர்த்தும். சில நேரங்களில் அந்த மாதிரி குணாதிசயம்
இல்லாம இருக்கிறது உங்களுடைய பலவீனமாகவும்
இருக்கலாம். அதன் மூலமா உங்களுடைய ஆனந்தக் கட்டத்-
துக்கு எதிர்கோணக் கட்டத்தை (diagonally opposite
quadrant) சுலபமா கண்டுபிடிக்கலாம்.

வேற ஒரு எளிமையான வழி

www.joyq.in வெப்சைட்டுக்குப் போங்க. அங்க இந்த டெஸ்ட், அதற்கான கேள்வி பதில்கள் உங்களுக்கு ஆன்லைனில் கிடைக்கும். டெஸ்ட் முடிச்ச உடனே உங்களுக்கு ரிப்போர்ட் வந்திடும்.

உங்க ஆனந்தக் கட்டத்தின் அடிப்படையில் உங்களுக்கான வேலையை எப்படித் தேர்ந்தெடுக்கிறதுன்னு அடுத்த அத்தியாத்துல விரிவாப் பார்ப்போம்.

Step 2 - உங்களை பலப்படுத்தக் கூடிய கட்டத்தையும் அதற்கான சரியான ஆளையும் கண்டுபிடித்தல்

இந்த நான்கு பர்சனாலிட்டிகளின் அடிப்படை இரண்டு மாறுபட்ட குணாதிசயங்களின் கலவை ஆகும். அதனால் ஒரு கட்டத்தில் ரொம்ப ஸ்டராங்கா இருப்பவங்க இன்னொரு கட்டத்தில் பலவீனமா இருப்பாங்க. இது இயற்கை. உங்கள் பலவீனத்தில் கவனம் செலுத்துவதற்கு பதிலா, அந்தக் கட்டத்தில் பலமா இருக்கிற ஒருத்தரை நீங்க பயன்படுத்திக்கலாம்.

இதைப் பற்றி விரிவா 8வது அத்தியாயத்துல பேசுவோம்.

Step 3 - உங்கள் முக்கியமான மேனேஜர்களின் ஆனந்தக் கட்டத்திற்கு ஏற்ற வேலைகளை அவர்களுக்குக் கொடுத்தல்

ஒவ்வொருவரின் ஆனந்தக் கட்டத்திற்குத் தகுந்த வேலைகளை அவர்களுக்குத் தரும்போது அவர்கள் வேலைகளை மகிழ்ச்சியாகவும் மனநிறைவுடனும் செய்வார்கள். இயல்பான ஆர்வங்களைப் பயன்படுத்தி பெரிய பயன-

டைய இதுதான் முதல் படி. அதேபோல் ஆனந்தமான நிறு-வனமாக உங்கள் நிறுவனம் வளரவும் இதுவே ஆரம்பம். இதை ஒன்பதாவது அத்தியாயத்துல பார்க்கலாம்.

Step 4 - மேனேஜர்களின் உள்ளார்ந்த ஆர்வத்தின் அடிப்படையில் இலக்குகளை வரையறுத்தல்

அவரவர்களின் மன விருப்பத்திற்கு ஏற்ற மாதிரியான வேலைகளில் மேனேஜர்கள் ஈடுபடும்போது அவங்ககிட்ட ஒரு புது சக்தியை உங்களால் பார்க்க முடியும்.

அந்த நிலையை அடைஞ்சதும், உங்க நிறுவனத்தின் value proportionஜயும் உங்களுடைய நோக்கத்தையும் (vision) அவங்களுக்கு விளக்கணும். அதுக்கப்புறம் அவங்க துறையில் அவங்களால் எந்த அளவுக்கு முன்னேற்றம் கொண்டு வரமுடியும்னு கேட்டுப் பாருங்க. அவங்க சொல்ற விஷயங்களையே அவங்களுடைய டார்கெட்டா கொடுங்க. அப்புறம் பாருங்க உங்க மேனேஜர்களோட ஆட்டத்தை.

இந்த மாற்றங்களைப் பத்தி 10வது அத்தியாயத்துல பேசப் போறோம்.

Step 5 - கம்பெனி இன்டெர்வியூ-வில் ஆனந்தக் கட்டதைப் பயன்படுத்துதல்

உங்க நிறுவனத்தில் முக்கியமான வேலைக்கு நீங்கள் ஆட்களைத் தேர்வு செய்யும் போது அவர்களின் ஆனந்தக் கட்டத்தையும் தெரிந்துகொள்ளுங்கள்.

ஆன்லைனில் www.joyq.in என்ற வெப்சைட்டில் சுலப-மான 10 நிமிட ஆன்லைன் தேர்வு மூலம் ஒருவரது ஆனந்-

தக் கட்டத்தையும் அவருக்குப் பொருத்தமான துறையையும் அறிந்து கொள்ள முடியும்.

உங்கள் கான்டிடேட்களை அவ்வாறு ஆன்லைன் தேர்வு எழுதவைத்து அவர்களின் ரிப்போர்ட்களை நீங்கள் பெறலாம். அல்லது நீங்களே உங்கள் நிறுவனத்துக்கேற்ற சில கேள்விகளைத் தொகுத்து அவர்களின் ஆனந்தக் கட்டத்தைக் கண்டுபிடிக்கலாம்.

இதற்கான கேள்விகள் என்னென்ன, அவற்றை வைத்து எப்படி ஆனந்தக் கட்டத்தைக் கண்டுபிடிப்பது என்பதுபற்றி Annexure-ல் சில உதாரணங்களோடு பார்ப்போம்.

இப்படி நீங்க தேர்வு செய்யும்போது திறமையான பணி-யாளர்கள் கிடைப்பது மட்டுமில்லாம, அவங்க தங்கள் வேலையை விரும்பி செய்யறவங்களாவும் இருப்பாங்க.

அது மட்டும் இல்லாம, அவங்க வேலையில் நீடிக்கக் கூடிய வாய்ப்புகளும் அதிகாமாகுது.

சில அடிப்படை விதிகள்

உளவியல் விதிகளின் அடிப்படையிலும், என் அனுபவத்தி-லும், ஒரு சில விஷயங்கள் இயற்கை விதிகளைப் போல மாற்றமில்லாமல் இருக்கின்றன.

Rule of thumb என்று சொல்வோமே அப்படிப்பட்ட இந்த அடிப்படை விதிகளை பல வாடிக்கையாளர்களும், நண்பர்-களும், செமினாரில் பங்கெடுத்த பலபேரும் உறுதி செஞ்சி-ருக்காங்க.

1. ஒருவருக்கு ஒரே ஒரு முதன்மையான கட்டம்தான் இருக்க முடியும்

ஒவ்வொருவருக்கும் ஒரே ஒரு கட்டம்தான் முதன்மையான கட்டமா இருக்க முடியும். உங்களுக்கு ஒரு கட்டத்தில் நல்ல ஸ்கோர் கிடைச்சாலும், அதிகபட்ச ஸ்கோர் வந்திருக்கும் ஒரு கட்டம்தான் உங்கள் முதன்மையான கட்டமா இருக்கும்.

3 அல்லது 4 மார்க் என்று ஒரு கட்டத்தில் நல்ல ஸ்கோர் இருந்தாலும் தனிப்பட்ட முறையில் அந்த ஸ்கோர்க்கு மதிப்பு ஒண்ணுமே இல்ல. ஒரு கட்டத்தோடு மற்ற கட்டங்-களை ஒப்பிட்டுப் பார்க்கத்தான் இந்த ஸ்கோர் எல்லாம் பயன்படும்.

அதேபோல், ரெண்டு கட்டங்களில் சமமான ஸ்கோர் வர வாய்ப்பு இல்லை. ஏதாவது ஒரு குணாதிசயம் தான் ஆதிக்-கம் செலுத்தும்.

2. பலம் குறைந்த கட்டம்

உங்க ஆனந்தக் கட்டத்துக்கு எதிர் கோணத்தில் (diagonally opposite) இருக்கிற கட்டம்தான் உங்களுடைய பலவீனம். உதாரணமா, 2வது கட்டம் உங்க ஆனந்தக் கட்டமா இருக்-குன்னு வைங்க. அப்ப 3வது கட்டம் தான் உங்களுடைய பலவீனமான பகுதி. நீங்க 2வது கட்டுக்கான வேலைகளை பிரமாதமா செய்யும் அதே நேரத்தில் உங்களால 3ம் கட்-டத்து வேலைகளை சுமாராகத்தான் செய்ய முடியும்.

இந்த பலவீனத்தை ஏற்கனவே புரிஞ்சுகிட்டு நீங்க அதில் கவனம் செலுத்தி இருந்தாலும் அதை திருப்திகரமா செய்ய முடியுமே தவிர ரொம்ப சிறப்பாக, உங்களுக்கு உள்ளார்ந்த சந்தோஷம் தரக்கூடிய வகையில் செய்ய முடியாது.

முதலில் உங்க வீக்னெஸை சரி பண்ணணுமா அல்லது உங்க பலத்தில் கவனம் செலுத்தணுமா என்பதுதான் கேள்வி. உங்க பலவீனமான கட்டத்தை ஆனந்தக் கட்டமாக் கொண்ட ஒருவரின் உதவியோடு இதை சுலபமா சமா- ளிக்கலாம். இதைப் பற்றி இன்னும் விளக்கமா எட்டாவது அத்தியாயத்தில் பார்ப்போம்.

3. ஒடுக்கப்பட்ட திறன்

சாதாரண சூழலில் ஒரு சராசரி நபர் எந்த ஒரு கட்டத்திலும் அரை மதிப்பெண்ணுக்குக் கீழ் எடுக்கமாட்டார். அப்ப- டின்னா, எல்லாருக்குமே எல்லா கட்டத்துலயும் குறைஞ்ச பட்சம் பத்துக்கு ஒரு மதிப்பெண்ணாவது கிடைக்கும் - குறைந்தபட்ச திறனாவது இருக்கும்னு அர்த்தம்.

அப்படி ஒரு மதிப்பெண்ணுக்கு குறைவா எடுத்தால் அந்த கட்டத்துக்குரிய திறன் அல்லது வேலையின் மேல் ஓர் ஆழமான வெறுப்போ, அவநம்பிக்கையோ நமக்கு இருக்கு என்று அர்த்தம். இந்த மாதிரி ஒரு தவறான எண்ணத்தை நம் பெற்றோர், ஆசிரியர்கள், உடன் பிறந்தோர் அல்லது நண்பர்கள் யாராவது நம்ம மேல திணிச்சிருப்பாங்க.

4. ஒரு கட்டத்திலிருந்து மற்றொரு கட்டத்திற்கு மாற்றிக்கொள்ள முடியுமா?

உங்களுடைய ஆனந்தக் கட்டத்திலிருந்து வேறொரு கட்டத்திற்கு மாறுவது சுலபமா நடக்கிற வேலை இல்ல. சாத்தியமே இல்லைன்னும் சொல்ல முடியாது. மாத்திக்க முடியும்; ஆனால் அதுக்கு தொடர் சிந்தனையும் முயற்சியும் தேவை.

அதேசமயம், இன்னைக்கு இருக்கும் காலகட்டத்துல, அப்படி ஒரு முயற்சி எடுக்கவேண்டிய தேவை இல்லைனு நினைக்கிறேன். அந்த அளவுக்கு சிரமப்படாம சுலபமா அந்தத் தேவையை சமாளிக்கலாம்.

அத்தியாயம் 7

உங்களுக்கு ஏற்ற வேலை

ஒரு சிறு நிறுவனம் சின்னதாகவே இருக்க தடைக்கற்களா நாம் ஏழு காரணங்களைப் பார்த்தோம். அதில் ஆனந்தக் கட்டத்தைப் புரிந்துகொள்வதன் மூலமா கீழ இருக்கும் ரெண்டு பிரச்சினைகளையும் எப்படி சமாளிப்பதுன்னு இந்த அத்தியாயத்தில் பார்க்கலாம்.

1. கச்சிதமா இயங்கக்கூடிய ஒரு நிர்வாகக் கட்டமைப்பு இல்லாமல் இருத்தல் - நிறுவனத்தில் ஒவ்வொரு பத-விக்குமான வேலைகள் மற்றும் கடமைகளை வரைய-றுக்காமல் இருத்தல், மற்றும்

2. ஒரு தொழில் முனைவோர் அவருடைய மற்றும் பணி-யாளர்களின் ஆனந்தக் கட்டத்தைப் புரிந்து கொள்ளா-மல் இருத்தல்.

கச்சிதமான ஒரு நிர்வாகக் கட்டமைப்பை உருவாக்குவது ஒரு பெரிய சப்ஜெக்ட். ஆனாலும் மிக முக்கியமான சில விஷயங்களை இங்க விவாதிப்போம். அப்பத்தான் உங்களுக்கு பிடிச்ச வேலையை ஏன் தேர்ந்தெடுக்கணும், நீங்க அந்த வேலையை மட்டுமே ஏன் செய்யணும்னு புரிஞ்சுக்க முடியும்.

சரி. ஒரு சிறு நிறுவனத்தில் எத்தனை துறைகள் - அதாங்க டிபார்ட்மென்ட்கள் - இருக்கணும்? அவை என்னென்ன?

இந்தக் கேள்விகளுக்குக் பதில் கண்டுபிடிக்கிறதுக்கு முன்னாடி ஒரு பிசினெஸ் எப்படி நடக்குது என்று நாம புரிச்சுக்கணும்.

தொழில் நடக்கும் விதம் (பிசினெஸ் சுழற்சி)

வாடிக்கையாளரின் தேவையைத் தெரிந்து கொள்வதுதான் தொழில் முனைதலின் முதல் படி.

நம்மைச் சுற்றி இருக்கும் வாய்ப்புள்ள வாடிக்கையாளர் (prospects) யார், அவரது தேவை என்ன என்பதைப் புரிந்-துகொண்டு நாம் அவர்களுக்கான ஒரு தீர்வை வடிவமைக்-கிறோம்.

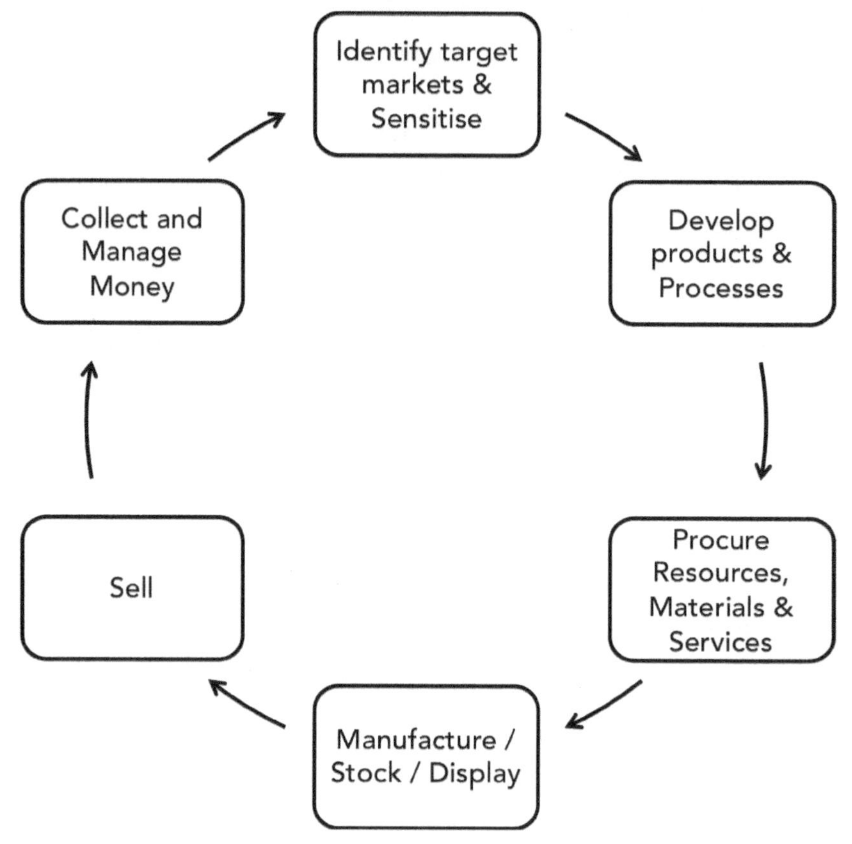

படம் 9 - பிசினெஸ் சுழற்சி

அப்புறம், இருக்கும் வேலைகளை சீராகச் செய்ய சில செயல் முறைகளை உருவாக்குகிறோம். அதே நேரம் அந்தத் தொழிலை நடத்தத் தேவையான எந்திரங்கள், கட்டடம், பொருட்கள் மற்றும் பிற உள்ளீட்டு வளங்களை வாங்குகிறோம்.

பிறகு நமது பிசினெஸ் மாடலுக்கு ஏற்ப நாம் ஒரு பொருளை உற்பத்தி செய்கிறோம் அல்லது கொள்முதல் செய்து வைக்கிறோம் அல்லது பார்வைக்கு வைக்கிறோம்.

அதுக்கப்புறம் தான் வியாபாரத்தின் மூச்சுக் காற்றான விற்பனையும் அதை சார்ந்த விஷயங்களும் நடக்கின்றன.

நம்முடைய செலவுகளும் அதன் மேல் லாபமும் தரக்கூடிய விலைக்கு விற்பனை செய்த பிறகு, வாடிக்கையாளர்களிடம் நாம் பணத்தைப் பெறுகிறோம்.

இதுதான் பொதுவான வியாபார சுழற்சி. இந்த சுழற்சியைத் தக்கவைக்க நம் நிறுவனத்துக்கு சில துறைகள் முக்கியமாத் தேவைப்படுகின்றன.

அப்படி ஒவ்வொரு துறையும் வாடிக்கையாளர்களின் திருப்-தியிலும், தங்களது திறனை வளர்ப்பதிலும் கவனம் செலுத்த வேண்டும். அப்போதுதான் ஒரு நிறுவனம் தொடர்ந்து வெற்றியும், லாபமும் ஈட்டமுடியும்.

அப்படியென்றால் ஒரு சிறு நிறுவனத்தில் எத்தனை துறைகள் தேவைப்படும்?

ஒரு நிறுவனத்தின் ஏழு தூண்கள்

பின்வரும் ஏழு துறைகளைத்தான் ஒரு நிறுவனத்தின் தூண்களாகக் கருதுகிறேன். உங்கள் நிறுவனம் எவ்வளவு சிறியதாக இருந்தாலும், அல்லது எவ்வளவு பெரிதாக இருந்தாலும் இந்த ஏழு துறைகளும் அவசியம் தேவை.

1. சந்தைப்படுத்துதல் (Marketing) - வாய்ப்புள்ள சந்தை-களைக் கண்டுபிடித்தல், வாய்ப்புகளை உருவாக்குதல், தேர்ந்தெடுத்த சந்தையில் நம் நிறுவனத்தின் அடையா-ளத்தை நிலைநாட்டுதல்.

2. புதிய பொருள் உருவாக்கம் & செயல்முறை மேம்பாடு
    (New Product and Process Development) - வாடிக்கை-
    யாளர்களின் மாறிவரும் தேவைகளைக் கண்டறிந்து
    அதற்கேற்ற பொருட்களை வடிவமைத்து உருவாக்குதல்,
    வணிக செயல் முறைகளைத் தொடர்ந்து மேம்படுத்துதல்

3. மக்கள் மேம்பாடு (People Development) - சரியான
    பணியாளர்களைத் தேர்ந்தெடுத்து பணியமர்த்துதல்,
    தொழில் முன்னேற்றத்துக்கும் சந்தை மாற்றத்துக்கும்
    ஏற்றமாதிரி அவர்களைத் தொடர்ந்து மேம்படுத்துதல்,

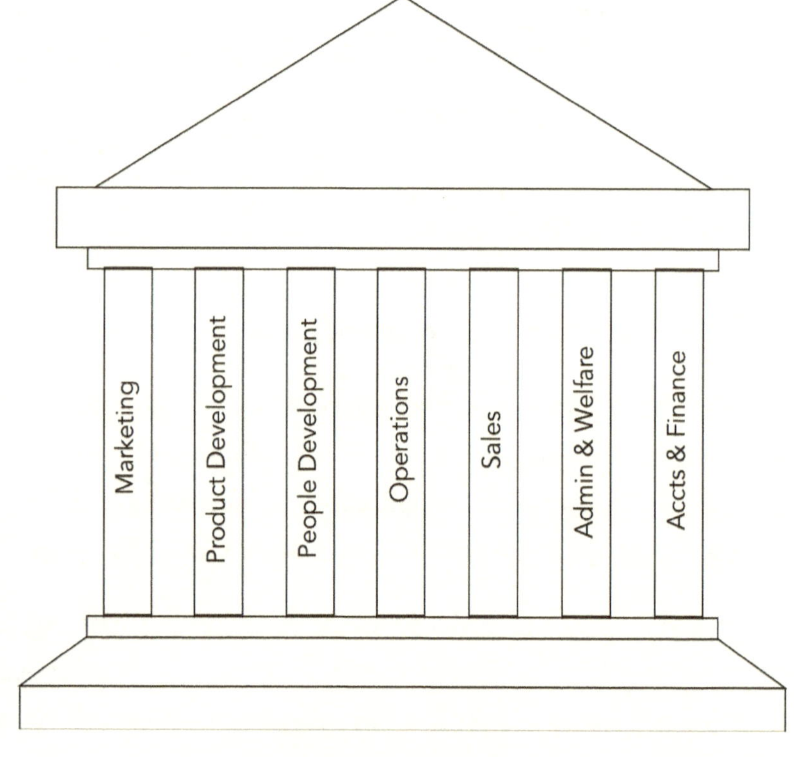

படம் 10 - ஒரு நிறுவனத்தின் ஏழு தூண்கள்

4. செயலாக்கம் (Operations) - சரியான உள்ளீட்டுப் பொருட்களை வாங்குதல், வணிகத்தின் பல்வேறு நடைமுறைகளில் அவற்றைப் பாதுகாத்தல், திட்டங்களுக்கு ஏற்ற வகையில் பொருட்களை உற்பத்தி செய்தல் (for Manufacturing), வாடிக்கையாளர்களுக்குப் பொருள் அல்லது சேவையை வழங்குதல், பொருள் அல்லது சேவையைக் கொண்டு சேர்த்தல்,

5. விற்பனை (Sales) - வாடிக்கையாளரை வரவழைத்து அல்லது அவர்களைத் தேடிச் சென்று விற்பனை செய்தல்,

6. நிர்வாகம் மற்றும் பணியாளர் நலன் (Admin and People Welfare) - நிறுவனத்தின் தடையற்ற செயல்பாட்டுக்குத் தேவையான வசதிகளை வழங்குதல் மற்றும் அவற்றைப் பாதுகாத்தல். மேலும் பணியாளர்களின் தேவைகளையும், வசதிகளையும் பூர்த்தி செய்தல்.

7. கணக்கு, நிதி மற்றும் கட்டுப்பாடு (Accounts, Finance and Control) - கணக்கு பரிவர்த்தனைகள், பணசுழற்சி மற்றும் வரவு செலவுகளைத் திட்டமிடுதல், கண்காணித்தல் மற்றும் கட்டுப்படுத்துதல்.

செயலாக்கம் மற்றும் விற்பனைத் துறைகளின் வேலைகள் ஒரு கம்பெனியிலிருந்து இன்னொரு கம்பெனிக்கு மாறுபடும். உதாரணமா, உற்பத்தி சார்ந்த ஒரு கம்பெனியில் செயலாக்கத் துறையானது, உற்பத்தி, தர உறுதி, எந்திரப் பராமரிப்பு, பர்ச்சேஸ், ஸ்டோர்ஸ், மற்றும் சரக்குக் கையாளுதல் போன்ற பணிகளுக்குப் பொறுப்பாக இருக்கும். அங்கு உற்பத்தி மேலாளரே செயலாக்கத் துறைக்குத் தலைவரா இருக்கலாம்.

ஆனால், ஒரு ரிடைல் கம்பெனியில், சேமிப்புக் கிடங்கு, சரக்கு கையாளுதல் போன்ற பணிகள் ஆபரேஷன்ஸ் துறைக்கு ஒப்படைக்கப்படும்.

ஒரு ரிடைல் கம்பெனியில் பர்ச்சேஸ் துறை R&D துறையாக செயல்படும். வாடிக்கையாளருக்கு என்ன வேண்டும், அதில் புதிதாக என்ன வந்திருக்கிறது, அவை எங்கே கிடைக்கும் என்று தேடிச் செல்ல வேண்டிய வேலை இவர்களுடையது.

அதேபோல, விற்பனைத்துறையானது உற்பத்தி நிறுவ-னத்துக்கும் ரிடைல் நிறுவனத்துக்கும் மாறுபடும். உதார-ணமா, உற்பத்தி சார்ந்த ஒரு நிறுவனத்தில் ஆபரேஷன்ஸ் துறை விற்பனைத் துறையை விட பெரிசா இருக்கும். ஆனால், ரிடைல் நிறுவனத்தில் விற்பனைத் துறைதான் ரொம்ப பெரிசா இருக்கும்.

மேலும் ஒரு B2B நிறுவனத்திற்கும் B2C நிறுவனத்திற்கும் விற்பனை மற்றும் ஆபரேஷன்ஸ் துறைகளின் அமைப்பு மாறுபட்டிருக்கும்.

சீரான ஓட்டம்

ஒரு சிறு நிறுவனத்தை நடத்துவது என்பது சைக்கிள் ஓட்டுற மாதிரிதான். உங்க எதிரில் ஒரு சைக்கிள் இருப்பதாகற்பனை செய்து கொள்ளுங்கள். அதன் ஒவ்வொரு சக்கரத்திலும் 3 ஸ்போக்ஸ் கம்பிகள் இருக்கு.

முன் சக்கரத்தில் இருக்கும் ஸ்போக்ஸ் கம்பிகள் - மார்க்கெட்டிங், புதிய பொருள் மற்றும் செயல்முறை மேம்பாடு & மக்கள் மேம்பாடு.

பின் சக்கரத்தில் - ஆபரேஷன்ஸ், விற்பனை, அட்மின் மற்றும் பணியாளர் நலன்.

நிதி நிர்வாகிகம் அந்த சைக்கிளின் கைப்பிடியா (handlebar) இருக்கு.

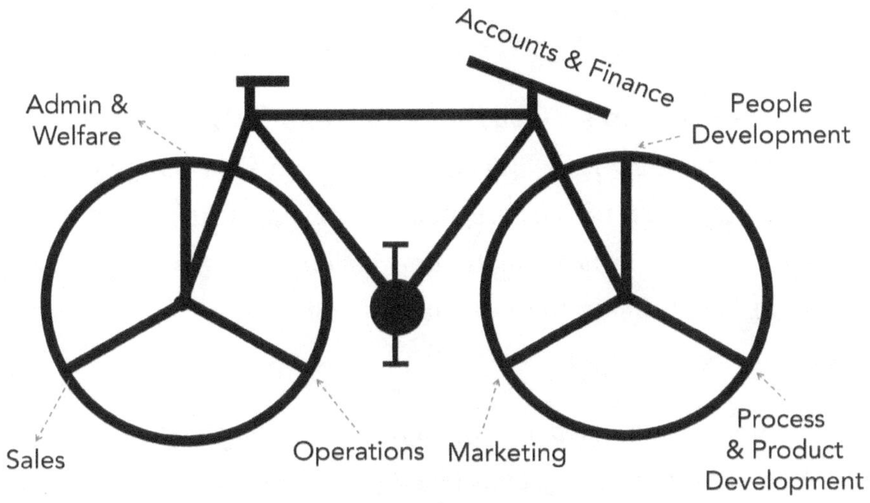

படம் 11 - ஒரு நிறுவனம் என்ற சைக்கிள்

இப்படி இந்த ஏழு துறைகளும் சேர்ந்து ஒரு நிறுவனம் தன் கனவை நோக்கிய பயணத்தில் வேகமாகவும், சீராகவும் பயணிக்க உதவி செய்கின்றன.

ஒரு லகுவான சைக்கிள் ஓட்டத்துக்கு அதன் எல்லா ஸ்போக்ஸ்களும் சம அளவா இருக்கணும்; இல்லைன்னா அந்தப் பயணம் எப்படி இருக்கும்னு யோசிச்சுப் பாருங்க. அதே போல ஒரு நிறுவனத்தின் சீரான முன்னேற்றத்துக்கு இந்த ஏழு துறைகளுக்கும் போதிய முக்கியத்துவம் வேணும்.

தொழில்முனைவோர் ஒரு குறிப்பிட்ட துறையில் அதிக கவனம் செலுத்திட்டு மற்ற துறைகளைக் கண்டுக்காம

விடும்போது அந்த சைக்கிள் பயணம் ரொம்ப கஷ்டமாத் தான் இருக்கும்.

பல நிறுவனங்கள் ஒற்றை சக்கரத்த மட்டும் வெச்சு வண்டிய ஓட்டிக்கிட்டு இருப்பாங்க. மார்க்கெட்டிங் சிறப்பா இருக்கிற நிறுவனத்தில் ஆபரேஷன்ஸ் சிறப்பா இருக்காது; விற்பனை நல்லா இருக்கும் இடத்தில், புது பொருட்களுக்கான தேடலே இருக்காது... இந்தமாதிரி பல உதாரணங்கள்.

ஒற்றை சக்கரத்தை வெச்சுகிட்டு சைக்கிளில் எவ்வளவு தூரம் போகமுடியும்? அல்லது ஒரு சக்கரத்தைப் பூட்டி வெச்சுகிட்டு எப்படி வண்டியை ஓட்டமுடியும்? காலையில் இருந்து மாலை வரைக்கும் சைக்கிளை மிதிச்சாலும் அது ஒரு இன்ச் கூட நகராது - அப்படிதான் ஒரு கம்பெனி தேக்க நிலையை அடையுது.

தன் நிதி நிர்வாகத் துறையில் இருந்து சரியான யோசனைகளும், கட்டுப்பாடுகளும் கிடைக்காத நிறுவனம் - ஹாண்டில்பாரே இல்லாத சைக்கிள் மாதிரி - அல்லது ஸ்டேரிங்வீல் இல்லாத கார் மாதிரி. அது தன் இலக்கை நிச்சயமா அடைய முடியாது. அந்த வண்டி ரொம்ப வேகமா போகலாம், ஆனா எங்க எப்ப போய் முட்டிகிட்டு நிக்கும்னு சொல்ல முடியாது.

ஒருவருடைய ஆளுமையும் நிர்வாகப் பங்களிப்பும்

ஒரு நிறுவனத்துக்கு ஏழு துறைகள் ஏன் அவசியம்னு பார்த்தோம். இப்ப ஒவ்வொரு துறையின் பங்களிப்பு என்ன, அந்தப் பங்களிப்ப சிறப்பா வழங்க அந்தத் துறைத்

தலைவர்களுக்கு என்ன ஆளுமைகள் இருக்கணும்ம்னு பார்ப்போம்.

மார்கெட்டிங் மேனேஜர்

முக்கியப் பங்களிப்புகள்

1. புதிய வாய்ப்புள்ள சந்தைகளைக் கண்டறிதல்

2. வாய்ப்புள்ள வாடிக்கையாளர் பிரிவுகளையும், வாடிக்கையாளர் களையும் கண்டறிதல்

3. இலக்காக வரையறுக்கப்பட்ட சந்தையில் தன் நிறுவனத்தின் பிராண்ட் மற்றும் விற்பனைப் பொருட்களுக்கான visibilityயை உருவாக்குதல்

4. வாய்ப்புள்ள வாடிக்கையாளர்களை சந்தித்தல் மற்றும் அவர்களுடன் வணிகத் தொடர்பை ஏற்படுத்துதல்

ஆளுமைகள்

புதிய சந்தைகளைத் தேடுவது, அங்கு நுழைவது, புதிய வாடிக்கையாளர்களைக் கண்டறிந்து சந்தித்துப் பேசுவது, முன்பின் அறிமுகம் இல்லாதவர்களிடம் பேசுவது, ஒரு கூட்டத்தில் தன் கருத்துக்களை தைரியமா எடுத்து சொல்வது, மற்றவங்க கவனத்தை ஈர்ப்பது, தன் இடத்தை நிலைநாட்டுவது இதெல்லாம் ஒரு மார்கெட்டிங் தலைவரின் அன்றாட வேலைகளா இருக்கும். இவர் போகும் இடங்களில் கடுமையான போட்டியும் இருக்கலாம். இவர் அந்தப் போட்டிகளை சமாளிச்சு தன் இடத்தை ஜெயிக்கணும்.

அதனால் அவருக்கு எதையும் புதுமையா யோசிக்கிற திறனும், சமயோசித புத்தியும் அவசியம். புது சந்தையில்

அறிமுகமில்லாதவர்களை சந்திச்சு பேசணும் - இதெல்லாம் பெரும்பாலும் தனியாகவே செய்யணும். அதனால், தன் வழியில் தடையா வர்ற விஷயங்களை - கஸ்டமர் முடிவெடுக்க தாமதிப்பது, இழுத்தடிப்பது, தன் கெத்தைக் காட்டுவது - இதுபோன்ற விஷயங்களை சமாளிச்சு, உடைச்சு வெற்றி பெறக் கூடிய ஒரு திறமை அவருக்குத் தேவைப்படுது.

ஒரு முரட்டுத்தனமான வேகமும், வேட்டைக்காரனுடைய முயற்சியும், புது இடங்களைத் தேடிக் கால் பதிக்கக்கூடிய ஒரு தீராத தேடலும் அவருக்கு அவசியம்.

அவர் ஒரு சிறந்த பேச்சாளராகவும் (மேடைப்பேச்சாளரா இருக்கணும்ணு இல்ல), தன் சிந்தனைகளை ஈஸியா அடுத்தவங்களுக்குப் புரிய வைக்கும் இயல்பு கொண்டவராகவும், கேட்பவர்களின் ஆர்வத்தைத் தூண்டி அவர்களுடைய கனவுகளுக்கு உயிர் தரக்கூடியவராவும் இருக்கணும். தன்னைப் பற்றியும், தன் நிறுவனத்தைப் பற்றியும் அவருக்குள் ஓர் உயர்வான மதிப்பீடு இருக்கணும். மற்றவங்க மத்தியிலும் அதை நிலைநாட்டணும்.

இப்ப உங்களுக்குப் புரிஞ்சிருக்குமே... எந்தக் கட்டத்தில் இருப்பவர்கள் இதற்கு செட் ஆவாங்கன்னு! ரொம்ப சரி - முதல் கட்டம் - ஒரு சிங்கம். உங்க கம்பெனிக்கு உண்மையிலேயே மார்கெட்டிங் சிறப்பா இருக்கணும்னா உங்க மார்கெட்டிங் தலைவர் முதல் கட்டத்துக்காரரா இருக்கணும்.

விற்பனைப் பிரிவுத் தலைவர்

ஒரு நல்ல மார்கெட்டிங் மேனேஜர் விற்பனைப் பிரிவிலும் சிறப்பா செயல்படுவார்னு பலபேர் நினைக்கிறோம்.

'மேனேஜர் - மார்கெட்டிங் அண்ட் சேல்ஸ்' என்று பலபேரை நாமும் பார்த்திருப்போம்.

ஆனால் இந்த ரெண்டு துறைகளும் ஆழமாக வேறுபடு-கின்றன. ஒரு விற்பனைத் துறைத் தலைவருக்கான ஆளு-மையைப் பார்க்கும்போது இது உங்களுக்கே புரியும்.

விற்பனைத் துறைத் தலைவரின் முக்கியப் பங்களிப்புகள்

1. வாய்ப்புள்ள வாடிக்கையாளர்களிடம் விற்பனையை முடித்தல்,

2. தற்போதிருக்கும் வாடிக்கையாளர்களிடம் இன்னும் அதிகமாக விற்பனை செய்தல்,

3. அவர்களிடம் நல்லுறவை வளர்த்தல், அவர்களைத் தக்க வைத்தல், மற்றும்

4. குறித்த நேரத்தில் விற்பனைக்கான பணத்தைப் பெறு-தல்.

ஆளுமைகள்

மார்கெட்டிங் தலைவரைப் போல, ஒரு விற்பனைத் தலைவர் புதுப்புது இடங்களுக்குப் போகவோ, புதுப்புது வாய்ப்புள்ள வாடிக்கையாளர்களை சந்திக்கவோ தேவையில்லை.

அவருடைய முக்கிய வேலையே இருக்கும் சந்தையில் இருக்கும் வாடிக்கையாளர் பிரிவை முழுமையாக கவர் செய்வதுதான். ஒவ்வொரு வாடிக்கையாளரிடமும் நட்பு-றவை பலப்படுத்துதல் அவருடைய குறிக்கோளாக இருக்க-வேண்டும்.

வாடிக்கையாளர்களிடம் நன்மதிப்பையும், நம்பகத் தன்மை-யையும் நிலை நாட்டணும். மேலும் எப்போதும் இந்த குணநலன்களை அவர் பிரதிபலிக்கணும். ஒரு கஸ்டமரின் தேவையை அவருடைய பக்கத்திலிருந்து புரிஞ்சுக்கணும். இதைத்தான் இங்கிலிஷில் 'emphathise with customers' னு சொல்லுவாங்க.

வாடிக்கையாளர் இவரைத் தங்கள் well-wisherஆ பார்க்க-ணும். உண்மையில் இவர் அவங்களுக்கு well-wisherஆ நடந்துக்கணும். சந்தையைப் பற்றியும், போட்டியாளர்கள் பற்றியும் இவர் ஆழமா தெரிஞ்சு வச்சுக்கணும். அப்போது-தான் கஸ்டமருக்கு எது சரியான சாய்ஸ்னு எடுத்துசொல்ல முடியும்.

இந்த ஆழமான அறிவும், வாடிக்கையாளர் பற்றிய புரித-லும் இவரை நல்ல negotiatorஆக ஆக்குகின்றன. இவர் பெரும்பாலும் win-win முறையிலேயே விற்பனை செய்வார்.

கஸ்டமர் மேல் இருக்கிற அக்கறையில் அவங்களுடைய முக்கியமான நாட்களை - பிறந்த நாள், திருமண நாள் போல - நியாபகம் வெச்சு வாழ்த்து சொல்வார். இந்த உண்மையான அக்கறையினால் அவர் தன் பொருட்களை வாடிக்கையா-ளர்களிடம் எப்பவும் திணிக்க மாட்டார். அவங்களுக்கு எது நல்லதோ அதைத்தான் செய்யச் சொல்வார். அதனாலேயே கஸ்டமருக்கு அவர்மேல மரியாதை கூடும்.

மூன்றாவது கட்டத்தில் இருப்பவர்களைத் தவிர வேற யாரும் இதனை இயல்பாவும், சிறப்பாவும் செய்திட முடியாது.

புதிய பொருள் உருவாக்கம் & செயல்முறை மேம்பாடு பிரிவுத் தலைவர்

சிறு நிறுவனங்களின் மிகப் பெரிய ஒரு குறைபாடு - புதிய பொருள் மேம்பாடு என்ற ஓர் துறையே இல்லாமல் இருப்பது. இதை நான் ஊனம் என்று கூட சொல்வேன். வாடிக்கை-யாளர் தேவைகள் மாறிக்கொண்டே இருக்கும் இன்றைய சந்தையில், அவர்களை நாம் பின்தொடர்ந்து போனால் மட்டுமே வெற்றிபெற முடியும். இல்லை என்றால், நாம் பிழைத்திருக்க வேறு ஒரு வெற்றிபெற்ற நிறுவனத்தின் பொருட்களையும், சேவையையும் காப்பி அடித்துக் கொண்-டிருக்க வேண்டியதுதான்.

முக்கியப் பங்களிப்புகள்

1. வாடிக்கையாளரை நன்கு அறிந்து அவர்களின் தேவை-களைப் புரிந்துகொள்ளுதல்,

2. அவர்களின் தேவைக்கு ஏற்ப புதிய பொருட்கள் / சேவையை உருவாக்குதல்,

3. வாடிக்கையாளருக்கு நாம் அளிக்கும் பொருள் அல்லது சேவையின் பயனை மேலும் மேலும் அதிகரித்தல் மற்றும்

4. வியாபார செயல் முறைகளைத் தொடர்ந்து மேம்படுத்-துதல்.

ஆளுமைகள்

இந்தத் துறைக்கானவர்கள் சிறந்த ஆராய்ச்சியாளர்கள். அவர்களுக்குள் இருக்கும் தேடலும், எதையும் தோண்டித் துருவிப் பார்க்கும் குணமும் அவர்களைப் புதுமைகளை

நோக்கியும், ஒவ்வொரு முறையும் ஒரு புதிய உக்தியைக் கண்டுபிடிக்கவும் இயக்கிகிட்டே இருக்கும்.

சில நேரங்களில் அவர்களுடைய தீர்வு யதார்த்தத்துக்கு அப்பாற்பட்டும் இருக்கும். அவங்களுக்கே இந்த விசயம் தெரிஞ்சாலும் அதைப் பற்றி பெரிசா எடுத்துக்க மாட்டாங்க. அவங்க தேடல் கம்பெனியின் தேடலுடன் சேர்ந்து இருந்தா பல விந்தைகளை நடத்த முடியும்.

வாடிக்கையாளர்களின் தேவைகளை அவங்க முன் கூட்டியே தெரிஞ்சுக்கணும். அதுக்கேத்த பொருட்களை இப்போதிலிருந்தே வடிவமைக்கணும். அதனால் அவர்கள் எதிர்காலத்திலேயே வாழ்வது போல இருக்கும். அவர்கள் வடிவமைக்கும் பல பொருட்களுக்கு வாடிக்கையாளர்கிட்ட வரவேற்பு இல்லாமல் போகலாம். ஆனால் அதற்கெல்லாம் மனம் தளராம அவங்க போய்க்கிட்டே இருக்கணும்.

நிறுவனத்தின் செயல்முறைகளையும் வாடிக்கையாளர் தேவைகளுக்கு ஏற்ப தொடர்ந்து மாற்றி அமைச்சுக்கிட்டே இருக்கணும். அப்போதுதான் வாடிக்கையாளர்களிடம் நம் நிறுவனத்தின் மீது ஒரு நல்ல எண்ணத்தையும், எதிர்ப்பார்ப்-பையும் உருவாக்க முடியும். அப்படி என்றால் இந்தத் துறை மேனேஜர் நடைமுறையில் இருக்கும் விதிகளையும், சட்டங்-களையும் கேள்வி கேட்கக் கூடியவராகவும், அவற்றிற்கான மாற்று வழிகளைக் கண்டுபிடிக்க வல்லவராகவும் இருக்க-ணும்.

ரெண்டாவது கட்டத்தில் இருப்பவர்கள் தான் இந்த வேலைகளுக்கு ரொம்பப் பொருத்தமானவங்க.

செயலாக்கத் துறைத் தலைவர்

மிகவும் சக்தி வாய்ந்த சொல் - செயல்!

எனவே ஒரு நிறுவனத்தின் வெற்றி தோல்வியை செயலாக்கத் துறைதான் பெருமளவில் நிர்ணயிக்கிறது. செயலாக்கத் துறை சிறப்பாக இல்லாத நிறுவனத்தில் predictability என்று சொல்லக்கூடிய ஒரு நிச்சயத்தன்மை குறைகிறது. ஒரு விஷயம் சொன்னால் சொன்ன மாதிரி நடப்பது நிறுவனத்திற்குள் ஒழுக்கத்தையும், வெளியில் நிறுவனத்தைப் பற்றிய நல்ல அபிப்ராயத்தையும் ஏற்படுத்துகிறது.

முக்கியப் பங்களிப்புகள்

1. கொடுக்கப்பட்ட பொருட்கள், பணியாளர்கள், எந்திரங்கள் கட்டமைப்பு வசதிகள் போன்ற வளங்களைக் கொண்டு நிர்ணயிக்கப்பட்ட உற்பத்தி அல்லது விற்பனை அளவை அடைதல் - அதற்கான எல்லா சட்டவிதிகளுக்கும் உட்பட்டு இதனை செய்தல்,

2. சரியான நேரத்தில், சரியான தரத்தில், குறிப்பிட்ட இடத்தில் உற்பத்திப் பொருளை அல்லது சேவையை வழங்குதல்,

3. தொடர்ந்து உற்பத்தித் திறனை அதிகப்படுத்துதல்,

4. அவருக்கு கொடுக்கப்பட்ட எந்திரங்கள், உற்பத்திப் பொருட்கள் உட்பட எல்லா வளங்களையும் பாதுகாத்தல் மற்றும் பராமரித்தல்.

ஆளுமைகள்

என்ன பண்ணணும் எப்படிப் பண்ணணும் என்று தெளிவா இருப்பவர்தான் இந்த ஆபரேஷன்ஸ் மேனேஜர். திட்ட-மிட்ட வேலைகளை பிசகாமல் செய்வது, குறித்த நேரத்தில் வேலைகளை முடிப்பது என்பதெல்லாம் இவருக்குக் கைவந்த கலை.

எப்பவும் அவருக்கென்று ஒருசில விதிமுறைகளை வச்சி-ருப்பார். அதன்படியே நடந்துப்பார். ரூல்ஸ் படியே நடப்ப-தால் அவர் ஒரு சந்தர்பத்தில் எப்படி நடந்துப்பார் என்று ஈஸியா கணிக்க முடியும்.

தன் உணர்ச்சிகளைக் கட்டுப்படுத்தி, நிர்ணயித்த இலக்கை எப்படி அடையணும் என்று அவருக்குத் தெரியும். அதில் பின்தங்கிய வேலைகளைத் துரிதப்படுத்தவும், சில விஷயங்களை அவசர கதியில் செய்யும் தயங்கமாட்டார். அடுத்தவங்க தலையீடுகளால் வேலையில் தடை ஏற்படாம பார்த்துக் கொள்வார். தினசரி ஏற்படும் பின்னடைவிலி-ருந்தும், சறுக்கல்களில் இருந்தும் அவரால் வேகமா வெளிய வந்திட முடியும்.

எது எது எப்படி எப்படி இருக்கோ அதை அப்படியே கடை-பிடிக்கணும்னு நினைப்பார். ஒரு சிறிய பிசகலையோ, விதி மீறலையோ கூட அவரால ஏத்துக்க முடியாது. எப்பவும் status-quoவைப் பாதுக்காக்க நினைப்பார். ஒரு சின்ன மாற்றம் - ஒரு சின்ன சலசலப்பு வந்தாலும் உடனே அது அவர் பார்வைக்கு வந்திடும்.

தன் அதிகாதத்தைப் பயன்படுத்தி வேலைகளைத் திறம்பட செய்துமுடிப்பார். அவருக்குக் கீழே எத்தனை பேர் வேலை

செய்தாலும் அவங்க அத்தனை பேரையும் ஆளக்கூடிய திறமை அவருக்கு இருக்கும்.

இக்கட்டான சூழ்நிலைகளை இவர் ரொம்ப சுலபமா சமாளித்து விடுவார். இந்தத் திறமையும், நம்பகத்தன்மையும் இவரை கம்பெனியில் ஓர் ஆபத்பாந்தவரா ஆக்கிடும்.

ஒரு நான்காம் கட்டத்து நபர்தான் இந்தப் பொறுப்புகளை சரியா செய்ய முடியும்.

அக்கவுன்ட்ஸ் துறைத் தலைவர்

முக்கியப் பங்களிப்புகள்

1. பணசுழற்சியையும், குறித்த நேரத்தில் வரவுகள் வசூலாவதையும் உறுதி செய்தல், குறித்த நேரத்தில் சப்ளையர்களுக்குப் பணம் வழங்குதல்,

2. நிதி நிர்வாகத்தின் மூலம் நிறுவனத்தின் லாபத்தை அதிகரிக்க உதவுதல்,

3. நிறுவனம், நிதி சம்மந்தமான எல்லா சட்ட திட்டங்களுக்கும் உட்படுவதை உறுதி செய்தல்,

4. நிதி சம்மந்தமான ரிஸ்க் களை முன்கூட்டியே கணித்து அவற்றை நிவர்த்தி செய்வதற்கான வழிகளை ஆராய்தல்,

5. நிறுவனத்தின் கொள்கை முடிவுகளுக்கும், மேம்பாட்டுத் திட்டங்களுக்கும், வரவு செலவு கட்டுப்பாட்டுக்குமான தகவல்களைத் துல்லியமாகவும், சரியான நேரத்திலும் அளித்தல்.

ஆளுமைகள்

அக்கவுண்ட்ஸ் மேனேஜர் பண விஷயத்தில் ரொம்ப 'கறார்'ஆ இருப்பார். பொதுவா சக பணியாளர்களுடன் நட்புறவா இருக்க மாட்டார். தன் துறையில் இருப்பவர்களு- டன் மட்டுமே சகஜமா பழகுவார். ஆனால் அடுத்த துறைப் பணியாளர்களோடு ஓர் இடைவெளியைக் கடைபிடிப்பார்.

நிறுவனத்தின் நிதிநிலை மற்றும் முக்கியமான தகவல்க- ளை மற்றவங்களுக்குத் தெரியப்படுத்தாம இருக்கணும். அதேபோல, பணம் சம்மந்தமான விஷயங்களில் 'நெற்றிக்- கண்ணைக் காட்டினாலும்' என்பது போல ரொம்ப உறுதியா இருக்கணும். எப்பவும் விதிமுறைகளக் கடைபிடிச்சு ஆகணும். அடுத்தவங்களையும் கடைபிடிக்க வைக்கணும்.

வேலையில் தன் அனுபவத்தையும், அறிவையுமே பெரிசா நம்பி இருப்பார். தன்னைக் கேட்காத வரைக்கும் எந்த விஷயத்திலும் கருத்து சொல்ல மாட்டார்.

பொதுவா மற்றவர்களை அவர்களுடைய சூழ்நிலையில் நின்று புரிஞ்சுக்க முயற்சி பண்ண மாட்டார். இந்த குணம் அவரை சில நேரங்களில் 'ஸ்ட்ரிக்டான ஆபீசர்' மாதிரியோ 'திமிர் பிடிச்சவர்' மாதிரியோ காட்டலாம்.

அவர் தன் நண்பர்களுடன் பேசுவதைவிட நம்பர்களோடு அதிகம் பேசுவார். வேலைகளை நடத்திமுடிக்க தன் அதிகாரத்தைத்தான் நம்பி இருப்பார். அதனால் பலபேர் இவருடன் நட்பா இருக்கமாட்டங்க.

தவறுகளை சுட்டிக்காட்ட கொஞ்சம்கூடத் தயங்க மாட்டார். அதனால் வரும் பின்விளைவுகளையோ, நட்புறவில் ஏற்படும் விரிசல்களையோ பெரிசா எடுத்துக்கமாட்டார்.

Quality, maintenance மற்றும் ஸ்டோர்ஸ் துறைகளுக்கும் இதுவே பொருந்தும்.

திரும்பவும் ஒரு நான்காம் கட்டத்துப் புலிதான் இங்கு தேவைப்படுகிறார்.

மக்கள் வளர்ச்சித் துறைத் தலைவர்
(Head - People Development)

பல சிறு நிறுவனங்களைப் பார்க்கும்போது எனக்கு வேதனையைத் தரும் இன்னொரு விசயம் - HRD துறையை அவங்க பயன்படுத்தும் விதம். 'பணியாளர்கள்தான் நிறுவனத்தின் மிகப்பெரிய சொத்து' என்பதைத் தெரியாத நிறுவனங்களில் மனித வள மேம்பாட்டுத் துறையைப் பற்றி பெரிசா எதிர்பார்க்க முடியாது.

HRD துறையாக இருந்தது, கொஞ்சம் கொஞ்சமா Development என்பதை மறந்து, வெறும் HR துறையாக மாறிப்போனது. மக்களின் மேம்பாடு அல்லது முன்-னேற்றம் என்பதை விட்டுவிட்டு வெறும் லீவ் கணக்குப் பார்ப்பது, சம்பளம் போடுவது, வேலைக்கு ஆள் பிடிப்பது ஆகியவற்றுடன் ஒரு HR நிபுணரின் வேலை முடிந்து விடுகிறது.

படிச்சு முடிச்சதும் HR வேலைக்கு நேரடியா வர்ற பலபேரும், பல HR consultant என்று சொல்லிக் கொள்பவர்களும் இந்த மோசமான நிலைக்குக் காரணம். அதனால், மக்கள் மேம்-பாட்டுத் துறைக்கும் லீவ் மற்றும் சம்பளக் கணக்கு பார்க்கும் administration துறைக்கும் நாமதான் ஒரு பாகப் பிரிவினை பண்ணணும். இங்க முக்கியமான விசயம் - மேம்பாடு.

முக்கியப் பங்களிப்புகள்

1. நிறுவனத்தின் கலாச்சாரத்தை வரையறுத்தல் மற்றும் வளர்த்தல்

2. சரியான, திறமை வாய்ந்த பணியாளர்களைக் கவர்ந்திழுத்தல் மற்றும் தக்கவைத்தல்

3. பணியாளர்களை அவர்களின் திறமைக்கும், ஆர்வத்திற்கும் ஏற்ற வேலைகளில் பணியமர்த்துதல், மற்றும்

4. வெளிப்புறத் தூண்டுதலே தேவைப்படாத உற்சாகமான, நேர்மறையான பணியிடத்தை உருவாக்குதல்.

ஆளுமைகள்

பணியாளர்களின் முன்னேற்றத்தில் இயல்பாகவே அக்கறை கொண்ட, எல்லோரும் பழக எளிமையான மனிதர். பணியாளர்களின் நலனைக் கருதியே முடிவுகளை எடுப்பவர். அடுத்தவர் சூழ்நிலையை எளிதாகப் புரிந்து கொள்வார். பணியாளர்களை வெளியேற்றாமல், அவர்களை மேம்படுத்தி பணியில் தக்கவைத்துக் கொள்ள முயற்சிகள் எடுப்பார்.

எப்பவும் தன் சகாக்கள் மேல ஒரு கண் வெச்சுக்கிட்டே இருப்பார். யாருக்காவது சின்ன சங்கடம்னாலும் உடனே கண்டுபிடிச்சிடுவார். அவங்க செயல்திறனையும் கண்காணிச்சுக்கிட்டே இருப்பார். அவங்க சரியா செயல்பட, எல்லா உதவிகளையும் செய்யத் தயாரா இருப்பார்.

கச்சிதமான மக்கள் மேம்பாட்டுத் தலைவர், பணியாளர்கள் தொடர்ந்து பதவியில் முன்னேற ஒவ்வொருத்தருக்கும் ஒரு நீண்டகாலத் திட்டம் வைத்திருப்பார். பணியாளர்கள் பலபேர் இவருக்கு நண்பர்களா இருப்பாங்க. மெனக்-

கெட்டு இவரைப் பார்க்கவே வந்திட்டுப் போவாங்க. அவங்க குறைகளையும், கஷ்டத்தையும் இவரும் காதுகொடுத்துக் கேட்பார். சில நேரங்களில் யோசனையும், புத்திமதியும் சொல்வார். பலநேரங்களில் அவர்கிட்ட பேசினாலே போதும்னு மத்தவங்க நினைப்பாங்க, அதுபோன்ற நேரத்-தில் இவரும் ஒரு நண்பரைப் போல அவங்க சொல்றதை-யெல்லாம் கேட்டுக் கொள்வார்.

நிறுவனத்தின் சட்டதிட்டங்களைக் கரைச்சுக் குடிச்சிருந்-தாலும், பணியாளர்களின் நலனுக்காக சின்ன சின்னதா விதிமீறல்களை செய்வார் - சட்டங்களை வளைப்பார், இல்ல அதில் இருக்கும் ஓட்டைகளைப் பயன்படுத்திக் கொள்வார்.

இந்த இயல்பு நிச்சயமா 3ம் கட்டத்தைச் சேர்ந்தவங்களுக்-குத்தான் இருக்கும்.

பொது நிர்வாகம் மற்றும் பணியாளர் நலன்

இந்தப் பதவிக்கான வேலைகள் மற்ற துறைககளுடன் ஒப்பிடும்போது கொஞ்சம் வித்தியாசமானதா இருக்கும். ஏன்னா, இவங்க கம்பெனிக்கு உள்ளேயும், வெளியேயும் வேலை செய்ய வேண்டி இருக்கும். கம்பெனிக்கு உட்பட்ட வேலைகளையும், அப்பாற்பட்ட வேலைகளையும் இவர் செய்து முடிக்க வேண்டி இருக்கும்.

முக்கியப் பங்களிப்புகள்

1. வியாபாரத்தை சரியாகச் செய்வதற்கான வசதிகளையும், கட்டமைப்பையும் வழங்குதல்,

2. அந்த வசதிகளையும் கட்டமைப்பையும் தொடர்ந்து பாதுகாத்தல், பராமரித்தல், மற்றும் மேம்படுத்தல்,

3. நிறுவனம் செயல்படும் இடங்களில் சமுதாயத்துடன் நல்லிணக்கத்தைக் கடைபிடித்தல் மற்றும்

4. நிறுவனம் எல்லா சட்ட திட்டங்களுக்கும் சமூகக் கட்டுப்பாடுகளுக்கும் உட்படுவதை உறுதி செய்தல்.

ஆளுமைகள்

ஒரு சிறந்த நிர்வாக மேலாளர் தேவையான எல்லா நபர்களையும் தெரிஞ்சு வெச்சிருப்பார். எல்லா தேவைகளுக்கும் சரியான ஆட்களைத் தன் கைக்குள்ள வெச்சிருப்பார் - அவங்க கம்பெனிக்கு உள்ளே இருந்தாலும் சரி, வெளிய இருந்தாலும் சரி. அவர் சொன்ன நபர் கொடுத்த வேலையை முடிக்கிற வரைக்கும் அவரைப் பின் தொடர்ந்துகிட்டே இருப்பார்.

எல்லா லெவல் ஆட்கள் கிட்டேயும் அவரால் ரொம்ப சுலபமா பழக முடியும். ஒரு எலெக்ட்ரிசியன் கூடவும், போலீஸ் அதிகாரி கூடவும், ஒரு அரசியல் தலைவர் கூடவும் ஒரே நேரத்தில் அவங்களுக்கு ஏற்ற மாதிரி இவரால் பேச முடியும். கம்பெனி ஓனர்கிட்ட பேசுவதைவிட இவர்கிட்ட பேசுவதே அவங்களுக்கும் வசதியா இருக்கும்.

கம்பெனியின் வசதிகள் பற்றியும், கட்டமைப்புகள் பற்றியும் பணியாளர்களும், வாடிக்கையாளர்களும் சொல்லும் புகார்-களைக் காது கொடுத்துக் கேட்பார். அவர்களை சமாதா-னப்படுத்தி அனுப்பிய பின் அந்த புகார்கள் மேல ஆக்சன் எடுப்பார். அந்த ஆக்சன் பற்றி அவங்களுக்கு updateம் கொடுத்துக்கிட்டு இருப்பார்.

அவருக்கு வேலை ஆகக்கூடிய எல்லா இடத்துலயும் அவர் சிலபேரை செட் பண்ணி வச்சிருப்பார் அல்லது அவருக்கு

அந்த மாதிரி அமைஞ்சிடும். அவர் எங்க இருந்தாலும் அந்-தந்த வேலையில் என்ன நடந்துக்கிட்டு இருக்குன்னு official-லாவும், unofficialலாவும் விஷயம் வந்துகிட்டே இருக்கும். வேலை விஷயமா சந்திக்கிற எல்லாரையும் தன் நட்பு வட்-டத்துக்குள்ள கொண்டு வந்திடணும்னு நினைப்பார். அலு-வலகத்துக்கு வரும் பார்வை யாளர்களையும், வாடிக்கையா-ளர்களையும் தன் விருந்தினர் மாதிரி கவனித்துக் கொள்வார்.

கண்டிப்பா இப்ப உங்களுக்கே புரிஞ்சிருக்கும் - கரெக்ட்! மூன்றாவது கட்டத்தில் இருப்பவர்தான் இதற்கும் சரியான நபர்.

உங்கள் முதன்மையான வேலையைத் தேர்ந்தெடுத்தல்

முதலில் பார்த்த உங்க பர்சனாலிட்டி - இயல்பான ஆர்வம் மற்றும் உங்க ஆனந்தக் கட்டம் பற்றி உங்களுக்கு ஒரு தெளிவு கிடைச்சிருக்கும். ஒவ்வொரு துறையில் இருப்ப-வர்கள் எந்த பர்சனாலிட்டியுடன் இருக்கணும், அவங்களு-டைய இயல்பான ஆர்வத்தையும் உள்ளார்ந்த உந்துதலை-யும் (intrinsic motivation) வெவ்வேறு துறைகளில் எப்படி இருதரப்புக்கும் சாதகமா பயன்படுத்திக்கலாம் என்று பார்த்தோம்.

இப்போது ஒரு தொழில்முனைவோரா உங்களுக்கென்று நிறுவனத்தில் ஒரு பொறுப்பு வேணும்னு நினைச்சா எந்தத் துறையைத் தேர்ந்தெடுக்கலாம் என்று பார்ப்போம்.

'என்னது, ஒரு பொறுப்பா? நான் தான் எல்லா விஷயங்க-ளையும் முடிவு பண்ணனும்' என்று ஆல்-இன்-ஆல் அழகு-

ராஜா மாதிரியே தோணுதா? அப்ப தொடர்ந்து படிக்காம, இந்த புக்க ஆரம்பத்திலிருந்து திரும்ப ஒரு முறை படிங்க.

ஒரு வேலையைத் தேர்ந்தெடுப்போம்; அது நம்முடைய ஆனந்தக் கட்டத்துக்கான வேலயா இருக்கட்டும். அப்பு-றம் பாருங்க, தினம்தினம் உங்களுக்கு வெற்றியும் ஆனந்-தமும்தான்.

சரி சுருக்கமா, எந்தெந்த கட்டத்தில் என்னென்ன வேலைகள் சிறப்பா நடக்கும் என்று பார்க்கலாமா?

முதல் கட்டம்	இரண்டாம் கட்டம்
• மார்கெட்டிங் • புதிய இடங்களில் கால்பதித்தல் • பிராண்டிங் • ஒட்டுமொத்த ப்ராஜெக்ட்க்கும் பொறுப்பேற்கும் Turnkey project management	• ஆராய்ச்சி, புதிய பொருள் / சேவை உருவாக்கம் • புதுமைகளைப் புகுத்துதல் (innovation) • புதிய பொருள் வடிவமைப்பு • செயல்முறைகளை வரையறுத்தல் • பொருள் / செயல்முறை பிரச்சினைகளைத் தீர்த்தல், புலனாய்வு செய்தல், • வியாபார யுக்திகளை (strategies) வகுத்தல் • பர்ச்சேஸ் (ரிடெயில்)

மூன்றாம் கட்டம்	நான்காம் கட்டம்
• விற்பனை	• செயலாக்கம்
• பணியாளர் மேம்பாடு	• உற்பத்தி மற்றும் திட்டமிடல்
• சமூகத் தொடர்பு, மக்கள் தொடர்பு	• தர உத்திரவாதம் (Quality Assurance)
• பொது நிர்வாகம்	• Maintenance
• பணியாளர் நலன்	• நிதி மற்றும் வரவு-செலவு நிர்வாகம்
• பர்ச்சேஸ் (உற்பத்தி)	• செயல்முறை ஆடிட்
	• நிதி நிர்வாக ஆடிட்
	• ஸ்டோர்ஸ்

படம் 12 - ஒவ்வொரு கட்டத்துக்குமான வேலைகள்

எந்தக் கட்டத்தில் இருப்பவர் தலைவராகலாம்?

'சார், நான் இந்தக் கட்டத்தில் இருக்கேன். நான் ஒரு நல்ல தலைவரா இருக்க முடியுமா? கடந்த காலங்களில் நிறைய பேரை என்னால் மேனேஜ் பண்ண முடியாம போயிருக்கு' என்று நிறையபேர் கேட்கிறார்கள். என் ஒரே பதில் -

நீங்க எந்தக் கட்டத்தில் இருந்தாலும்
ஒரு சிறந்த தலைவரா வர முடியும், ஆனால்
உங்க ஸ்டைல் மட்டும் மாறுபடும்.

'திங்க் அண்ட் குரோ ரிச்' [8] என்ற உலகப் பிரசித்தி பெற்ற புத்தகத்தில் நெப்போலியன் ஹில்,

எல்லாவற்றையும் தானே செய்யணும் அல்லது எல்லா வெற்றிகளுக்கும் தானே பேர் வாங்கணும்னு நினைக்கும் ஒருவர் சிறந்த தலைவரா ஆகமுடியாது.

என்று சொல்கிறார்.

உங்க கட்டத்துக்கான பலம் எது, பலவீனம் எதுன்னு தெரிஞ்சுக்கிட்டாலே உங்களுக்கு நிறைய விஷயங்கள் புரிய ஆரம்பிச்சுடும். 'அட, இதனாலதான் இப்படி நடந்தி-ருக்கு'ன்னு உங்களுக்கு தோணும்.

அதனால் உங்க பலம் என்னன்னு பார்த்து அதில் மட்டும் ஹீரோவா இருங்க. உங்க தளபதிகளின் பலத்தைத் தெரிஞ்-சுக்கிட்டு அவங்களையும் ஹீரோவாக்குங்க.

அத்தியாயம் 8

நிறைவு செய்யும் கட்டம்

நாம் ஒவ்வொரும் எல்லா துறையிலும் சம பலத்துடன் இருப்-பதில்லை. ஆர்வம், திறமை மற்றும் அனுபவத்தில் யாரும் மற்றவர்களுக்கு சமம் இல்லை. நாம் ஒவ்வொருவரும் நம் வழியில் தனித்துவமானவர்கள் - 'என்வழி தனி வழி' என்பது போல.

மற்றவர்களுக்கு சேவை செய்வதற்கும் சமுதாயத்திற்கு மதிப்பு சேர்க்கவும் நம் பலத்தை நாம் பயன்படுத்திக் கொள்ள வேண்டும்.

நீங்கள் எந்த மாதிரி வேலைகளில் ஆர்வமாக இருந்தா-லும் அவற்றைத் தொடர்ந்து செய்வதன் மூலம் உங்கள் முழுமையான சக்தியையும், மன அமைதியையும் ஒரே நேரத்தில் அடையமுடியும்.

ஆனால் உங்களுக்கு இயல்பாவே நாட்டம் இல்லாத வேலைகளை செய்யும்போது, அங்கே உங்கள் பலம் செல-வாகும், குறைந்துவிடும். அதுபோன்ற வேலைகள் மன அமைதியையும், சந்தோஷத்தையும் கொடுக்காது. ஒரு கட்டாயத்தின் பேரில் நீங்க அந்தமாதிரி வேலைகளை செய்யலாம்; கச்சிதமாவும் செய்துமுடிக்கலாம். ஆனால், அதைத் திரும்பத் திரும்ப செய்யும்போது உங்களுக்கு சீக்கி-ரமே அலுப்புதட்டிடும்.

உங்களை முழுமையாக்கும் நடத்தைகள்

ஆறாவது அத்தியாயத்தில், அடிப்படை விதிகளில் இரண்-டாவது விதியாக ஒருவரின் பலவீனமான கட்டம் பற்றிப் பேசினோம்.

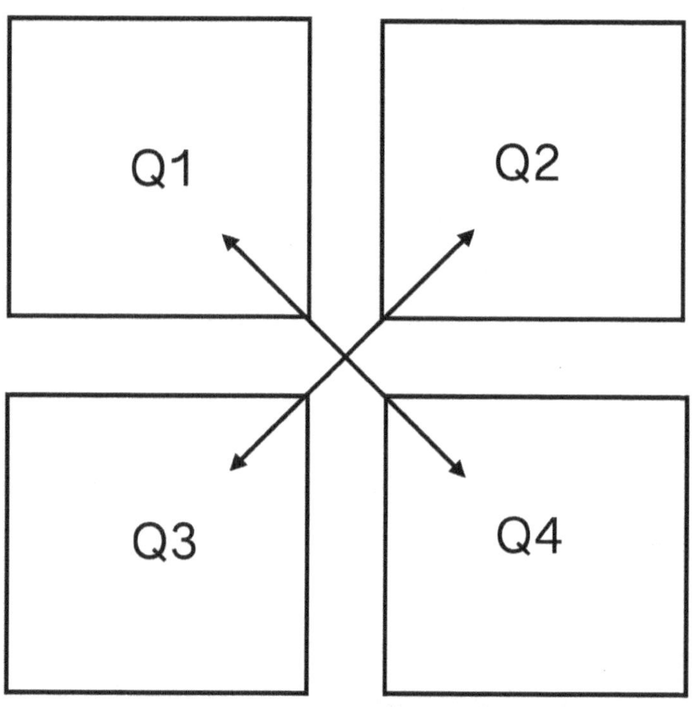

படம் 13 - எதிர்கோணத்தில் இருக்கும் கட்டம் - உங்களை நிறைவு செய்யும் கட்டம்

நம் நான்கு கட்டங்களை வைத்துப் பார்க்கும்போது, ஒரு கட்டத்திற்கு எதிர்கோணத்தில் இருக்கும் கட்டம் - இரண்டு நடத்தை முறையிலும் வேறுபடுகிறது. அதாவது, அவர்கள் எதை விரும்புகிறார்கள் மற்றும் அதை எங்கே தேடுகிறார்-கள் என்று பார்த்தால் அவை இரண்டுமே வேறுபடும்.

உதாரணமாக, முதல் கட்டத்தில் இருப்பவர் 'புதுமையை விரும்புகிறார் அதை வெளியில் தேடுகிறார்'. அவருக்கு எதிர்கோணமாக இருக்கும் நான்காம் கட்டத்தில் இருப்பவர் 'பரிச்சயமானதை விரும்புகிறார், அதை உள்ளேயே தேடுகிறார்'.

இப்படி Q1ம் Q4ம் ஒருருவருக்கொருவர் முற்றிலும் மாறு-படுகிறார்கள். அதே போலத்தான் Q2 மற்றும் Q3 இணை. இப்படி முற்றிலும் மாறுபடும்போது, உங்கள் பலம் அடுத்த-வரின் பலவீனமாகவும், உங்கள் பலவீனம் அவரது பலமா-கவும் இருக்கிறது.

ஒரு முழுமையான டீம்

நீங்க உங்க கம்பெனிய ஒரு கிரிக்கெட் டீம்னு நினைச்-சுக்கோங்க. இந்த டீம் ஜெயிக்க யார் ரொம்ப முக்கியம்? - பேட்ஸ்மேனா? பவுலரா? விக்கெட் கீப்பரா? பீல்டர்களா?

உண்மையில் உங்களுக்கு நல்ல டீம் செட் ஆகணும்ன்னா அதில் நல்ல பேட்ஸ்மேன்களும், பவுலர்களும், விக்கெட் கீப்பர்களும் எல்லாருமே தேவை. பேட்ஸ்மேன் மற்றும் பவுலர்கள் சிறந்த பீல்டர்களா இருந்தா அது இன்னும் சிறப்பு.

உங்கள் ஸ்டார் பவுலர் (பும்ரா மாதிரி ஒருத்தர்) பேட்டிங்கில் வீக்கா இருக்கார்னு சொல்லி முழுக்க முழுக்க அதில் கவனம் செலுத்தி வலைப்பயிற்சி எடுத்துக்கிட்டா சரியா இருக்குமா? அல்லது பவுலிங் பயிற்சில அதிக கவனம் செலுத்தினா சரியா இருக்குமா?

அதுபோலத்தான், ஒருவர் தன் பலவீனங்கள்ல கவனம் செலுத்தும்போது அவர் மேலும் பலவீனமாகிறார். தன்

பலத்தையும் கொஞ்சம் கொஞ்சமாக இழந்துடுவார். இதனால் அவரின் மன அமைதியும் குலைகிறது.

உங்க ஆனந்தக் கட்டத்திலிருந்து வேறொரு கட்டத்திற்கு மாற முயற்சிப்பது ரொம்ப சிரமம்னு நாம ஏற்கனவே பார்த்தோம். அப்படி வேற கட்டத்துக்கு போகவே முடியாது என்று சொல்லல. ஆனா அதுக்கு நீங்க ரொம்ப சிரமப்பட வேண்டிய இருக்கும். அதில் எடுக்கும் முயற்சிகளுக்கும் தகுந்த பலன் கிடைக்காது.

பிசினெஸ் என்பதே குறைவான உழைப்பில் அதிக பலன் அடைவதுதான். நீங்க சிரமப்படாம ஜெயிக்கணும்னா, எல்லா வேலைகளையும் நீங்களே செய்யணும்னு பார்க்காம, உங்களுக்கு விருப்பமான வேலைகளை மட்டும் நீங்க பார்த்துட்டு, மற்ற வேலைகளை அந்தந்தத் துறை வல்லுநர்கள் கிட்ட விட்டுடணும்.

ஒரு நிறுவனத்துக்கு இதுபோல ஏழு துறைகளும், அதில் இந்த நாலு கட்டங்களை ஆனந்தக்கட்டமாகக் கொண்ட தலைவர்களும் தேவை. அப்பதான் ஒரு சிறு நிறுவனம் பெரிய நிறுவனமா வளர முடியும்.

எப்படி 11 பேட்ஸ்மேன் அல்லது 11 பவுலர்கள் கொண்ட ஒரு கிரிக்கெட் டீம் எந்தப் போட்டிலயும் ஜெயிக்க முடியாதோ, அதே மாதிரி தான் ஒரு நிறுவனமும். அதுக்கு அந்த ஏழு துறையிலும் வல்லுநர்கள் கண்டிப்பா வேணும்.

எதிர்க்கட்சித் தலைவரை உருவாக்குதல்

எதிர்க்கட்சிக்கான தேவை

ஒவ்வெருவரையும் அவரது ஆனந்தக் கட்டம் கவர்ந்து இழுத்துக் கிட்டே இருக்கும்; அதே நேரம் எதிர் கோ-ணத்தில் இருக்கும் கட்டம் அவரை உள்ள வரவிடாமத் தள்ளிகிட்டே இருக்கும்.

உங்க நிறுவனத்துக்கும் அதன் வளர்ச்சிக்கும் நடுநிலையான முடிவுகள்தான் சரியா இருக்கும். உங்க ஆனந்தக் கட்டத்தின் ஈர்ப்போ, எதிர் கட்டத்தின் வெறுப்போ உங்க முடிவுகளை பாதிக்காம இருக்கணும்னா உங்க கருத்துக்கு எதிர்க் கருத்து சொல்லக் கூடிய ஒருவர் எப்பவும் உங்க கூட இருக்கணும்.

அப்படி அவர் மாறுபட்ட கோணங்களில் இருந்து தனது கருத்தை சொல்லும் போது நீங்க காது கொடுத்துக் கேக்க-ணும்; சரியா இருந்தா ஏத்துக்கணும். அப்படி ஒரு மாற்றுக் கருத்து இல்லாதபோது நீங்க எடுக்கும் சில முக்கியமான முடிவுகள் தப்பாகவும் வாய்ப்பு இருக்கு.

எதிர்த்துக் கேள்வி கேட்க ஆள் இல்லைங்கிற நினைப்புதான் ஜனநாயகத்தின் முதல் எதிரி

என்று சுந்தர் பிச்சை... சாரி சுந்தர் ராமசாமி என்கிற ஹீரோ கூட சொல்லி இருக்கார்.

நீங்க மார்கெட்டிங்கில் சிறந்த, முதல் கட்டத்து நபரா இருந்தால், உங்கள் எதிர்க்கட்சி உங்க அக்கவுன்ட்ஸ், ஆபரேஷன்ஸ் அல்லது குவாலிட்டி துறையில் இருக்-கும் நான்காவது கட்டத்து நபரா இருப்பார். நீங்க அவரைக் கண்டுபிடிச்சு - உங்க எதிர்கட்சியா செயல்படக் கேக்கணும் - அவரை அங்கீகரிக்கணும்.

தோல்விகள் சொல்லும் பாடம்

ஐந்து கதைகள்

நாம் முன்னர் பார்த்த கதைகளை நினைத்துப் பாருங்கள்.

சுரேந்தர்

ஒரு பெரிய ரிடைல் சூப்பர் மார்கெட் செயினை உரு-வாக்கிறதுக்கு சுரேந்தர் ஏன் ரொம்ப சிரமப் படுகிறார்? கரெக்ட்… சுரேந்தர் முதல் கட்டத்தைச் சேர்ந்தவர், எப்பவும் யாரையாவது ஜெயிச்சுக்கிட்டே இருக்கணும்னு ஆசைப்-படுவார். தன் சித்தப்பாக்களை ஜெயிச்சதும் அவருடைய ஆவேசம் அடங்கிப் போச்சு.

முன்னெல்லாம் அவர் ஒரு புது கடை ஆரம்பிக்கிறதா இருந்தா அதை பிரம்மாண்டமா செய்யணும்னு ஆசைப்படுவார். அதற்காகத் திட்டங்கள் போடுவார். ஜெயிக்கணும் என்கிற ஒருவேட்கை அவரை இயக்கும். ஆனால் இப்ப அந்த வேகம் இல்லை. அதே வேகத்தில் இப்ப வளரணும்னு நினைச்சு கடைகளைப் போடும்போது, அந்த 'ஏதோ ஒன்னு' குறையுது.

ராம்

இன்ஜினியரிங் தொழிலில் ராமுடைய தோல்விகளும், விரக்தியும் நிறைஞ்ச பயணத்துக்கு என்ன காரணம்?

ராம் ஒரு சாதனையாளர்; இரண்டாம் கட்டத்தைச் சேர்ந்தவர். எதையாவது புதுசா செய்யணும்கிற ஆர்வத்தில் அவர் தன் பொருட்களின் மாடல்களை மாத்திக்கிட்டே இருந்தார். அவர் தன் விற்பனையை விட அதிகமான மாடல்களைத் தயார் பண்ணி வெச்சிருந்தார்.

அவருக்கு பொருட்களை வடிவமைக்கிறதில் இருந்த நாட்டம் அவரைக் கஸ்டமர்களிடமிருந்து ரொம்ப தூரத்-துக்கு கொண்டு போயிடுச்சு. அவங்களுக்கு உண்மையில் என்ன வேணும்ம்னு ராம் யோசிக்கவே இல்ல. புதுசுப் புதுசா பொருட்களைக் கொடுத்துட்டே இருந்தா வாடிக்கையா-ளர்கள் தேடி வருவாங்கன்னு நினைச்சுட்டார்.

அவரால தன் டீம் கூட ஓர் ஆழமான பிணைப்பை உருவாக்க முடியல. மேலும் அவங்களுக்கான ஒரு நிரந்தரமான இடமா அவர் நிறுவனத்தை காட்டவும் முடியல. பணியாளர்கள் என்ன நினைக்கிறாங்க, அவங்க மனநிலை எப்படி இருக்கு என்று கூட ராம் கவலைப் பட்டதில்லை.

குமார்

வெள்ளிவிழா கொண்டாடும் குமாரின் பிசினெஸ் பற்றி என்ன நினைக்கிறீங்க? அவங்களுடைய சின்ன சின்ன போட்டியாளர்கள் வளர்ந்த அளவுக்குக் கூட ஏன் அவங்க-ளால வளர முடியல?

குமார் மூன்றாம் கட்டத்தில் இருப்பவர். அவருக்கு பெரிய கனவுகள் எதுவும் இல்ல. அவர் இதுவரைக்கும் சாதிச்சதே பெரிய விஷயம்ம்னு நினைக்கிறார். அவர்களைச் சின்ன வயதில் நிதிநிலைமை உந்தித் தள்ளியது போல இப்போது எந்தக் கட்டாயமோ, மோசமான நிலைமையோ உந்தித் தள்ளல. அதனால 'போதும் என்ற மனமே' என்று செட்டில் ஆகிட்டார்.

பெரிசா வளரணும்ம்னு வெளிய சொன்னாலும் உண்மையில் அவருக்கு அந்த உந்துதல் இல்ல. சமாளிக்கற அளவுக்கு வியாபாரம் நடந்துக்கிட்டே இருந்தது. முந்தின வருஷத்தை

விட அடுத்த வருஷம் கொஞ்சம் அதிக விற்பனை நடக்கும். ஒரு வருஷம் ரொம்ப மோசமா இருக்கும். திரும்ப கொஞ்சம் கொஞ்சமா பழைய நிலைமைக்கு வரும். இப்படியே போய்கிட்டு இருந்தது.

இந்த மாதிரி ஆர்டெரெல்லாம் தன் நட்பு வட்டத்தின் மூல- மாகவே வந்ததால குமாரும் மார்க்கெட்டிங் பற்றி பெரிசா அக்கறை எடுத்துக்கல.

பணியாளர்களும், சப்ளையர்களும், வாடிக்கையாளர்க- ளும் மகிழ்ச்சியா இருந்தாலே நாம வளர்ந்துக்கிட்டு இருக்- கோம்னு அவர் நம்பினார்.

வாடிக்கையாளர்களுக்குத் தேவையான பல மாறுதல்களை அவர்கள் பொருட்களில் செய்து கொடுத்தாலும், அதைப் பயன்படுத்தி தங்களின் புதுமையான பொருட்களை சந்தை- யில் அறிமுகம் செய்வதற்கும், தங்கள் டிசைன்களை மேம்ப- டுத்தவும் கிடைச்ச பல வாய்ப்புகளை அவர் சரியா பயன்ப- டுத்திக்கல. அவருக்குப் பின்னாடி வந்தவர்களுடன் அவரும் பத்தில் ஒண்ணா வித்தியாசம் இல்லாமல் போனதால் மார்க்கெட் ஷேர்ஐயும் இழந்துட்டாங்க.

பாலாஜி

பாலாஜியின் கதை ஒரு நான்காம் கட்டத்து நபரின் பரிச்சயமான கதை.

அவர் பிடிவாதமும், கண்டிப்பும் நிறைந்த ஒரு மேனேஜர். CCTVயைப் பார்த்துக்கிட்டே அன்றைக்கு நடக்கும் வேலைகளை சிறப்பா செஞ்சிடலாம்னு நினைப்பவர். அவர் எல்லா விஷயத்திலும் ரூல்ஸ் படியே நடக்கணும்னு விரும்புவார். அதையே கஸ்டமர்கிட்டேயும் எதிர்பார்ப்பார்.

சில நேரங்களில் வாடிக்கையாளர்கள் சொன்ன தேதியில் பணம் கொடுக்கலைன்னா, அவங்களுக்கு அடுத்த ஆர்டர் சப்ளை செய்யமாட்டார்.

'யாரையும் முழுசா நம்பிடக்கூடாது' என்பது அவரது கொள்கை. இதற்கு பல மோசமான அனுபவங்களைக் கதையா சொல்வார். இப்படி தன் பணியாளர்கள் யாரையும் நம்புவதே கிடையாது. அதனால், எப்பவுமே ஒருத்தர் மேல ஒருத்தர் சந்தேகப் பட்டுக்கிட்டே இருப்பாங்க. இவர் கிட்ட வேலை செய்தவர்களும், 'எதுக்கு எப்பவும் இப்படியே பயந்துகிட்டு' என்று கிடைக்கும் மற்ற வேலைகளுக்குப் போய்டுவாங்க.

இவர் பணியாளர்களுக்குக் கொடுக்கும் சில விதிகளும் சலுகைகளும் அவர்கள் சார்பா இல்லாம, இவருக்கு ஏற்ற மாதிரியே இருக்கும். ஒரு லீவ் பாலிசியோ, பெர்மிஷேனோ எதுவுமே பணியாளர்களுக்கு உதவியா இருக்காது.

அதனால் சீனியர் ஆப்பரேட்டர்கள் எப்போதும் ஏதாவது கோரிக்கை வச்சுக்கிட்டே இருப்பாங்க. அவங்க இந்த மாதிரி கேட்கக் கேட்க இவருக்கு அவங்க மேல கோவமும் அவ-நம்பிக்கையும் அதிகமாயிட்டே போகும். ஒரு நாள் அப்ப-டிக் கேட்கிறவங்களைக் கூப்பிட்டு 'நாளைலேர்ந்து நீங்க நின்னுக்கலாம்'னு சொல்லி அனுப்பிடுவார். இல்லன்னா சம்பளமோ, போனசோ வாங்கிட்டு அவங்களே ஒருநாள் நின்னுடுவாங்க.

அதே போல பாலாஜிக்கு மார்க்கெட்டிங் மீதும் மார்க்கெட்-டிங் பணியாளர்கள் மீதும் எப்போதும் நம்பிக்கை இருந்தது கிடையாது. இவரோட நெருக்கடியும், பெர்பெக்ஷனும் தாங்-

கமுடியாம நல்ல மார்க்கெட்டிங் பணியாளர்கள் தப்பிச்சுப் போயிடுவாங்க.

நல்ல தொழில் முறைகள், உயர்ந்த தரம், சரியான விலை, குறித்த நேரத்தில் தவறாத டெலிவரி என்று எல்லாம் இருந்தும் அவர் கம்பெனியால பெரிதா வளர முடியல. பணியாளர்களோட போட்டி போட்டுக்கிட்டு இருக்கிற அவரும் வளர்ச்சியைப் பற்றி பெரிசா எடுத்துக்கல.

நிதின் மற்றும் ஜோசப் - வெற்றியின் ரகசியம்

நிதின் மற்றும் ஜோசப் இருவருடைய பார்ட்னெர்ஷிப்பில் அவர்கள் வேலை செய்த விதமும், அவர்கள் சீக்கிரமே பணியாளர்களுக்கு பொறுப்புக்களைப் பகிர்ந்து கொடுக்க ஆரம்பிச்சதும் மற்ற நிறுவனங்களவிட ரொம்ப வித்தியாசமா இருந்தது.

இதுதான் அவங்க வெற்றிக்கு முக்கியக் காரணமாவும் இருக்கு. அவங்க ரெண்டு பேரும் தனக்கு என்ன பிடிக்கும், எந்தெந்த விஷயங்களை சிறப்பா செய்ய வரும்னு தெரிஞ்சு வெச்சிருந்தாங்க. ஒரு தொழில் முனைவோரா தங்களுக்குப் பிடிச்ச வேலைகளை மட்டுமே செய்வது என்று முடிவும் பண்ணினாங்க.

ஆரம்பத்துல, ஜோசப் பாக்டரியையும், அக்கவுண்ட்ஸ்சை-யும் பார்த்துக்கிட்டாரு. சில வருடங்கள் கழிச்சு ஒரு பாக்டரி மேனேஜர் கிட்ட உற்பத்திக்கான பொறுப்பைக் கொடுத்-துட்டு இன்று வரைக்கும் அவர் நிதி நிர்வாகம், ரிவியூ மற்றும் MIS மட்டுமே பார்க்கறார்.

அதேபோல, நிதினும் அவரது பலத்துக்குள்ளேயே விளை-யாடினார் - அவரது பலம் மற்றவர்களுடனான நல்லுறவை

வளர்த்தல். ஆரம்பக் காலத்தில் அவங்க உற்பத்திப் பொருட்-களுக்கு மார்கெட்டில் நல்ல தேவை இருந்தது. அதனால் இருக்கிற வாடிக்கையாளர்கள் கிட்ட ஒரு நம்பிக்கையையும் நல்லுறவையும் ஏற்படுத்தினாலே அவர்களோடு சேர்ந்து வளர்ந்திட முடியும்னு நிதின் உறுதியா நம்பினார். அதை அவரே செயல்படுத்தவும் ஆரம்பிச்சார்.

இன்னைக்கும் பல வாடிக்கையாளர்கள் இவரின் நண்பர்-களா இருக்காங்க. ஆனால், ஒரு குறிப்பிட்ட வளர்ச்சி அடைந்த பின் அவங்களுக்கு புது வாடிக்கையாளர்கள் தேவைப்பட்டாங்க.

அதை முன்கூட்டியே கணிச்சு, எல்லாம் நல்லா போய்கிட்டு இருக்கும்போதே, மார்கெட்டிங் துறையை உருவாக்கி அதுக்கு ஒரு மேனேஜரையும் நியமிச்சு அவங்களைத் தன்னிச்சையா இயங்க வெச்சிருந்தார் நிதின்.

சச்சின் டெண்டுல்கருக்கு என்ன ஆனது?

முன்பு பார்த்தது போல சச்சின் டெண்டுல்கர் கிரிக்கெட்டின் எல்லா துறைகளிலும் வெற்றி பெறவில்லை. அவர் 'என் வழி தனி வழி' என்று போகக்கூடிய சாதனையாளர்.

மற்றவர்களுடன் பழகுவதற்கும், பொது நிகழ்ச்சிகள் அல்லது மீடியாவில் வருவதற்கும் அவர் ரொம்பவே தயக்கப்படுவார். ஆனால் தனது திறன்களை நாளுக்கு நாள் மேம்படுத்திக்கிட்டே இருந்தார்.

அவர் கேப்டனா இருந்தபோது கிரிக்கெட் சூதாட்டக்கா-ர்கள் மற்றும் சொந்த டீம் உறுப்பினர்கள் மூலமா பல பிரச்சினைகளை சந்திச்சிருக்காரு என்பது நம்மில் பலருக்-குத் தெரியாது. தேர்வுக் குழுவிலிருந்தும் அவருக்கு

போதுமான ஆதரவு கிடைக்கல. டீம் மேனேஜ்மென்ட்டும் பெரிசா உதவி பண்ணல.

அதனால் இந்த சவாலைத் தன்னால் முடிஞ்சவரை தனி- யாகவே சமாளிக்கலாம்னு முடிவு பண்ணினார். ஒருமுறை அப்படி சூதாட்டத்துக்கு நடுவில, ஒரு சீரிஸ் இறுதிப்போட்- டியில் அவர் தன் டீமே தோற்பதற்குத் தயாராகறாங்க என்று தெரிஞ்சுக்கிட்டாரு.

அதனால் தனக்கு நெருக்கமான சவ்ரவ் கங்குலியுடன் பேசி அவங்க ரெண்டுபேரும் அவுட் ஆகாம அந்த பைனல் மேட்சை ஜெயிச்சுக் கொடுத்தாங்க [9]. அதேபோல தனியா நின்று ஜெயிச்ச இன்னொரு சீரிஸ் நாம யாரும் மறக்க முடியாத ஆஸ்திரேலியாவுக்கு எதிரான ஷார்ஜா சீரீஸ். இதுபோல இன்னும் பல முறை நடந்திருக்கலாம்.

ஆனால் அவருடைய இந்த குணமே ஒரு கேப்டனா அவர் வெற்றியடையாம இருக்க முக்கியமான காரணமாயிடுச்சு. நம் தலைமுறையில் பார்த்த மிகச் சிறந்த ஒரு கிரிக்கெட் வீரர் சச்சின் அப்டிங்கிறதில் துளியும் சந்தேகம் இல்ல. ஆனா அவர் மிகச் சிறந்த கேப்டன்னு சொல்லமுடியாது. அவர் தன் முழூத் திறனையும் வெளிக்காட்டி அதன் மூலம் சக வீரர்- களை ஊக்கப்படுத்தலாம்னு நினைச்சார்.

ஆனால், டீமுக்குள்ள நடந்த பிரச்சினைகளும், வீரர்களோட தனிப்பட்ட விருப்பங்களும் அதை ஒரு டீமாகவே இருக்க விடல. இந்த பிரச்சினைகள்தான் சவ்ரவ் கங்குலி கேப்டன் ஆனபோதும் இருந்தன. ஆனால் அவர் இந்த சவால்களை நேருக்கு நேரா சந்திச்சு, முறியடிச்சு இந்திய கிரிக்கெட் அணியின் தலையெழுத்தையே மாற்றினார். அவர் முதல் கட்டத்தைச் சேர்ந்தவர்.

மைக்ரோசாப்ட்டில் என்ன நடந்தது?

IT துறையின் ஜாதகத்தையே மாற்றிய பில் கேட்ஸ் CEO பதவியிலிருந்து விலகும்போது மைக்ரோசாப்ட் நிறுவனம் PC ஆபரேட்டிங் சிஸ்டதில் 95% சந்தையைக் கைப்பற்றி ஆட்சி செய்துவந்தது. இது டிஜிட்டல் தொழில் நுட்ப சந்தையில் 90%க்கும் மேல். அவர்கள் 21ம் நூற்றாண்டின் சவால்களைத் தாண்டிப் பயணிக்கத் தயாராக இருந்தார்கள்.

2014ல் பால்மர் பதவியிறங்கும் போது உலகமே PCயிலிருந்து கொஞ்சம் கொஞ்சமாக மொபைலுக்கு மாறிக் கொண்டிருந்தது. ஆனால் அந்நிறுவனம் மொபைல் போனுக்கான ஆபரேட்டிங் சிஸ்டெம் சந்தையில் வெறும் 1% இடத்தையே பிடித்திருந்தது.

பால்மரின் காலகட்டத்தில் மைக்ரோசாப்ட்டிற்கு அற்புதமான ஒரு வாய்ப்பு காத்திருந்தது. ஆனால் அதைத் தகுந்த முறையில் பயன்படுத்திக்கொள்ள திட்டங்களோ, தயாரிப்புகளோ அவர்களிடம் இல்லாமல் போனது. வருங்காலத்தை மாற்றக்கூடிய Cloud தொழில்நுட்பம், ஆன்லைன் கன்டென்ட் சேவை போன்றவற்றில் அந்நிறுவனம் கவனம் செலுத்தவில்லை.

ஆப்பிள் மற்றும் கூகிள் நிறுவனங்கள் இந்தத்துறைகளில் மிகப்பெரிய முன்னேற்றங்களை செய்துவந்த போது மைக்ரோசாப்ட்டிற்கு தொழில்நுட்ப அறிவோ, விஞ்ஞானிகளோ கிடைக்காமலா போயிருக்கும்? உண்மையில் அவர்களிடம் போதுமான அளவு இத்தகைய ப்ராஜெக்டுகள் கைவசம் இருந்தன.

ஆனால் நன்றாக விற்பனையாகும் MS விண்டோஸ் மற்றும் MS ஆபிஸ் சேவைகளே போதும்; அவற்றிலேயே முழு

கவனமும் செலுத்த வேண்டும் என்று நிறுவனத்தின் கவ னத்தையும், தலையெழுத்தையும் மாற்றிய பெருமை பால்ம ரையே சேரும்.

பால்மர் எப்படி கோட்டைவிட்டார்?

ஸ்டீவ் பால்மர் (Steve Balmer), மைக்ரோசாப்ட் நிறுவனத் தையும், உலக IT துறையையும் மேம்படுத்தும் பில் கேட்ஸ் சின் முயற்சியில் அவருக்குத் துணை கொடுக்க தனது படிப் பைப் பாதியில் விட்டு நிறுவனத்தில் முப்பதாவது ஊழிய ராக சேர்ந்தார்.

தன் பணிக்காலத்தில் அயராத உழைப்புக்கும் ப்ராஜெக்ட்க ளை குறித்த நேரத்தில் முடிக்கும் திறனுக்கும் பெயர் பெற்றார். CEO ஆவதற்குமுன் அந்த நிறுவனத்தோடு சேர்ந்து அடுத்த 10 வருடங்களுக்குத் தானும் வளர்ந்தார். அந்த நிறுவனத்தின் மீதும் அதன் தயாரிப்புகளின் மீதும் பெரிய மரியாதையும், ஈர்ப்பும் கொண்டிந்தார். இதுவே அவர் CEOவாக உயர உதவியது.

பால்மருடைய மிகப்பெரிய பலம் எடுக்கும் முடிவுகளில் ஒரு பிடிவாதமும், அதற்கேற்றபடி பிறரைத் திறம்பட வேலை செய்யவைக்கும் சாதுர்யமும். ஆனால் இந்த குணநலன் களே மைக்ரோசாப்ட் நிறுவனத்திற்கு ஒரு சாபக்கேடானது.

அவர் ஏற்கனவே வெற்றிகரமாக விற்பனையாகிக் கொண் டிருந்த தயாரிப்புகளிலேயே அதிக கவனம் செலுத்தினார். இருக்கும் வாடிக்கையாளர்களிடமிருந்து, இருக்கும் தயா ரிப்புகளை வைத்தே அதிக விற்பனையும், இன்னும் அதிக லாபத்தையும் சம்பாதிக்க வேண்டும் என்று நினைத்தார்.

'பெர்பெக்சன்'ஐ நோக்கிய அவரது திட்டங்களால் நிறு-வனத்தின் மொத்த கவனமும் - இருக்கும் தயாரிப்புகளை இன்னும் முன்னேற்றம் செய்வதில் இருந்தே தவிர உலகம் எதைநோக்கிப் போய்க்கொண்டு இருக்கிறது, அதன் நாளைய தேவைகள் என்ன என்பதை யோசிக்கவே இல்லை.

கூகிள் நிறுவனத்தின் தலைவர் எரிக் ஷ்மிட் மைக்ரோசாப்ட் நிறுவனத்தைப் பற்றி சொல்லும்போது - "அது ரொம்ப நல்லா இயங்கிக் கொண்டிருக்கும் நிறுவனம்தான். ஆனால், நாங்கள் பேசும் துறைகளில் அதிநவீன தயாரிப்புகளை அவர்-களால் கொண்டு வர முடியவில்லை" என்று சொல்கிறார்.

மைக்ரோசாப்ட் பணியாளர்களோ பால்மர்கிட்ட நெருங்-கவே பயப்பட்டாங்க. இருக்கும் தயாரிப்புகளிலேயே இன்னும் முன்னேற்றம், அதிக உற்பத்தி, அதிக விற்பனை இவை மட்டுமே அவர் காதுகளில் விழுந்தன. நவீன மாற்றங்களோ, மாற்றுக் கருத்துக்களோ அவர் காதில் விழவும் இல்லை; அவற்றை கவனிக்க அவர் விருப்பமும் காட்டவில்லை.

மைக்ரோசாப்ட்டின் முன்னாள் உயரதிகாரி ஒருவர் எழுதிய புத்தகத்தை மேற்கோள் காட்டி சி. என்.பி. சி யின் ஒரு கட்டுரை இவ்வாறு குறிப்பிடுகிறது

"மைக்ரோசாப்ட் தலைமை நிர்வாகி ஸ்டீவ் பால்மர் உலகின் மிகப்பெரிய மென்பொருள் நிறுவனத்திற்கு சரியான தலைவர் அல்ல. ஆனால் தனக்கு சவால்விடும் எந்தவொரு பணியாளரையும் அதிகாரத்தின் மூலம் கட்டுப்படுத்தி நிறுவனத்தைத் தனது பிடியில் வைத்திருக்கிறார்".

ஸ்டீவ் ஜாப்ஸுடன் ஒப்பிடும்போது பால்மர் மக்களைக் கவர்ந்திழுக்கும் தலைவராகவும் இல்லை. ஒரு CEOவாக, மார்க்கெட்டிங்கிலும், வாடிக்கையாளர் புரிதலிலும், மக்கள் தொடர்புத் துறையிலும் அவர் செய்த பல தவறுகளால் நிறுவனத்தைத் தோல்வியடைய வைத்துவிட்டார்.

டிசைன் திங்கிங்-இன் எழுச்சி

வடிவமைப்புக் கண்ணோட்டம் [10] அல்லது டிசைன் திங்கிங் என்பது புதிய பொருட்களை வடிவமைப்பதில் ஒரு புது-மையான, வித்தியாசமான சிந்தனை ஆகும். வடிவமைப்பு செயல்முறையை இந்தக் கண்ணோட்டம் எளிமையாகவும், மேலும் சக்தி வாய்ந்ததாகவும் ஆக்குகிறது.

வாடிக்கையாளர்களின் தேவைகளைப் புரிந்துகொள்வது என்ற அணுகு முறையை வடிவமைப்புத் துறைக்குள் கொண்டுவருவதால் இந்த டிசைன் திங்கிங் மிகப் பிரபலம-டைந்துள்ளது.

வாடிக்கையாளரின் தேவைகள், விற்பனை எண்ணிக்கை, உற்பத்தி செய்யக்கூடிய முறைகள், பொருளின் தரம் போன்றவற்றின் அடிப்படையிலேயே ஒரு நிறுவனத்தின் பொருட்கள் இன்றுவரை வடிவமைக்கப்படுகின்றன. இந்த நடைமுறையில் வாடிக்கையாளரின் தேவை என்பது ஒரு தொடக்கப்புள்ளி மட்டுமே. மற்றபடி மொத்த வடிவமைப்பும் டிசைன் என்ஜினீயரின் விருப்பத்தின் அடிப்படையிலே அமைகிறது.

அந்த டிசைன் என்ஜினீயரால் உற்பத்திப் பொருளின் விலை, எளிதில் உற்பத்தி செய்யக்கூடிய வடிவமைப்பு, பொருளின் வடிவம், நிறம் போன்றவற்றில் மட்டுமே கவனம் செலுத்த

முடிகிறது. வாடிக்கையாளரின் வசதியையோ, அவர்களின் மேம்பட்ட அனுபவத்தையோ பெரிதாகக் கருதுவதில்லை.

இங்குதான் டிசைன் திங்கிங் ஒரு பாலமாக இருக்கிறது. டிசைன் என்ஜினீயர்கள் வாடிக்கையாளர்களின் தேவை- களையும், மனநிலையையும் புரிந்துகொள்வதை வடிவ- மைப்பின் முதல் படியாகவே இது பரிந்துரைக்கிறது. பொருட்- களைப் பயன்படுத்தும் வாடிக்கையாளர்களை அவர்கள் பயன்படுத்தும் இடத்திற்கே சென்று பார்க்கச் சொல்கிறது.

வாடிக்கையாளர் அந்தப் பொருளைப் பயன்படுத்தும் போது எப்படி உணர்கிறார், அதில் ஏதாவது மாற்றங்கள் செய்ய- வேண்டுமா, இன்னும் எளிமையாகப் பயன்படுத்த என்ன செய்யவேண்டும் என்பதை உணர்ந்து அறிய வேண்டும் (empathy).

சுருக்கமாக சொன்னால், 'டிசைன் என்ஜினீயர்கள் தங்கள் கூண்டுக்குள் - அவர்களின் கற்பனை உலகத்தில் - இருந்து கொண்டே பொருட்களை/சேவையை வடிவமைக்கப் பார்க்கிறார்கள். அவர்கள் எப்போதும் ஏதாவது புதிதாக செய்யவேண்டும் என்ற ஆர்வத்திலேயே இயங்குகிறார்கள். ஆனால் புதிதாக செய்யும் பல விஷயங்கள் வாடிக்கையா- ளர்களிடம் வரவேற்பைப் பெறுவதில்லை. வாடிக்கையா- ளர்களைப் புரிந்துகொள்ள அவர்களுக்குப் பயிற்சி கொடுப்- பதில்லை' என்று டிசைன் திங்கிங் சொல்கிறது.

நாம் இப்படிப் புரிந்துகொள்ளலாம் - பெரும்பாலான டிசைன் என்ஜினீயர்கள் இரண்டாம் கட்டத்தை சேர்ந்தவர்களாக இருப்பார்கள். அவர்கள் புதுப் புது சவால்களையும், புதிய டிசைன்களையும் தேடியே போவார்கள். அவர்கள் செய்யும் ப்ராஜெக்ட்டில் ஒரு விறுவிறுப்பு இல்லையென்றால், தங்க-

ளுக்கு சவால் விடக்கூடிய விஷயங்களை அவர்கள் புகுத்தப் பார்ப்பார்கள். அதேநேரம் முன்பின் பழக்கமில்லாதவர்க-ளிடம் (வாடிக்கையாளர்களிடம்) சகஜமாகப் பேசவோ, அவர்களின் தேவைகளைப் புரிந்துகொள்ளவோ அவர்-கள் தயக்கப் படுவார்கள். ஏனென்றால் இந்த குணநலன்கள் மூன்றாம் கட்டத்துக்கு உரியவை.

இப்படி இந்த டிசைன் திங்கிங் செயல்முறை, இரண்டாம் கட்டத்தில் இருக்கும் என்ஜினீர்களுக்கு மூன்றாம் கட்டத்-தின் புரிந்துகொள்ளும் தன்மையை போதிக்கிறது.

அத்தியாயம் 9

தளபதிகளின் ஆனந்தக் கட்டம்

மனிதனின் மிக உயர்ந்த கண்டுபிடிப்பு எது என்று கேட்டால், நான் 'நிறுவனம் என்ற கட்டமைப்பு (Organisation)' என்று தான் சொல்வேன்.

மனிதனுடைய அலைபாயும் மனநிலைக்கும், பரிணாம-மில்லாமல் நமக்குள் ஒளிந்திருக்கும் விலங்கு நிலை உணர்-வுகளுக்கும் மேல் ஒரு பண்பட்ட மனிதனாகவும், ஒருங்கி-ணைந்த சமுதாயமாகவும் நம்மை செயல்பட வைக்கும் ஓர் அற்புதமான விஷயம் தான் இந்த 'நிறுவனம்'.

நிறுவனம் என்ற கட்டமைப்புதான் உலகத்தின் ஏதோ ஒரு மூலை கிராமத்தில் இருக்கும் ஒருவர், வேறொரு நாட்டிலி-ருக்கும் பொருளைத் தன் உள்ளங்கையிலிருக்கும் மொபைல் போனைக் கொண்டே, தனக்கு ஏற்ற நேரத்தில் ஆர்டர் செய்து வாங்க வழி செய்கிறது.

இதே அமைப்புதான் உலகத்தின் வேறொரு மூலையில் இருக்கும் ஒரு பாக்டரியில் பல நூறு மக்களைக் கொண்டு அவர் ஆர்டர் செய்த பொருட்களையும், மேலும் பல பொருட்களையும் ஒரே நேரத்தில் உற்பத்தி செய்ய உதவு-கிறது. இதே அமைப்புதான் அப்படி உற்பத்தியான லட்சக்-கணக்கான பொருட்களை உற்பத்தி இடத்திலிருந்து உப-

யோகிப்பாளர் இடத்திற்கு, சொன்ன நேரத்தில் கொண்டு சேர்க்கிறது.

ஆயிரம் பேரை சேர்த்து செயல்பட வைக்கும் திறமை மனி-தனுக்கு இயற்கையாக அமையவில்லை. 'சேபியன்ஸ் - மனிதகுலத்தின் ஒரு சுருக்கமான வரலாறு' [11] என்ற தனது அற்புதமான புத்தகத்தில் யுவல் நோவா ஹராரி,

150 க்கும் அதிகமான மக்களை ஒரு குழுவா செயல்பட வைக்க சாதாரணமா நம்மால முடியாது; அது-க்கான திறமையும், கட்டுப்பாடுகளும் இயல்பாவே நம்மிடம் இல்லை.

என்று சொல்றார். ஆனால் ஒரு சமுதாயமாக நம் தேவைகளைப் பூர்த்தி செய்ய இன்னும் அதிகமான மக்கள் ஒன்றாக சேர்ந்து வேலைசெய்ய வேண்டி இருக்கிறது. நிறுவனம் என்ற அமைப்புதான் அதை சாத்தியமாக்குகிறது.

ஒரு நிறுவனத்தில் நூறு, ஆயிரம் இல்ல லட்சம் பேர் வேலை செய்தாலும் அவங்க எல்லாரும் ஒரே நம்பிக்கையுடன், ஒருங்கிணைந்து வேலை செய்கிறார்கள். வெவ்வேறு பின்புலத்தில் இருந்து வந்திருந்தாலும், வெவ்வேறு திறமைகளைக் கொண்டிருந்தாலும் எல்லாரும் ஒன்றாக சேர்ந்து ஓர் இலக்கை அடைய இந்த அமைப்பே அடித்தளத்-தைக் கொடுக்கிறது. அதனால்தான் ஒவ்வொரு நாட்டின் சட்டமும் நிறுவனங்களுக்கு மனிதனைப் போலவே பல உரிமைகளையும் கொடுத்திருக்கின்றன.

வேலை என்றால் என்ன?

இப்படி யோசிச்சுப் பாருங்க - உங்க நிறுவனத்தில் வேலைக்கு வரும் பணியாளர்கள் எதுக்காக வராங்க? ஒரு நல்ல வாழ்க்கையைப் பெறுவதற்கும், வாழ்க்கைத் தரத்தைப் உயர்த்திக் கொள்ளவும் வேலைக்கு வராங்க. மாஸ்லோவின் தேவைக் கோட்பாட்டின் [12] படி, நம் ஒவ்வொருவருக்கும் பின்வரும் தேவைகள் உள்ளன.

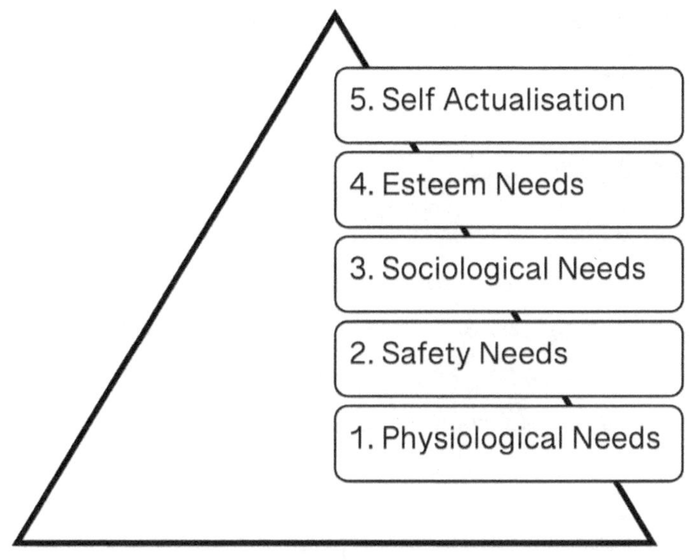

படம் 14 - மாஸ்லோவின் தேவைக் கோட்பாடு

1. உடல் சார்ந்த தேவைகள்

உடல் சார்ந்த தேவைகளில் உணவு, தங்குமிடம் மற்றும் இயற்கை சூழல்களில் இருந்து காத்துக்கொள்வது போன்ற உயிர் வாழ்வதற்கான அடிப்படைத் தேவைகள் அடங்-கும். இது சரியான காற்றோட்டம், சூரிய ஒளி, தாங்கக்கூடிய வேலை நிலைமைகள், ஓய்வெடுப்பதற்கான நேரம் மற்றும்

உடல் தேவைகளை நிறைவேற்றுவது போன்ற அத்தியாவ-
சிய, சுகாதாரம் தொடர்பான கூறுகளையும் கொண்டுள்ளது.

2. பாதுகாப்புத் தேவைகள்

பாதுகாப்பாக இருக்கவும், உயிர் வாழவும், காயம், வலி
நோயின்றி ஆரோக்கியமான வாழ்க்கையை நடத்தவும்
தேவையான அம்சங்கள் இதில் அடங்கும். நிகழ்காலத்-
திலும், எதிர்காலத்திலும் தன் வாழ்க்கைத் தரத்தைத் தக்க
வைத்துக்கொள்ள ஒரு நிரந்தர வருமானமும் பாதுகாப்புத்
தேவைதான்.

3. சமூகத் தேவைகள்

ஒரு கூட்டத்தின் அங்கமாக இருப்பது என்பது தன்னையும்,
தன் குடும்பத்தையும், தன் சந்ததியையும் பாதுகாப்பதற்கு
அவசியமாகிறது. உங்கள் நிறுவனத்தில் எல்லா பணியா-
ளர்களுக்கும் ID கார்டு கொடுப்பதன் மூலம் கூட அவர்கள்
ஒரே குழுவைச் சேர்ந்தவர்கள் என்பதை உணர வைக்கி-
றோம்.

ஒருவரின் உணர்ச்சிகள், உணர்வுகள், எண்ணங்கள் மற்றும்
யோசனைகளை யாரிடமாவது சுதந்திரமாக வெளிப்படுத்த
வேண்டிய தேவை எல்லாருக்கும் உண்டு. நாம் எல்லோ-
ரும் நெருக்கமான சில நபர்களால் புரிந்து கொள்ளப்பட
வேண்டும் என்று ஏங்குகிறோம்.

4. அங்கீகாரத்திற்கான தேவை

இது தனக்கான மரியாதை மற்றும் அங்கீகாரத்திற்கான
தேடல். இந்த நிலையில் ஒருவர் தனக்கான சுய உணர்வை
அல்லது சுய மரியாதையை வளர்த்துக் கொள்கிறார்.

மற்றவர்களும் அவருக்கு அதே அளவு மரியாதையைத் தர வேண்டுமென்று எதிர்பார்க்கிறார். தான் இருக்கும் இடத்தில் ரொம்ப முக்கியமானவராவும், சாதனையாளராவும், கம்பீரமானவர் / அழகானவராவும் தெரியவேண்டும் என்னும் ஆசை.

5. தன் நிலை அடைதல்

தன்னிலை அடைவதே ஒவ்வோர் உயிரின்
இடைவிடாத தேடல்

என்கிறார் மாஸ்லோ. தன் முழுமையான வளர்ச்சியை எட்டு-வது, தன்னை முழுமையாக வெளிப்படுத்துவது, உன்னத-மான நிலையை அடைவது என்பதே இந்த நிலையின் நோக்கம்.

தன்னால் என்னவெல்லாம் முடியுமோ
அவை அத்தனையையும் அடைவது,
அத்ததனையாகவும் ஆவது”

என்று சொல்கிறார்.

ஏன் வேலைக்கு வரவேண்டும்?

பணம் சம்பாதிக்க மட்டும்தான் பணியாளர்கள் வேலைக்கு வற்றாங்கன்னு நீங்க நினைச்சா அது தவறு. இந்த மாதிரி-யான குறுகிய சிந்தனை, நிரந்தரமில்லாத தொழிலாளர்க-ளைத்தான் உருவாக்கும். ஏன்னா பணம் அவங்களுடைய எல்லா தேவைகளையும் நிறைவேற்றி விடாது. அது முதல் ரெண்டு தேவைகளான உடல்சார்ந்த தேவைகளையும், பாதுகாப்புத் தேவைகளையும் மட்டுமே பூர்த்தி செய்யும்.

அதுவும் நீங்க சரியான நேரத்தில் முழு சம்பளம் கொடுக்க- லன்னா வருங்காலப் பாதுகாப்பும் நிறைவேறாது; வெறும் உடல்சார்ந்த தேவைகள் மட்டுமே நிறைவேறும். பிறகு 'அவங்களுக்கு கம்பெனிமேல ஈடுபாடே இல்ல', 'எதோ கட- மைக்கு வேலை செய்யறாங்க', 'அவங்களை நம்ப முடியல, எப்ப கால வாரிடுவாங்களோ' என்றெல்லாம் புலம்ப வேண்டி இருக்கும்.

ஜெஃப்ரி லிக்கர் மற்றும் மைக்கேல் ஹோசியஸ் ஆகி- யோர் எழுதிய 'டொயோட்டா கல்ச்சர்' என்ற புத்தகத்- தில்[13] உலகின் தலைசிறந்த நிறுவனமாகக் கருதப்படும் டொயோட்டா நிறுனவனத்தின் பணியாளர் நல்லுறவு பற்றி இப்படி சொல்கிறார்கள் -

வேலை என்பது வெறும் பணம் சம்பாதிப்பதற்கான ஏற்பாடு அல்ல. இது ஒவ்வொரு பணியாளர்களையும், அந்த நிறுவனத்தையும் முன்னேற்ற ஒருவருக்கொருவர் செய்துகொள்ளும் நீண்டகால பரஸ்பர முதலீடு.

இந்த வகை நிறுவன அமைப்பை அவர்கள் 'மக்கள் ஒருங்கி- ணைப்புக்கான முன்மாதிரி' என்கின்றனர்.

மனித சமுதாயத்தைத் தொடர்ந்து மேம்படுத்த வேண்டும் என்ற கனவும், அதற்கான தேடலும் உள்ளவர்களே தொழில் முனைவோராகிறார்கள். ஆனால், தனி ஒருவனாக மிகப்பெரிய மாற்றத்தைக் கொண்டு வருவதும், மனித சமுதாயத்தை முன்னேற்றுவதும் ரொம்ப கஷ்டம். தொழில் முனைவோரின் கனவுகளை நினைவாக்கவும், திட்டங்களை செயல்படுத்தவும் அவருக்கு நிறைய பேருடைய ஒத்து- ழைப்பு தேவை.

தன்னைப் போன்றே கனவுகளை உடைய தளபதிகளும், திறமைசாலிகளும் அவருடைய கனவுகளைத் தன் கனவுக-ளாக ஏற்றுக்கொண்டு அவருடன் சேர்ந்து பயணிக்கிறார்கள். அந்தக் கனவுகளை அடைய அவர்கள் பல தியாகங்களைச் செய்கிறார்கள்.

எப்போது இந்தக் குழுவால் பல பேருடைய திறமைகளைப் பயன்படுத்திக்கொள்ள முடியுமோ, அவர்களின் எதிர்பார்ப்-புகளைப் பூர்த்திசெய்ய முடியுமோ அப்போது மேலும் பலபேர் அவர்களுடன் சேரத் தயாராகிறார்கள்.

அப்படி சேரும் பணியாளர்களின் தேவைகள் - உடல் சார்ந்த தேவைகள், பாதுகாப்புத் தேவைகள், சமூகத் தேவைகள், அங்கீகாரம் மற்றும் தன்னிலை அடையும் தேவைகளும் பூர்த்தி அடைய வாய்ப்பு இருக்கும்போது, தன்னால் எப்படி-யெல்லாம் பங்களிக்க முடியுமோ அப்படியெல்லாம் பங்க-ளிக்கிறார்கள்.

ஒரு தொழில்முனைவோருக்குத் தன்னுடன் இணைந்து பணியாற்றும் அனைவருடைய தேவைகளையும், லட்சியங்-களையும் நிறைவு செய்ய 'நிறுவனம்' என்னும் அமைப்பு மிகச் சரியான மற்றும் சிறப்பான வழி.

நூற்றுக்கணக்கான நபர்களை ஒன்றிணைப்பதற்கும், அவர்க-ளுக்குப் பிடித்த வேலைகளை நாள் முழுவதும், வாழ்க்கை முழுவதும் செய்ய உதவுவதற்கும், அதன் வழியாக அவர்க-ளின் தேவைகள் மற்றும் தேடல்களை அடைய உதவுவ-தற்கும் ஒரு 'நிறுவனம்' தேவைப்படுகிறது.

இந்த நிறுவனம் என்ற அமைப்பு பணியாளர்கள் ஒவ்வொ-ருவரும் தங்கள் நேரத்தையும், முயற்சியையும் மிகத் திறமை-யாகப் பயன்படுத்திக் கொள்ள உதவுகிறது. அது மட்டு-

மில்லாமல் அவர்கள் விரும்பிய விஷயங்களை அதிகமாக செய்துகொண்டே இருக்க உதவுகிறது. அப்படிச் செய்வதன் மூலம் ஒட்டுமொத்த மனித குலத்திற்கும் இன்னும் அதிக சேவை அளிக்கிறது.

Delegation என்னும் அதிகாரப் பகிர்வு

டெலிகேஷன் என்ற வார்த்தை இன்று தொழில் முனை-வோரிடம் ரொம்பப் பிரபலமாக இருக்கு. ஆனால், 'சார், டெலிகேட் பண்ணனும்னு தெரியும். முயற்சியும் பண்ணி-யிருக்கோம். ஆனால், பெரிசா எங்களால எதுவும் பண்ண முடியல. ஒண்ணு, நாம நியமிச்சவங்க தன்னைப் பெரிய ஆளுன்னு நினைச்சு நம்மயே கேள்வி கேக்கிறாங்க. இல்ல, தினசரி முடிவுகளுக்கும் திரும்பத் திரும்ப நம்ம கிட்டயே வந்து நிக்கிறாங்க!' - இப்படி நாமும் புலம்பிகிட்டு இருப்-போம்.

பகிர்ந்துகொடுத்தல் என்றதும், நம் வேலைகளைப் பிரிச்சு கொடுக்கணும்னு நினைச்சு அதை செய்யறோம். ஆனால் உண்மையில்

டெலிகேஷன் என்பது பொறுப்புக்களை மட்டுமல்ல அதன்கூட அதிகாரத்தையும், சில முடிவுகள் எடுக்கும் உரிமையையும் சேர்த்து பகிர்ந்தளித்தல் ஆகும்.

ஏன்னா, பிசினெஸ் என்பது நம்மைவிட திறமைசாலிகளை நம்மோடு சேர்த்துகொள்வது, நம்முடனே தக்க வைப்பது, அவர்கள் எல்லோரையும் ஒரு பொதுவான கனவை நோக்கி வேலை செய்ய வைப்பது. ஒரு சாமர்த்தியமான தலைவர்,

எப்போதும் தன்னைவிட திறமைசாலிகள் பலபேரைத் தன்னை சுற்றி வைத்துக்கொள்வார்.

எப்போதும் பிசியாக இருக்கும் ஒருவருக்கும், பிசினெஸ் தலைவருக்கும் உள்ள மிகப்பெரிய வித்தியாசம் இதுதான் - ஒரு வேலையைச் செய்வதற்கான சிறந்த வழி 'தானே செய்வதாக' ஒரு பிசியான மனிதர் நினைக்கிறார். அதேச-மயம், ஒரு பிசினெஸ் தலைவர் தளபதிகளை நியமிக்கிறார், வேலைகளை ஒப்படைக்கிறார். அதனால் இன்னும் அதிக-மான பணிகளை செய்து முடிக்கிறார்.

'Think and Grow Rich' என்ற புத்தகத்தில் நெப்போலியன் ஹில் சொல்கிறார்

ஒத்த கருத்தும், இலட்சியங்களும் உடைய மக்கள் ஒருங்கிணைந்து செயல்படும்போது அவர்கள் மிகப்பெரும் செல்வத்தையும் பெரும் பதவிகளையும் அடையமுடியும்.

இந்தக் குழுவிற்கு அவர் 'மாஸ்டர் மைண்ட்' என்று பெயரிட்-டார். இவ்வகையான ஒருங்கிணைப்பைப் பின்வருமாறு வரையறுக்கிறார்.

இந்த மாஸ்டர் மைண்ட் என்பது - திட்டவட்டமான குறிக்கோளை அடைவதற்கு, ஒன்றுக்கு மேற்பட்ட நபர்களிடையே ஏற்படும் அறிவு மற்றும் முயற்சியின் ஒருங்கிணைப்பாகும்.

என்ன ஓர் அற்புதமான விளக்கம்! இங்கு நீங்கள் மாஸ்டர் மைண்ட் என்பதற்கு பதில் 'நிறுவனம்' என்ற வார்த்தையைப் போட்டுப்பாருங்கள். நிறுவனம் என்ற அமைப்புக்கு ஒரு முழுமையான விளக்கம் நமக்குக் கிடைக்கிறது.

ஒரு நிறுவனம் என்பது திட்டவட்டமான குறிக்கோளை அடைவதற்கு, ஒன்றுக்கு மேற்பட்ட நபர்களிடையே ஏற்படும் அறிவு மற்றும் முயற்சியின் ஒருங்கிணைப்பாகும்.

நிறுவனத்தின் வளர்ச்சிக்கு யார் பொறுப்பு?

பிசினெஸ் ஒரு லெவலுக்கு மேல வளர அதுக்கு பலபேரோட உடல், சிந்தனை மற்றும் உணர்வுப்பூர்வமான பங்களிப்பு தேவைப்படுது. 'ஏன் சிறு நிறுவனங்கள் சிறு நிறுவனங்- ளாகவே இருக்கின்றன?' என்ற கேள்விக்கு பதில் தேடும் முயற்சியில், சின்ன நிறுவனங்களுக்கும், பெரிய நிறுவனங்- களுக்கும் ஒரு முக்கியமான வித்தியாசத்தை என்னால பார்க்க முடிஞ்சது.

'அந்த கம்பெனியை யார் வளர்க்கிறார்கள்' என்பதுதான் அது. ஒரு கம்பெனி எவ்வளவு வேகமா வளருது என்பதை விட, யார் அந்த வளர்ச்சியைக் கொடுக்கிறாங்க, யார் அதைத் திட்டமிடறாங்க, யார் அதை தினசரி நடைமுறைப் படுத்துறாங்க என்பதில் தான் சூட்சுமம் இருக்கு.

ஒரு சிறிய நிறுவனத்தில் தொழில்முனைவோர் தினசரி வேலைகளில் முழுகிப்போய் விடுகிறார். அவர் பெரும்பா- லும் ஒரு மேனேஜர் வேலையையே செய்கிறார். அதே நேரத்தில் அவரது மேனேஜர்கள் வெறும் சூப்பர்வைசர் வேலையைதான் செய்கிறார்கள்.

ஆனால், பெரிய நிறுவனங்களில் அதன் எதிர்காலத் திட்டங்களையும், வளர்ச்சித் திட்டங்களையும் பல சிறு ப்ராஜெக்ட்களாகப் பிரித்து மேனேஜர்களுடைய தினசரி வேலைகளா கொடுக்கிறாங்க. நிறையபேர் ஒரே சமயத்தில்

வளர்ச்சிக்காக வேலை செய்வதால், அவர்களின் வளர்ச்சி பலமடங்காக அதிகரிக்கிறது. அதுமட்டுமில்லாம வளர்ச்சி தினசரி திட்டமிட்டு செய்யப்படுவதால் சுலபமா இலக்கு-களை அடைய முடியுது.

செடியும் மரமும்

ஒரு கார்ப்பரேட் கம்பெனி என்பது - தன்னைத் தானே வளர்த்துக்கொண்டு, போட்டிகளை சமாளித்து, வாடிக்கை-யாளர்களுக்கு சேவை அளித்து, தேவையான வளங்களை ஈர்த்துக் கொண்டு, தொடர்ந்து லாபத்தை அதிகப்படுத்திக் கொண்டே, தன்னுடைய வாழ்நாளை நீட்டித்துக் கொள்ளும் ஓர் அமைப்பாகும்.

அது நல்லா வளர்ச்சி அடைந்த ஒரு மரத்தைப் போன்றது. ஒரு தொழில்முனைவோரா நீங்க அதன் பழங்களையும், பலன்களையும் அனுபவிக்கும் நேரத்தில், அந்த மரத்தைப் பாதுகாக்கவும், பராமரிக்கவும் பெரிசா சிரமப் படவேண்-டாம்.

ஆனால்

ஒரு சிறிய நிறுவனம் எப்போதும் அதன் உரிமையா-ளர்களை பிஸியாக வைத்திருக்கிறது. பெரும்பாலான சிறிய நிறுவனங்கள் தங்கள் உரிமையாளரை மிகவும் கடுமையாகச் வேலை வாங்குகின்றன.

இது வளர்ந்து வரும் மரக்கன்று போன்றது. அதன் உரிமை-யாளர்களின் முழுகவனம், பராமரிப்பு மற்றும் ஆதரவும் அதற்-குத் தேவைப்படுகிறது. ஆனால் பதிலுக்கு அது எதையும் கொடுப்பதில்லை.

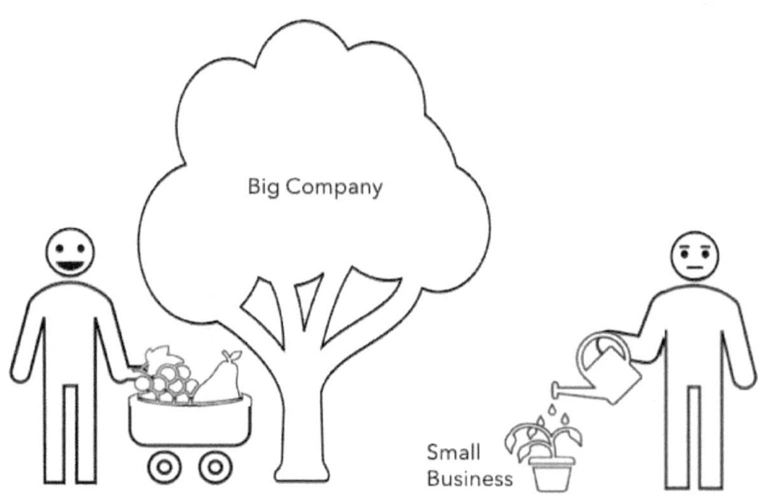

படம் 15 - கார்பரேட் நிறுவனம் Vs சிறுநிறுவனம்

'கோழி முதலில் வந்ததா? முட்டை முதலில் வந்ததா?' என்கிற மாதிரி கார்ப்பரேட் நிறுவனங்கள் தேவையான அளவு பணியாளர்கள் இருப்பதால் பெரிசா வளருதா இல்ல, அவங்க பெருசா இருப்பதால் தேவையான ஆட்களைப் பணியமர்த்த முடிகிறதா?

ஆனால் ஒரு தொழிலதிபரா நீங்க உங்க பெரும்பான்மை-யான வேலைகளைப் பிறரிடம் ஒப்படைக்காமல் உங்க நிறுவனத்தைப் பெரிசா வளர்க்க முடியாதுன்னு மட்டும் எனக்குத் தெளிவா தெரிஞ்சது.

அதேநேரம் இப்படிப் பொறுப்புகளை ஒப்படைக்கிறதுக்கு நீங்க தயாராக இருந்தாலும், கடந்த காலத்தில் நமக்கு அதில் எதிர்பார்த்த பலன் கிடைக்கல என்பதுதான் உண்மை. பல ஒர்க் ஷாப்களில் தொழில்முனைவோர் இதை சொல்லி இருக்காங்க.

எப்படிப் பகிர்ந்தளிப்பது?

தெரிந்து விளையாடல் என்ற அதிகாரத்தில், ஒருவரைப் பணிக்குத் தேர்ந்தெடுப்பதும், பணியமர்த்துவதும் எப்படி என்பதை -

இதனை இதனால் இவன்முடிக்கும் என்றாய்ந்து அதனை அவன்கண் விடல்.

என்று சொல்கிறது திருக்குறள் (குரள் எண் 517).

அதாவது ஒரு வேலைக்கு ஒருவரைத் தேர்ந்தெடுக்கும்போது, அந்த வேலையைப் புரிந்துகொண்டு, அவரது பலத்தையும் புரிந்துகொண்டு, அவரால் அந்த வேலையைச் செய்துமுடிக்க முடியுமா என்று ஆராய்ந்து, அப்படி அவரால் செய்துமுடிக்க முடியும் என்று நீங்கள் நம்பினால் அதன்பின் - மிக முக்கியமாக - அந்த வேலையை **அவரிடம் ஒப்படைத்து விடவேண்டும்.**

ஒரு நிறுவனம் தனது பணியாளர்கள் திறம்படவும், பிரச்சினை இல்லாமலும் தங்களுக்குப் பிடித்த வேலையைத் தொடர்ந்து செய்ய அவர்களுக்கு வாய்ப்பையும், வசதியையும் கொடுக்க வேண்டும்.

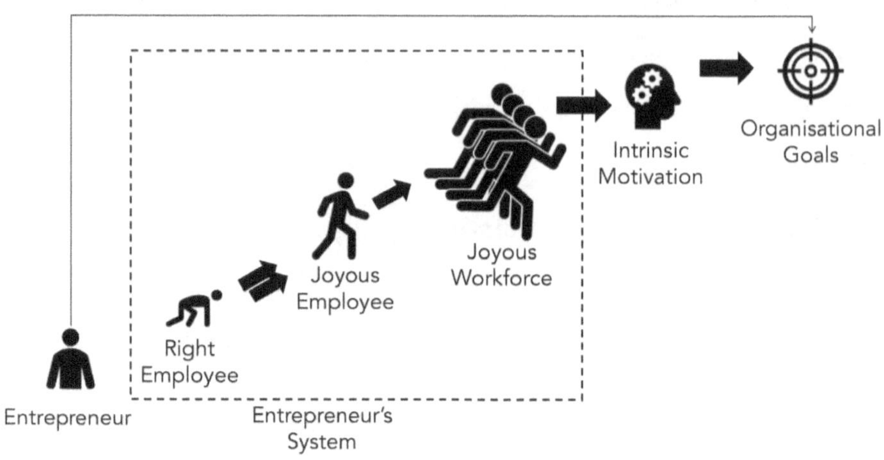

படம் 16 - நிறுவனம் என்ற அமைப்பு

அவர்களின் உள்ளார்ந்த நோக்கங்களை அடையும்போது நிறுவனத்தின் இலக்குகளையும் அவர்கள் அடைவதற்கு வழி செய்து தர வேண்டும். மேலும், பணியாளர்கள் தங்களின் அதிகபட்ச ஆற்றலை வெளிப்படுத்த வாய்ப்பு அளிக்க வேண்டும். இல்லையென்றால், ரெண்டு தரப்புக்குமே நஷ்டம்தான்.

ஒரு நிறுவனம்னா என்னனு திரும்பப் பார்க்கலாம் –

தொழில்முனைவோர் நிறுவனம் என்ற ஓர் அமைப்பின் உரிமையாளர்.

அந்த அமைப்பு அவரது தொழிலைத் திறம்படவும், சீராகவும் செய்ய, சரியான பணியாளர்களைத் தேர்ந்தெடுத்து, அவர்களுக்கு தகுந்த பொறுப்புகளையும், அதிகாரத்தையும் கொடுத்து, அவர்களின் உள்ளார்ந்த ஆர்வத்தை ஊக்குவித்து, நிறுவனத்தின் பொதுவான இலக்குகளை அடைய வழிசெய்கிறது.

பொறுப்புகளைப் பகிர்ந்து அளிப்பது என்பது அறுவடையைப் போல. நீங்கள் அதிகப் பலன்பெற முன்கூட்டியே விதைத்தல், பராமரித்தல் போன்றவற்றை செய்யவேண்டும்.

அவர்களின் ஆனந்தக் கட்டத்தை எப்படிக் கண்டுபிடிப்பது?

அவர்களின் ஆனந்தக் கட்டத்தைக் கண்டறிய ரொம்ப சுல-பமான வழி - அவர்களை www.joyq.in என்ற வெப்சைட்டில் இருக்கும் JoyQ Assessment Testஐ எடுத்துக்கொள்ள சொல்லுங்கள். இங்கு அவர்களின் ஆனந்தக் கட்டத்தைத் துல்லியமாகக் கணித்து, அவர்கள் எந்தெந்த வேலைகளில் எல்லாம் சிறப்பாக செயல்படுவார்கள் போன்ற விவரங்க-ளுடன் ஒவ்வொருவருக்குமான தனிப்பட்ட ரிப்போர்ட் கிடைக்கும்.

வேலைக்குத் தேர்ந்தெடுத்தல்

ஏற்கனவே நாம் பார்த்தமாதிரி சிறு நிறுவனங்களில் இருக்-கக்கூடிய இன்னொரு பெரிய பலவீனம் பணியாளர்க-ளைத் தேர்ந்தெடுத்து வேலைக்கு அமர்த்துதல். பெரிய அளவு சம்பளம் கொடுக்க வாய்ப்பில்லாதால் சிறந்த திறமையான பணியாளர்களை ஈர்க்க முடியாது என்பது உண்மைதான்.

ரொம்ப வருசமா பெரிய வளர்ச்சி இல்லாம, ஒரே இடத்-தில் சுத்திகிட்டு இருக்கிற கம்பெனியில் நமக்கு என்ன பெரிய எதிர்காலம் இருக்கப்போகுது' என்று அந்தத் திறமை-யான பணியாளர்கள் யோசிக்கிறதும் நியாயம் தானே?

அடுத்த சவால் - அப்படித் திறமையான சிலர் கிடைத்தாலும் அவர்களுக்குப் பொருத்தமான வேலைகளைக் கொடுப்பது. ஏற்கனவே சிறப்பான பணியாளர்கள் கிடைக்காம நெருக்கடியில் இருக்கிற தொழில்முனைவோர் பற்றாக்குறையை நிரப்பினா போதும்னு, கிடைக்கிறவங்களை எடுத்து அப்போதைக்கு வேலையில் அமர்த்திக்க வேண்டி இருக்கு - அந்த வேலைக்கு அவர் பொருத்தமானவரா அல்லது அந்த வேலை அவருக்கு ஏற்றதா என்றெல்லாம் பார்க்க முடிவதில்லை.

அதே தெரிந்து விளையாடல் என்ற அதிகாரத்தில் இன்னொரு திருக்குறள் என்ன சொல்லுதுன்னா,

**தேரான் தெளிவும் தெளிந்தான்கண் ஐயுறவும்
தீரா இடும்பைத் தரும்.**

அதாவது, ஒருவரைத் தீர ஆராய்ந்து, அவரது பலம் பலவீனங்களைப் புரிந்து கொள்ளாமல் இவர் இதைச் செய்வார், அதைச் செய்வார்னு முடிவெடுப்பதும் பிரச்சினை. அப்படித் தீர ஆராய்ந்து பொறுப்புகளை அவர்கிட்ட ஒப்படைச்ச பின் அவர் செய்திடுவாரா என்று சந்தேகப்பட்டுக்கிட்டே இருக்கிறதும் பிரச்சினை. இது ரெண்டுமே என்னைக்கும் தீராத கஷ்டத்தையே கொடுக்கும்.

பெரிய கம்பெனிகளில் இருந்து இப்படி சிலமுறை திறமையானவர்களைத் தேர்ந்தெடுத்து அப்புறம் அவங்க வேலை செட் ஆகலை என்று போவது ஒரு தொழில்முனைவோரின் நேரத்தை விரயமாக்குது. அது மட்டுமில்லாமல் அவருக்கு மறுபடியும் இப்படி ஆட்களை வேலைக்கு எடுக்கும் ஆர்வமும் படிப்படியா குறைஞ்சுபோகுது.

பெரிய கம்பெனியில் தலைவரா? மேனேஜரா?

பெரிய கம்பெனியில் இருந்து ஒரு மேனேஜரை எடுக்கும்-போது ஒரு சிறு நிறுவனத்தின் முதலாளி என்ன எதிர்பார்ப்-பார்? அவரோட ஆசையெல்லாம் அந்த மேனேஜர் அவர் வேலை செய்த MNC கம்பெனியில் கத்துகிட்ட நிறைய விஷயங்களை நம்ம நிறுவனத்தில் செயல்படுத்துவார்; பணி-யாளர்களுக்கு ஒரு நல்ல தலைவரா இருப்பார்; அதனால் நம்ம நிறுவனமும் வேகமா வளர்ந்திடும் - இப்படித்தான் இருக்கும்.

குறைந்த பட்சம் அவர் தன் டிபார்ட்மென்டைப் பார்த்துக்க-ணும். அங்கிருந்து பிரச்சினைகள் வராம இருக்கணும்கிறது அந்த முதலாளியோட எதிர்ப்பார்ப்பா இருக்கும். அதனால் அந்த மேனேஜருக்கு தன் நிறுவனத்தில் பொதுவா கொடுக்-கிற சம்பளத்தை விடக் கொஞ்சம் கூடுதலாவே கொடுக்-கிறார். ஆனால், அப்படி பணிக்கு சேரும் அந்த மேனேஜர் பெரிய நிறுவனத்தில் என்னவா இருந்திருப்பார்? மேனேஜ-ராகவா அல்லது ஒரு தலைவராகவா?

ஏன்னா, ஒரு பெரிய நிறுவனத்தில் இருக்கும் மேனேஜர் தினசரி வேலைகளைத் திட்டமிட்டு, அதில் வரும் பிரச்சி-னைகளை சமாளிக்கும் வேலையை மட்டும் செய்திருக்-லாம். அவருக்குத் துணையாவும், முடிவுகளை எடுக்க பக்கத்-திலிருந்து வழிகாட்டவும் அவருடைய சீனியர் மேனேஜர் இருந்திருப்பார். அதனால் பல விஷயங்களையும் ஆராய்ந்து தன் டிபார்ட்மென்டை சுயமா வழிநடத்துற அனுபவம் பெரும்பாலும் அவருக்கு இல்லாமல் இருக்கும்.

மேலும்பெரியநிறுவனங்களில்அவங்கபணிகளும், பொறுப்-புகளும் தெளிவா நிர்ணயிக்கப்பட்டிருக்கும். அவர் யாருக்கு

ரிப்போர்ட் பண்ணனும், அவரிடம் யாரெல்லாம் ரிப்போர்ட் பண்ணனும் போன்ற விஷயங்களும் தெளிவா இருக்கும்.

ஆனால் சிறு நிறுவனங்களில் இருக்கக்கூடிய சிக்கலான அதிகார அமைப்பையும், அதில் குடும்ப உறுப்பினர்க-ளின் தலையீட்டையும், சீனியர் பணியாளர்களுக்கு முதலாளி கிட்ட இருக்கிற நெருக்கத்தையும் புரிஞ்சுக்கவே அவருக்குப் பலநாட்கள் தேவைப்படும்.

அதனால் ஆரம்ப நாட்களில் எல்லா விஷயங்களுக்கும் முடிவெடுக்க உங்ககிட்டேயே அவர் வந்து நிற்க நேரிடு-கிறது. இதுவே அவரை திறமையற்றவரா உங்களுக்குக் காட்டிடும். அவருக்குப் பொருத்தமான வேலையாக அது இல்லைனா அவரும் கொஞ்ச நாட்களிலேயே ஆர்வமிழந்து வேலைய விட்டுட்டுப் போயிடுவார்.

அவர்களின் இயல்பான ஆர்வங்களை மதிப்பிடுதல்

அதனால் ஒரு மேனேஜரை வேலைக்கு சேர்ப்பதற்கு முன் அவரது இயல்பான ஆர்வங்களை மதிப்பிட்டு, அவரைப் புரிஞ்சுகிட்டா, நீங்க எதிர்பார்க்கிற வேலைக்குப் அவர் பொருந்துவாரா, ஆரம்பத்தில் சில சரிவுகள் வந்தாலும் ஆர்வமா அந்த வேலையைத் தொடர்ந்து செய்வாரா என்பதை முன்கூட்டியே தீர்மானித்துக்கொள்ளலாம்.

அத்தியாயம் 10

நிர்வாக மாற்றம்

உங்கள் முக்கியமான மேனேஜர்களின் JoyQவைக் கண்டுபிடிச்ச பின் உங்களுக்கு ஒரு தெளிவு கிடைக்கும். அதன்கூடவே நிறைய குழப்பமும் வரும். நம்ம மேனேஜர்கள் உண்மையிலேயே அவங்களுக்குப் பிடிச்ச வேலைகளைத் தான் செய்யறாங்களா? இல்ல ஏதோ ஒரு நிர்பந்தத்தில் கொடுத்த வேலைகளை செஞ்சுகிட்டு இருக்காங்களான்னு சந்தேகம் வரும்.

JoyQவை வச்சு அவங்க இயல்பான ஆர்வம் என்ன, அவங்க முழு சக்தியோட வேலை செய்யணும்னா எந்த வேலையை அவருக்குக் கொடுக்கணும்னு உங்களுக்குத் தெளிவா புரிஞ்-சிடும்.

அவங்க இப்ப ஆனந்தக் கட்டம் தவிர மற்ற கட்டங்களுக்கான வேலைகளை செஞ்சுக்கிட்டு இருக்கலாம். அல்லது தனக்கு எதிர் கட்டத்தில் இருக்கிற துறையில் கூட இப்ப வேலை செஞ்சுக்கிட்டு இருக்கலாம்.

"சார், இப்ப இருக்கிற வேலைலயே அவங்க நல்லாதான் வேலை செய்யறாங்க. அப்புறம் எதுக்கு மாற்றணும்?"னு உங்க உள்மனசு சொல்லுது இல்ல? உங்க மைண்ட் வாய்ஸ் - சரிதான்.

ஆனா, நாம் அவங்க கிட்ட எதிர்பார்ப்பது இன்னும் கொஞ்சம் பங்களிப்பு, இன்னும் கொஞ்சம் ஈடுபாடு, இன்னும் கொஞ்சம் ஆர்வம் - சரியா?

அவங்க நிர்பந்தத்தின் காரணமாகவும், 'வேலைக்குனு வந்துட்டா பிடிச்சிருக்கோ பிடிக்கலையோ, சார் கொடுத்த வேலையை நல்லபடியா முடிச்சுக் கொடுக்கணும்'ங்கிற எண்ணத்திலேயும், இல்ல தெரியாமல் முதல் கம்பெனியில் ஒரு டிபார்ட்மெண்ட்ல சேர்ந்துவிட்டதால் கிடைத்த 'அனுபவத்தின்' அடிப்படையிலும், அந்த வேலைகளை செய்துகொண்டிருக்கலாம்.

இன்னொரு பக்கம் அவர்களின் ஆனந்தக் கட்டத்துக்-கான வேலைகள் - ஒருவர் தன் ஆனந்தக் கட்டத்துக்கான வேலைகளை செய்யும்போது வெளிப்புறத்தில் இருந்து உந்துதல் தேவைப்படாது.

ஒவ்வொரு நாளும் அவங்க எவ்வளவு வேலை செய்தாங்-கன்னு நீங்க பார்த்துப் பார்த்து அவங்களைத் தள்ளிக்-கிட்டே இருக்கணும்கிற அவசியமும் இருக்காது. அவங்க-ளுக்குப் பிடித்த வேலை என்பதால் அவங்களே ஆர்வமா செய்வாங்க. அப்பப்ப சில கொள்கை ரீதியான முடிவுக-ளுக்கும், வழிகாட்டுதல்களுக்கும் மட்டுமே உங்ககிட்ட வருவாங்க.

உங்க மேனேஜர்கள் எப்படி இருக்கணும்னு நீங்களே முடிவு பண்ணுங்க.

மாற்றத்தை எங்கிருந்து தொடங்குவது?

எல்லா மேனேஜர்களுக்கும் இப்படி JoyQ மதிப்பீடு பண்ணனும்னு அவசியம் இல்ல. அதேமாதிரி எல்லாரையும் டிபார்ட்மென்ட் மாத்தணும்கிறதும் அவசரம் இல்ல. முதலில் ரொம்ப முக்கியமான சில மேனேஜர்களுக்கு - அதாவது முக்கியமான முடிவுகளை எடுக்கக்கூடிய மேனேஜர்களுக்கு மட்டும் மதிப்பீடு பண்ணுங்க.

முதல் *Step* - நிறைவு செய்யும் கட்டங்களிலிருந்து விடுவித்தல்

உங்க மேனேஜர்களில் யாரவது அவங்களுடைய நிறைவு செய்யும் கட்டத்தில் - அதாவது பலவீனமான கட்டத்துக்கு உரிய வேலையில் - இருந்தா அப்ப நீங்க முக்கிய மாற்றத்தை செய்யவேண்டி இருக்கும். இதுதான் முதல் படி.

நிறைவு செய்யும் கட்டத்தில் (complementing quadrant) வேலை செய்யும் ஒருவர் இரண்டு விதமாக பாதிப்படைகி- றார். முதல்ல, அந்த வேலையில் அவரால சிறப்பா செயல்- பட முடியாது - உங்களுக்கு அவருடைய பங்களிப்பு திருப்திகரமா இருந்தாலும் அவர் தன் முழு சக்தியையும், முழு பலத்தையும் பயன்படுத்த முடியாம இருப்பார்.

இரண்டாவதா, அவர் தன்னால முடிஞ்ச அளவு முயற்சி செய்து வேலை செய்தாலும், அவருக்கு ஒரு மனநிறைவு கிடைக்காது. அதாவது 'நாம் சந்தோசமா சவால்களை சந்திக்கிறோம்; போராடி அவற்றில் வெற்றி பெறுகி- றோம்'கிற ஒரு திருப்தி இருக்காது. இதனால புரியாத ஒரு மனஉளைச்சல் அவருக்குள்ள இருந்துகிட்டே இருக்கும்.

ரெண்டாவது Step - துணை செய்யும் கட்டங்களில் இருந்து விடுவித்தல்

கடந்த காலங்களில் இந்த மாதிரி சவால்களை நீங்க சந்திச்சு இருக்கலாம் - சேல்ஸ்ல நல்லா வேலை செய்றார்னு ஒருவரைப் promotion கொடுத்து மார்கெட்டிங்கில் போட்டிருப்பீங்க. ஆனா அங்கே அவர் சரியா வேலை செய்யமாட்டார்.

அதே போல குவாலிட்டி டிபார்ட்மென்ட் மேனேஜரை R&D யையும் சேர்த்து பார்த்துக்க சொல்லியிருப்பீங்க. அதுக்கப்புறம் அவருடைய பெர்பார்மன்ஸ் குறைய ஆரம்பிச்சு இருக்கும். அக்கவுண்ட்ஸ் மேனேஜரை HR வேலைகளையும் சேர்த்துப் பார்க்க சொல்லி இருப்பீங்க. அவர் தானும் டென்ஷன் ஆகி மற்ற பணியாளர்களையும் கஷ்டப்படுத்தி இருப்பார்.

இதுக்கெல்லாம் காரணம் ஒருவர் தன் பக்கத்துக் கட்டத்தில் அதாவது துணைசெய்யும் கட்டத்தில் (suplementing quadrants) வேலை செய்வது. அப்படி வேலைசெய்யும் ஒருவர் தன்னுடைய இயல்பையும், சுதந்தர உணர்வையும் கொஞ்சம் கொஞ்சமா இழக்கிற மாதிரி இருக்கும். அவர் திட்டமிடும் போதும், தீர்மானிக்கும் போதும் முழு நம்பிக்கை இல்லாம இருப்பார்.

துணைத்தலைவர்கள் (டெபுடி மேனேஜர்கள்) ஏன் ஜெயிப்பதில்லை?

ஒரு துணைத் தலைவரை நியமிக்கும் போதும் ஆனந்தக் கட்டத்தின் விதிகள் முக்கியமாகின்றன. நிறைவு செய்யும் கட்டம், துணைக் கட்டங்களின் தாக்கம் இங்கும் இருக்கிறது.

'டெபியூட்' என்ற சொல் லத்தீன் மொழியிலிருந்து உருவா-னது. லத்தீன் மொழியின் படி இந்த சொல் - தலைவர் இல்லா-தபோது தலைவராகக் கருதப்படக் கூடியவர் அல்லது தலைவர் இல்லாதபோது அணிக்குத் தலைமை தாங்க நிய-மிக்கப்பட்டவர் என்று பொருள்படுகிறது[14]. Google தேடல் இந்த வார்த்தைக்கான அர்த்தத்தை 'மேலதிகாரி இல்லாத நிலையில் அவரது கடமைகளை மேற்கொள்ள நியமிக்கப்-பட்ட ஒரு நபர்' என்று சொல்கிறது.

ஒரு துறையின் தலைவர் தன் துணைத் தலைவரை எப்படித் தேர்ந்தெடுக்கிறார் என்பதைப் புரிந்துகொண்டு அதனுடன் ஆனந்தக் கட்டத்தின் விதிகளைப் பொருத்திப் பார்த்தால் பல விஷயங்கள் நமக்குப் புரியவரும்.

பொதுவா ஒரு துறையின் தலைவரே அவரின் துணைத் தலைவரை நியமிக்கிறார். ஆனால் அவர் எந்தக் கண்ணோட்-டத்தில் தன் துணைத்தலைவரைத் தேர்ந்தெடுக்கிறார்?

தினசரி வேலை பளுவாலும் நிர்வாகத்தின் அதிகமான எதிர்-பார்ப்பினாலும் ஒரு துறைத் தலைவர் எப்போதும் அழுத்தத்-தில் இருக்கிறார். அதனால் அவர் தன் துணைத் தலைவர் தனக்கு தினசரி வேலைகளில் உதவி செய்யணும்னு எதிர்-பார்க்கிறார். அப்படித் தனக்கு சிக்கல்களையோ கேள்விக-ளையோ தராம, உதவி மட்டுமே செய்யக்கூடிய ஒருவரை அவர் துணைத் தலைவராத் தேர்ந்தெடுத்துக் கொள்கிறார். அப்ப அந்தத் துணைத்தலைவர் 'அசிஸ்டண்ட் மேனேஜர்' ஆக இருப்பார்; ஆனால் டெபுடி மேனேஜராக இருக்க மாட்டார்.

அதேபோல, தன் பலவீனமான வேலைகளில் துணைத்-தலைவர் உதவி செய்யணும் அல்லது அது போன்ற வேலைகளை செய்து கொடுக்கணும்னு நினைப்பார்.

உதாரணமா ஒரு மார்க்கெட்டிங் மேனேஜர் தனக்கு சரியா வராத வேலைகள் - ரிப்போர்ட் எடுப்பது, ரிவியூ மீட்டிங் நடத்துவது, நடைமுறை வேலைகளை சீராகச் செய்வது போன்றவற்றைத் தன் டெபுடி மேனேஜர் செய்யணும்னு எதிர்பார்ப்பார்.

அந்தத் துறையில் இவருக்கு அடுத்து சிறப்பாக செயல்ப-டும் ஒரு சீனியர் எக்செகியூடிவ்-ஐ டெபுடி மேனேஜராக நியமிக்க அந்த மார்க்கெட்டிங் மேனேஜர் யோசிக்கிறார். அந்த சீனியர் எக்செகியூடிவ்வும் ஒரு சிறந்த மார்க்கெட்டிங் வல்லுனரா இருந்தால், அவருடைய இயல்பான ஆர்வத்-தின் அடிப்படையில் அவருக்கும் ரிப்போர்ட் தயார் செய்வது, சக பணியாளர்களுடன் திட்டமிட்ட படி ரிவியூ மீட்டிங் நடத்-துவது, மார்க்கெட்டின் வேலைகளை சிஸ்டெமெட்டிக்காக செய்வது போன்றவை பிடிக்காத வேலைகளாகவே இருக்-கும்.

அப்போது அந்த மார்க்கெட்டிங் மேனேஜரின் பார்வையில் இவர் தனக்குத் தேவையான இடங்களில் உதவி செய்ய முடியாதவர் ஆகிறார். அதனால் அந்த சீனியர் எக்செகியூ-டிவ், டெபுடி மேனேஜர் ஆகும் வாய்ப்பை இழக்கிறார்.

ஒரு மேனேஜர் தன் டெபுடியை பெரும்பாலும் தன் பலவீ-னமான வேலைகளை செய்வதற்காகவே தேர்ந்தெடுப்பார். அந்தத் தலைவரின் பலவீனம் டெபுடியின் பலமாக இருக்-கும். அந்தத் தலைவரின் பலம் இவரது பலவீனமாக இருக்கும் - நம் உதாரணத்தில் மார்க்கெட்டிங். அதனால், அந்த டெபுடி தன் தலைவர் இல்லாமல் தனித்து செயல்பட முடியாது. மாறாக தலைவர் இருக்கும்போது அவருக்கு பக்கபலமாக இருந்து இருவரும் சிறப்பாக செயல்படுவார்கள்.

அதனால்தான் பல வருடங்கள் டெபுடி மேனேஜராக இருந்த ஒருவர் மேனேஜராகப் பதவி உயர்வு பெறும்போதோ, வேலை மாறி வேறொரு நிறுவனத்தில் மேனேஜராக சேரும்-போதோ எதிர்ப்பார்ப்புகளை எட்டாமல் தோல்வியடை-கிறார்.

சில நேரங்களில் அதே துறையை ஆனந்தக் கட்டமாகக் கொண்ட நபரை ஒரு மேனேஜர் தன் துணை மேனேஜரா-கத் தேர்ந்தெடுக்க பயப்படுகிறார். ஏனென்றால் அந்தத் துறைமீது தன்னைப் போன்றே ஆர்வமும், அதனால் திற-மையும் இருக்கும் ஒருவரைத் தனக்குப் போட்டியாகவும், தன் பதவிக்கு வரும் ஆபத்தாகவும் பார்க்கிறார்.

எப்படி சரிசெய்வது?

முதலில் நாம் யோசிக்க வேண்டிய விஷயம் - எதற்காக ஒரு டெபுடியை நியமிக்கிறோம் என்பதுதான். உங்க மேனேஜ-ருக்கு அவரது அன்றாட வேலைகளில் உதவி செய்வதற்-குன்னு நினைச்சாஅதை முதலில் மாத்துங்க.

அவருக்கு உதவிசெய்ய ஒரு ஜூனியரையோ இன்னும் சொல்லப்போனா க்ளெர்க் லெவெல்ல இருக்கும் ஒருவரை நியமித்தாலே போதும். ஒரு துணைத்தலைவர், தலைவர் இல்லாத நேரத்தில் ஒரு தலைவரா செயல்படனும் - அதை மனசில் வச்சுக்கோங்க.

ஒருவருக்கு உதவி செய்வதன் மூலமா நாம் எதையும் பெரிசா கத்துக்க முடியாது; துணை செய்வதன் மூலமா கத்துக்க-லாம். தலைவருக்கு சரி சமமா அவரது டெபுடியையும் நடத்-தணும் - அவரும் அதற்குத் தகுதியானவரா இருக்கணும்.

நம்ம அரசியலில் நடக்கிற மாதிரி, தலைவருடைய PA அடுத்த தலைவர் ஆகணும்ன்னா நடக்குமா?

ஒரு தலைவரைத் தேர்ந்தெடுக்க எவ்வளவு சிரத்தை எடுத்துப்பீங்களோ அந்த அவ்வளவு சிரத்தை துணைத்-தலைவரைத் தேர்ந்தெடுக்கும் போதும் நீங்க எடுக்கணும். ஒரு மேனேஜரே அவருடைய டெபுடியைத் தேர்தெடுத்-தால் நாளைக்கு நமக்குத் தலைவலி இருக்காது என்று நீங்க நினைக்கலாம். அப்படி இல்லாமல், அந்த முடிவுகளை நீங்களும் அல்லது ஒரு குழுவும் சேர்ந்து எடுக்கணும்.

வெவ்வேறு கட்டங்களில் இருக்கும் தலைவர்களை நிர்வகித்தல்

இதுவரை ஒவ்வொரு கட்டத்தில் இருக்கும் நபர்களின் பர்சனாலிட்டியையும், அவர்களின் பலம் மற்றும் பலவீனங்களையும் பார்த்தோம். இனி அப்படி வெவ்வேறு பர்சனாலிட்டியுடன் இருக்கும் உங்க மேனேஜர்களைத் திறமையாகக் கையாள்வது எப்படின்னு பார்ப்போம். இப்படியெல்லாம் வித்தியாசமான பர்சனாலிட்டிகளை வச்சு நாம் சமாளிக்கணுமான்னு நீங்க யோசிப்பது புரியுது.

அப்படி வெவ்வேறு பர்சனாலிட்டி கொண்ட தளபதிகள் இருப்பது உங்க நிறுவனத்திற்கு மிகப் பெரிய பலம். அப்படி இருப்பதே ஒரு முழுமையான அணி. உங்களுக்கு பல்வேறு விதமான யோசனைகளும், உக்திகளும், திறமைகளும் கைவசம் இருக்கும். உண்மையில் அப்படிப்பட்ட வெவ்வேறு மேனேஜர்கள் இருக்க வேண்டியது அவசியம்கிறது இந்நேரம் உங்களுக்குப் புரிந்திருக்கும்.

ஒன்று மட்டும் மறந்திடக்கூடாது - அவர்கள் எல்லாரும் உங்க நிறுவனத்தின் முன்னேற்றத்துக்காகவும், பொதுவான இலக்கை அடைவதற்காகவும் உழைக்கிறார்கள் - அவரவர் ஸ்டைலில் உழைக்கிறாரார்கள். இப்படி உங்க நிறுவன வளர்ச்சியில் பங்கெடுப்பது அவர்களுக்கும் பிடித்திருக்கிறது. அதனால அவர்களை அவர்களாக இயங்க விடுவதே சிறந்தது.

படம் 17 - வேறுபட்ட கண்ணோட்டம் - வேறுபடும் கரு-த்துக்கள்

இப்படி வெவ்வேறு பர்சனாலிட்டி கொண்ட தளபதிகள் உங்களுடன் இருப்பது சில சிக்கல்களையும், தலைவலி-யையும் தரலாம். ஒவ்வொரு மேனேஜரும் தன் கருத்துதான் சரின்னு உறுதியா நம்புவார். மற்ற எல்லாரும் தன்னை மாதிரியே யோசிக்கணும்னு எதிர்பார்ப்பார். அதுமட்டுமில்-

லாமல் அடுத்தவர் கருத்துக்கள் தவறு என்றும் உறுதியா சொல்வார்.

நிர்வாகத்தின் கீழ்மட்டத்தில் சிறியதாக இருக்கும் இந்தப் பிரச்சினை மேல போகப்போக பூதாகாரமாக ஆகிவிடுகிறது. ஒரு தொழில்முனைவோரா உங்ககிட்ட இந்த பாரபட்சம் இருந்தாலோ, இல்ல உங்க CEOகிட்ட இருந்தாலோ உங்க நிறுவனத்துக்கு அது பெரிய பின்னடைவையும் தேக்கத்தை-யும் ஏற்படுத்திடும்.

அதனால், ஒவ்வொரு கட்டத்தில் இருக்கும் மேனேஜர்கள் எப்படி யோசிப்பார்கள், தன் சகாக்களை எப்படிக் கையாள்-வார்கள், அவர்களுடைய குறைபாடுகள் போன்றவற்றை-யும், ஒவ்வொரு கட்டத்து மேனேஜர்களையும் ஒரு தலைவரா நீங்க எப்படிக் கையாள்வது என்பதையும் இப்போது பார்க்கலாம்.

முதல் கட்டத்து மேனேஜரைத் திறம்பட நிர்வகித்தல்

மனிதர்கள் ஒரே மாதிரி யோசிக்க மாட்டாங்க என்று இவருக்கு நல்லா தெரியும். இந்த வேறுபாடுகளை தனக்கு சாதகமா பயன்படுத்திக் கொள்வதில் இவர் கைதேர்ந்தவர். பிடிவாதமும், அதிகார நாட்டமும் இவர் கூடவே பிறந்தவை.

அவருக்குக் கிடைக்க வேண்டிய மரியாதை, சலுகைகள் மற்றும் அதிகாரத்தை எப்பவுமே தக்க வச்சுக்கணும் என்று நினைப்பார் - ஒரு சாதாரண மீட்டிங்கிலேயும் அதையே விரும்புவார்.

என்ன சொன்னாங்க என்பதை விட யார் சொன்னாங்க என்பதில் குறியா இருப்பார். அவர் கருத்துக்கு எதிர் கருத்தை

விரும்ப மாட்டார். அப்படிக் கருத்து சொன்னவங்களையும் அவருக்குப் பிடிக்காம போயிடும்.

அவர் கூட வேலை செய்யறவங்க நிம்மதியா ஒருநாளைக் கழிக்கணும்னா அவர் சொன்னதை மறு பேச்சில்லாம அப்படியே செஞ்சிடணும். ஒரு சின்ன மாற்றத்தைக்கூட இவர் எதிர்ப்பாத்தான் நினைப்பார். அப்புறம் என்ன, நேரடியாகவும், மறைமுகமாகவும் தண்டனைதான் - மாற்றி செய்தவர் அன்றைக்கு காலிதான்.

அதனால் அவருடைய டீமில் வேலை செய்றவங்க எப்பவும் ஒருவிதப் பதட்டத்துலேயே இருப்பாங்க. ஒரு நாள் அவங்களை freeயா விடும் மேனேஜர் இன்னொரு நாள் நிறைய வேலையைக் கொடுத்துப் பிழிஞ்சு எடுக்கத் தயங்கமாட்டார்.

அப்படி அந்தப் பணியாளர்கள் அதிகமா சிரத்தை எடுத்து வேலை செய்வதையோ, அதுக்காக அவங்க சிரமப்படுவ-தையோ அவர் பொருட்படுத்தவே மாட்டார். அதுக்கான பலனும் பேரும் தனக்கு வரணும் என்று எதிர்பார்ப்பார்.

நிறுவனத்தின் சட்டதிட்டங்கள் எல்லாம் மற்றவங்களுக்குத் தான், எனக்குப் பொருந்தாது என்று நினைப்பார்; அப்படி வெளிப்படையா சொல்லவும் தயங்கமாட்டார். தனிப்பட்ட குறிக்கோளும், வெற்றிகளுமே அவருடைய கவனமா இருக்கும்.

இவருடைய அடுத்தடுத்த அடிகளை அவ்வளவு சீக்கிரம் நீங்க கணித்திட முடியாது. ஒவ்வொரு நிமிஷத்தையும் அவங்க கட்டுப்படுத்தணும் என்று நினைப்பாங்க. இதனால் அங்கங்க சின்ன சின்னதா பொய்ச்சொல்வதும், உண்மையை முழுசா சொல்லாம போறதும் நடக்கலாம்

– அதில் பெரிசா உள்நோக்கம் எல்லாம் இருக்காது. ஆனால் அதில் அவருக்கு ஒரு லாபம் இருக்கும். அப்படிச் செய்வது தவறு என்பது அவர் மனதில் இருக்காது. அந்த சந்தர்ப்பத்தை சமாளிக்கணும் என்பது மட்டும்தான் அவர் மனதில் ஓடிக்கிட்டு இருக்கும்.

இவருக்கு தன் சிந்தனைகளை முறைப்படுத்தவும், செயல்படுத்தவும் சரியான, நம்பகமான தளபதிகள் தேவைப்படுவார்கள். அந்தத் தளபதிகள் இவரையும் இவரது குணநலன்களையும் புரிந்துகொள்ள வேண்டும்.

இவரது சகாக்கள் எதிர்கருத்தை சொல்லும்போது வாக்குவாதத்தில் ஈடுபடாமல் இருப்பது நல்லது. அவர் சொன்ன விஷயத்தை செய்து முடிச்சிட்டு, அவர் நிதானமா இருக்கும் போது தங்கள் கருத்துக்களை அவர்கிட்ட சொல்லலாம். நீங்க சொன்னதில் இது தப்பு; நீங்க செய்தது சரியில்லை என்று பேசாமல், எப்படி வேறொரு வழி இன்னும் சுலபமாகவும், சீக்கிரமாகவும் பிரச்சினையைத் தீர்த்திருக்கும் என்று எடுத்து சொல்லணும்.

இதெல்லாம் கேட்டுகிட்டு அமைதியா இருப்பார். 'ஆமாம், நீங்க சொன்னது சரிதான்' அப்படியெல்லாம் உடனே சொல்லிட மாட்டார். ஆனால், அதற்கான மாற்றங்களைக் கொஞ்ச நாளில் நீங்க பார்க்கலாம்.

நிறைய ப்ராஜெக்ட்களை அவர் உங்ககிட்ட ஒப்படைக்கும் போது, நீங்க நிதானமா 'பல ப்ராஜெக்ட்கள் இருக்கு, எதை முதலில் செய்யட்டும், எதை ரெண்டாவதா செய்யட்டும்' என்று கேட்டு சாமர்த்தியமா சமாளிக்கலாம்.

ஒருதலைவரா முதல் கட்டத்தில் இருக்கும் உங்கள் தளபதிக்கு ஒரு வேலையை ஒப்படைத்தால் - முழுசா ஒப்படைச்சிடுங்க.

அப்பப்ப 'என்னாச்சு? இதை இப்படி செய்யுங்க, அதை அப்படி செய்யுங்க' என்று சொல்லிக்கிட்டு இருந்தா அந்த வேலை சிறப்பா முடியாது.

குறிப்பா நீங்க நாலாவது கட்டத்தில் இருந்தால் ரொம்ப எச்சரிக்கையா இருக்கணும். நாலாவது கட்டத்தில் இருப்பவருக்கு மைக்ரோ மேனேஜ்மென்ட் என்று சொல்லும் சின்ன விஷயங்களையும் ஆழமாத் தெரிஞ்சுக்கணும் என்கிற ஆர்வம் நிறைய இருக்கும். ஆனால் இந்த ஆர்வம் உங்க முதல் கட்டத் தளபதியின் ஆர்வத்தைக் குறைச்சிடும். 'அதான் எல்லாம் சார் பார்த்துக்கிறார் இல்ல? நான் எதுக்கு மெனக்கெடணும்' என்று நினைச்சிடுவார். அவர் கேட்காம அவருக்கு உதவியா ஒரு அசிஸ்டன்ட் மேனேஜரை நீங்க நியமிச்சா அதை அவர் ஒரு மிரட்டாலாத்தான் பார்ப்பார்.

முதல் கட்டத்தில் இருக்கும் மேனேஜரை சிறப்பா பயன்படுத்திக்கணும்னா அவருக்குப் புதுசு புதுசா சவால்களைக் கொடுத்துக்கிட்டே இருங்க. ஒரு பெரிய இலக்கை நிர்ணயிச்சு அதை நோக்கி அவரை சுதந்திரமா விடுங்க. உதாரணமா, உங்க மார்க்கெட்டிங் மேனேஜருக்கு ஒரு புது மார்க்கெட்டில் நுழைவது, ஒரு போட்டியாளரைத் தோற்கடிச்சு சந்தையில் முன்னிலை அடைவது போன்றவையெல்லாம் உத்வேகம் தரக்கூடிய சவால்களா இருக்கும்.

இந்தக் கட்டத்து மேனேஜரை நல்லா புரிஞ்சுக்கணும்னா நீங்க மிகப் பிரம்மாண்டமான வார்த்தை ஜாலங்களில் இருந்து உண்மையைப் பிரித்து எடுக்கும் திறமையை முதலில் வளர்த்துக்கணும்.

உங்களை இம்ப்ரெஸ் பண்ணவும், தன்னுடைய கருத்தை நிலைநாட்டவும் அவர் வானத்தில் மாளிகை காட்டக்கூடியவர். 'நூறு கஸ்டமரைப் பார்த்துட்டோம். எல்லாருக்கும் எங்களைப் பார்த்ததுமே ஒரே சந்தோசம். நிச்சயமா ஒரு வாரத்தில் ஆர்டர் கொடுக்கிறோம் என்று சொல்லி இருக்காங்க' என்று உங்ககிட்ட சொல்லுவார். அப்படி என்றால் - அவர் ஒரு பத்து கஸ்டமரைப் பார்த்திருக்கிறார். ஒண்ணு ரெண்டு ஆர்டர் இந்த வாரத்தில் வரும்' என்று நீங்க புரிஞ்சுக்கணும்.

அவரை நீங்க கவுரவிக்கணும்னு நினைத்தால் மற்ற பணியாளர்கள் முன் அவரைப் பாராட்டுங்க - அப்ப பாருங்க அவர் ஒரு சின்னக் குழந்தை மாதிரி நடந்துக் கொள்வார். அதிகாரம், பதவி உயர்வு போன்றவை அவரை இன்னும் ஊக்குவிக்கும். அது அவருக்கு இன்னும் தன்னம்பிக்கையைக் கொடுக்கும்.

முதல் கட்டத்தில் இருப்பவரிடம் கோபத்தில் யாரைப் பற்றியும் தவறாகப் பேசுவதையும், யாரையும் திட்டுவதையும் கண்டிப்பா தவிர்த்திடுங்க. உங்க மேல இருக்கும் அபிமானத்தில் அந்த நபரை உங்க மேனேஜர் அப்போதிலிருந்து வெறுக்க ஆரம்பிச்சிடுவார். அவரைக் குறிவெச்சு எப்பவெல்லாம் தாக்க முடியுமோ அப்போதெல்லாம் தாக்கிட்டே இருப்பார். ஒரு சில நேரங்களில் நீங்க கோபத்தில் பேசிய சில வார்த்தைகளை அவருக்கு சாதகமா - அவருக்குத் தெரியாமலே கூட - பயன்படுத்திக் கொள்வார்.

நீங்க நான்காம் கட்டத்து பர்சனாலிட்டியா இருந்தா இவர் கிட்ட இன்னொரு விசயத்தில் நீங்க தெளிவா இருக்கணும். உங்க மேனேஜர் நீங்க சொல்ற விஷயங்களை வார்த்தைக்கு வார்த்தை உள்வாங்கிக்க மாட்டார். நீங்க சொல்வதில் அவ-

ருக்கு என்ன வேணுமோ அதைமட்டும் கேட்டுக் கொள்வார். அவரது நிலையில் அதுதான் சரின்னும் சொல்வார்.

அதனால், நீங்க சொல்ல வரும் விஷயங்களை நீங்க நினைக்கிற மாதிரியே - நினைக்கிற அர்த்தத்துலேயே அவர் புரிஞ்சுக்கிட்டாரா என்று அவர் கிட்ட ஒண்ணுக்கு ரெண்டு முறை கேட்டுத் தெளிவு படுத்திக் கொள்ளுங்கள்.

அவர்கிட்ட பேசும்போது உங்கள் எண்ணங்களைப் பற்றியும் எச்சரிக்கையா இருங்க. உங்க தொனி, முகபாவம் போன்றவற்றை வைத்து நீங்க என்ன நினைக்கிறீங்க என்று அவர் ஈஸியா புரிஞ்சுப்பார். சில நேரங்களில் அது தப்பாகவும் போய்விடும்.

அவரை உதாசீனப்படுத்துவது போல் எப்பவும் பேசிடாதீங்க. அவர் தன்னம்பிக்கை இழந்திடுவார்; இல்லைன்னா அதுக்கப்புறம் உங்க கிட்ட பேசுவதைக் குறைச்சுப்பார். இது அவருக்கும் உங்க நிறுவனத்துக்கும் நல்லது இல்ல.

அவருடைய தனிப்பட்ட திறமையையோ, 'நீங்க இப்படி நடந்துகிட்டீங்க, அப்படி நடந்துகிட்டீங்க' என்று அவர் குணநலன்களையோ எப்போதும் விமர்சிக்காதீங்க. தன் பர்சனாலிட்டியை விமர்ச்சிப்பதை விரும்ப மாட்டார். ஆனால் அவருக்கு வேலை விஷயமா எப்படிப்பட்ட சவால்-களையும் நீங்க கொடுக்கலாம்.

நான்காம் கட்டத்தில் நீங்கள் இருந்தால், விவரங்களுக்-குள்ள ஆழமாகப் போவது, சட்டதிட்டங்களை நுணுக்கமா புரிந்துகொள்வது, எதையும் கணக்கிட்டுப் பார்ப்பது, ஒரு செக்-லிஸ்ட் வைத்துக்கொள்வது போன்றவை உங்களை பலப்படுத்தும் என்று நினைப்பீங்க. ஆனால், முதல் கட்டத்-

தில் இருப்பவர் அதெல்லாம் பலவீனமாகவும், தன் சுதந்தி-
ரத்தைக் கட்டுப்படுத்துற மாதிரியும் நினைப்பார்.

இரண்டாம் கட்டத்து மேனேஜரைத் திறம்பட நிர்வகித்தல்

புதுமைகளில் ஆர்வம் காட்டும் இரண்டாம் கட்டத்து மேனேஜரின் இன்னொரு பக்கத்தை விளக்க சரியான வார்த்தை 'தப்பித்தல்'.

இரண்டாம் கட்டத்தில் இருக்கும் உங்க மேனேஜர் ரொம்பவே கணிக்க முடியாதவராகவும் இருப்பார்; கம்பெனியின் நிர்வாக அமைப்பையோ, அதிகாரத்தையோ பெரிசா கண்டுக்க மாட்டார். அவர் வழியில் தான் பாட்டுக்குப் போயிட்டு இருப்பார்.

கூட்டத்தில் பேசுவதையும், தனிப்பட்ட வாக்கு வாதங்களை-யும் தவிர்ப்பார். யார் சொன்னாங்க, என்ன சொன்னாங்க என்பதைப் பத்திக் கவலைப்படாம ஏன் அப்படி சொன்-னாங்க என்று யோசிப்பார். எப்பவும் ரொம்ப பரபரப்பாவும், அடுத்தவங்க பேசுவதைக் கேட்க நேரமில்லாத மாதிரி பிஸி-யாகவும் காட்டிக்கொள்ளவார்.

எப்போதும் புதுமையான திட்டங்களை விளம்பரம் இல்லா-மல் வைத்திருப்பார். ஓர் இலக்கை மனதில் வைத்துவிட்-டால் அதை நோக்கி லாவகமா போய்கிட்டே இருப்பார்.

யார்கூடவும் போட்டிபோடுவதும், சண்டைபோடுவதும் இவருக்குப் பிடிக்காது. அமைதியான, நிறைய பேர் பயணம் செய்யாத புது வழியில் போகணும் என்று விரும்புவார். அவர் வழியில் கடுமையான போட்டி வந்துவிட்டால் அந்த ப்ரா-ஜெக்டைப் பாதியில் விட்டுட்டு வரவும் தயங்க மாட்டார்.

உங்க இரண்டாம் கட்டத்து மேனேஜர் நீங்க சொல்வ-தெல்லாம் கேட்டு சொன்ன மாதிரியே நடப்பார் என்று எதிர்பார்க்காதீங்க. அதே போல, ஒரு இக்கட்டான சூழலில் உங்களை ஊக்குவிக்கிற மாதிரிப் பேசுவார் என்றும் எதிர்-பார்க்காதீங்க.

அதுக்காக உங்க மேல அக்கறை இல்லை என்று புரிஞ்சுக்க வேண்டாம். நீங்க பேசும்போதே அதற்கான அடுத்த திட்டத்தைத் தயார் பண்ணிக்கிட்டு இருப்பார். ரொம்ப ஆவேசமான பேச்சுகளோ, உணர்ச்சி வசமான வார்த்தைகளோ அவர்கிட்ட இருந்து பெரும்பாலும் வராது. அவர் அடுத்த வியூகத்தைத் தான் யோசிப்பார். நீங்க அவர் சொல்லாமலே அதைப் புரிஞ்சுக்கணும்.

சில நேரங்களில் இரண்டாம் கட்டத்து மேனேஜருடைய டீம் உறுப்பினர்கள் தங்களுக்கு வலிமையான தலைவர் இல்லையோ என்று யோசிப்பாங்க. ஏன்னா அவங்களுக்குப் போதுமான வழிகாட்டுதல்களும், பாதுகாப்பும் உங்க மேனேஜர் கிட்ட இருந்து கிடைச்சிருக்காது.

ஒரு வேலையைத் தன் சகாக்களிடம் ஒப்படைத்த பிறகு அதை செய்துட்டாங்களா என்று பாலோ-அப் செய்வதும், அவ்வப்போது வேலைகளை ரிவியூ செய்வதும் இரண்டாம் கட்டத்து மேனேஜருக்குப் பிடிக்காது. அப்படி அவர் ரிவியூ செய்தாலும் அதில் பெரிய உபயோகம் இருக்காது. பணியாளர்கள் ஏதாவது காரணத்தைச் சொல்லி ஈஸியா தப்பிச்சிடுவாங்க.

தன் டிபார்ட்மென்ட் பணியாளர்களுக்குத் தான்தான் பொ-றுப்பாளர் என்பதையும், அவர்களுக்கு ஒரு பாதுக்காப்பு கொடுக்க வேண்டும் என்பதையும் மறந்திடுவார். அதனால்

மற்ற டிபார்ட்மென்ட் மேனேஜர்கள் இவருடைய டீம் உறுப்-
பினர்களை அதிகாரம் செய்வதும், வேலை வாங்குவதும்
சாதாரணமா நடக்கும்.

ஒரு தலைவரா, உங்க இரண்டாம் கட்டத்து மேனேஜர்கிட்ட
பெரிய பொறுப்பை ஒப்படைப்பதற்கு முன், அவர்கிட்ட
'இத்தனை நாளைக்குள்ள முடிக்கணும்' என்று ஒரு கால
வரையறையைக் கொடுங்க. அழுத்தமான சூழலில் வேலை
செய்யும்போது அவருக்குள் இருக்கும் படைப்பாற்றலும்,
சமயோசித புத்தியும், வேலைத் திறனும் வெளிப்படும்.

அவரை வெற்றிகரமா செயல்பட வைக்க இன்னொரு வழி
- அந்த வேலையின் முக்கியத்துவத்தை உணர்த்துவது.
அப்படி உணர்ந்து ஒரு அவர் வேலையில் இறங்கிட்டா, பல
மாயாஜாலங்களை செய்ய வல்லவர்.

அவரை நீங்க ஊக்குவிக்க நினைத்தால் இன்னும் பெரிய
ப்ராஜெக்ட், இன்னும் அதிகமான பட்ஜெட், இன்னும் அதி-
கமான சுதந்திரம் கொடுங்க. அவரைப் பற்றி விமர்ச்சிக்-
கணும் என்றால் தனியா கூப்பிட்டுப் பேசுங்க. அப்படிப்
பேசும்போது கூட அவர் செய்த தவறால நிறுவனத்துக்கு
எப்படி இழப்பு ஏற்பட்டது, உங்களுக்கு எந்த வகையில்
ஏமாற்றமா இருந்தது என்று சொல்லுங்க.

சந்தையில் இருக்கும் போட்டியாளர்களோடு மோதும்
வகையிலான ப்ராஜெக்ட்களை இவர் கிட்ட ஒப்படைக்கா-
தீங்க. அதே போல இவருடைய ப்ராஜெக்ட்க்கு போட்டி-
யான வேறொரு ப்ராஜெக்ட் பத்தி இவர்கிட்ட பேசாதீங்க.
இந்த சந்தர்ப்பங்களில் ரொம்ப சீக்கிரம் சோர்வடைஞ்சு
போயிடுவார்.

இரண்டாம் கட்டத்து மேனேஜர் அவ்வளவு சீக்கிரம் வாய்திறக்க மாட்டார். அப்படி வாய்திறந்தாலும் மனசு திறந்து பேசமாட்டார். அதனால் அவரைப் பேசவைக்க முயற்சி செய்யுங்க. அவர் பேசுவதை மற்றவர்கள் கேட்க ஒரு வாய்ப்பு ஏற்படுத்திக் கொடுங்க. அவர்கிட்ட நிதானமா பேசி அவர் எடுத்திருக்கும் ப்ராஜெக்டைப் பற்றி என்ன நினைக்கிறார் என்று தெரிந்து கொள்ளுங்கள்.

நீங்க முதல் கட்டத்துத் தலைவரா இருந்தால், அவர் மேல் அதிகாரம் செலுத்தி வேலைவாங்கலாம் என்று நினைக்காதீங்க; அதுக்கு முயற்சியும் செய்யாதீங்க.

இரண்டாம் கட்டத்து மேனேஜர் ஒரு தீவிர சிந்தனையாளரா இருப்பார். பெரும் சவாலை சமாளிப்பது எப்படி, ஒரு தீராத பிரச்சினையைத் தீர்ப்பது எப்படி, புதிய வழிகளைக் கண்டுபிடிப்பது எப்படி என்பது போன்ற விஷயங்களில் அவர் ஆலோசனை ரொம்ப உதவியா இருக்கும். இப்படிப் புது வியூகங்கள் வகுப்பதில் அவருக்குத் தனி ஆர்வம் இருக்கும். அவர் சொன்ன ஒரு திட்டத்தை நீங்க யோசிக்கும்போதே வரிசையா அடுத்தடுத்தத் திட்டங்களை அவர் போட ஆரம்பிச்சிடுவார்.

இருக்கும் ஆதாரங்களையும் (resources), அடைந்த வெற்றி-யையும் வைத்து அதிகம் சம்பாதிப்பது, அல்லது புதுமை-யான கண்டுபிடிப்புகளை முறையாக வாடிக்கையாளர்க-ளிடம் கொண்டு சேர்த்து, அதற்கான லாபத்தைப் பெறுவது பற்றியெல்லாம் அவர் பெரிசா அக்கறை காட்டமாட்டார். ஒரு வெற்றிக்குப் பிறகு அவர் அடுத்த இலக்கை நோக்கி நடக்க ஆரம்பித்து விடுவார். ஆனால், ஒரு தொழிலதிபரா இதை நீங்க ஏற்றுக்கொள்ள முடியாது.

அவர் எதிர்காலத்தைப் பற்றி யோசிக்கவும், பெரிய பெரிய விஷயங்களைப் பற்றி சிந்திக்கவுமே தனது பெரும்பான்மையான நேரத்தைக் கழிக்கிறார். அதனால் நடப்பில் இருக்கும் வேலைகளை அவரை அறியாமலேயே கிடப்பில் போட்டு-விடுகிறார்.

இப்படித் தொடர்ந்து சிந்திப்பதால் அவர் செயல்பட முடியாத நிலை உருவாகிறது. வேலைகளை நல்லா திட்டமி-டுவார் ஆனால் சுமாராத் தான் செய்து முடிப்பார். அதனால் நீங்கள் இரண்டாம் கட்டத்து மேனேஜரை சுற்றி அவர் ஆரம்பித்த வேலைகளை தொடர்ந்து நடத்தி முடிக்கவும், அவருடைய ஆர்வத்தை, இருக்கும் ப்ராஜெக்ட்டில் செலுத்-தவும் வழிவகை செய்யவேண்டும்.

அவருடைய அணியை நிர்வகிக்க எளிமையான திட்டங்-களை அவருக்குக் காட்டவேண்டும். அவர்களுடைய ப்ரா-ஜெக்ட் நிலவரங்களை மாதம் ஒருமுறை நீங்கள் ரிவியூ செய்யலாம். அவரது குழுவில் உள்ள ஒரு பொறுப்பான அல்லது மூத்த நபருக்கு மக்கள் மேலாண்மை மற்றும் ரிவியூ பொறுப்புக்களைப் பிரித்துக் கொடுக்கலாம்.

மூன்றாம் கட்டத்து மேனேஜரைத் திறம்பட நிர்வகித்தல்

நீங்கள் கையாள்வதற்கு மிக எளிமையானவர், மூன்றாம் கட்டத்து மேனேஜர்தான். அவர் பழகள்ளிமையானவராகவும், எளிதில் கணிக்க முடிந்தவராகவும், நம்பத் தகுந்தவராகவும் இருப்பார்.

அவர் இயல்பாகவே சுற்றி இருப்பவர் நலனில் அக்கறை கொண்டவராக இருப்பார். எந்தத் துறை என்று பார்க்காமல் பணியாளர்கள் மேல் அக்கறை காட்டுபவராகவும், எல்லாரையும் அரவணைத்துப் போகக் கூடியவராகவும் இருப்பார். அவருடைய டீம் உறுப்பினர்கள் அவருக்காகவே வேலைகளை செய்து முடிப்பார்கள்.

இந்த மேனேஜர் தன்னைச் சுற்றி ஆதரவாளர்கள் கூட்டத்தை சேர்க்கும் அளவுக்கு சக்தி வாய்ந்தவர். வெவ்வேறு துறைகளுக்குள்ளும் தனது ஆதிக்கத்தை செலுத்த வல்லவர். அதனால் அவர் பல சிக்கலான வேலைகளைத் துரிதமாக செய்துவிடுவார். எந்தப் பிரச்சினையையும் சமாளிக்க அவர் ஆட்களைக் கையில் வைத்திருப்பார்.

கம்பெனியைப் பற்றிய முக்கியமான விஷயங்களையும், தனிப்பட்ட நபர்களைப் பற்றிய விஷயங்களையும், போட்டியாளர்களின் விவரங்களையும் விரல் நுனியில் வைத்திருப்பார்.

எதிர்ப்புகளை சமாளித்து - நினைத்ததை சாதிப்பதிலும், வேகமாக அடுத்தவர் ஒப்புதல் பெறுவதிலும் இவருக்கு இருக்கும் திறமை, வாய்ப்புகளை இவர் விரும்பியபடி கையாளும் சுதந்திரத்தைக் கொடுக்கின்றது.

ஒரு தலைவராக நீங்கள் அவரை நினைத்து பெரிதாகக் கவலைப்படத் தேவையில்லை. ஆனால், நீங்கள் இரண்டாம் கட்டத்தில் இருந்தால் கொஞ்சம் எச்சரிக்கையா இருங்க. உங்கள் தளபதிகளைத் தன் பக்கம் இழுத்துக் கொள்ளக்கூடிய திறமை அவருக்கு இயற்கையாவே இருக்கு.

நீங்கள் முதல் அல்லது நான்காம் கட்டத்தில் இருந்தால், உங்கள் மேனேஜர், உங்கள் ராஜ்ஜியத்திற்குள் தனக்கென ஒரு குட்டி ராஜ்ஜியம் நடத்துவதைப் பார்க்கலாம். எதிர்ப்பதற்கு பதிலா, அதை அவருடைய பொறுப்பாகவே கொடுத்துவிட்டால் அவரும் ஜெயிப்பார்; நீங்களும் ஜெயிச்சுடுவீங்க.

அவரை ஒரு குட்டித் தலைவரா அங்கீகரிப்பதன் மூலம் உங்களுடைய தலைமையை பறைசாற்றுவது மட்டுமில்லா-மல், அவருக்கும் விரும்பிய வேலையை செய்ய வாய்ப்பு கொடுத்த மாதிரி இருக்கும்.

அவர் புதிய வேலைகளையோ, சவால்களையோ அவ்வளவு சீக்கிரம் ஏத்துக்கமாட்டார். இருக்கும் நிலையில் எந்த மாற்றம் ஏற்பட்டாலும் பதட்டமாயிடுவார். இருக்கிறதை அப்படியே கடைபிடிக்கணும் என்று நினைப்பார்.

மாற்றம் வராமல் தடுக்கவும், அந்தத் தேவையை மாற்றவும் முயற்சி செய்வாரே தவிர தன்னை மாத்திக்கணும் என்று நினைக்கவே மாட்டார். மாற்றங்களில் இருந்தது தன் நிறுவனத்தையும், மக்களையும் காப்பாற்றுவதே அவர் கடமை என்று நம்புவார். சின்ன சின்ன விஷயங்களில் கூட இந்த எண்ணம் பிரதிபலிக்கும்.

உதாரணமாக, ஒரு கஸ்டமர் தன் ஆர்டரை மாற்றவேண்டும் என்று வருகிறார்; ஆனால் இந்த மூன்றாம் கட்டத்து

மேனேஜர் அந்த கஸ்டமரை எப்படியாவது பழைய ஆர்டரையே ஏற்றுக்கொள்ள வைக்க முயற்சி செய்வார். கஸ்டமரை சமாதானப்படுத்தியும், வேறு தகவல்களைக் கொடுத்ததும் தந்திரமா இதை சாதிச்சிடுவார். ஆனால் அந்த கஸ்டமருக்கு உண்மை புரியும்போது அவரை நீங்க நிரந்தரமா இழக்க நேரிடும்

இவரின் மிகப்பெரிய பலவீனம் தொலைநோக்குப் பார்வை இல்லாமல் இருப்பதுதான். நீண்ட காலத் திட்டங்களில் நம்பிக்கை இல்லாததால், குறுகிய கண்ணோட்டத்துடன் திட்டமிட்டே பழகி இருப்பார். கடந்த காலத்தில் நடந்த விஷயங்களில் இருந்து கற்றுக்கொள்வதும், அவற்றை அசை போட்டுப் பார்ப்பதிலும் ஆர்வமா இருப்பார். அந்த வெற்றிகளை நினைத்து இப்பவும் சந்தோஷப்படுவார். மூன்றாம் கட்டத்து மேனேஜரின் மனதில் பெரிய கனவுகளையும், நீண்டகாலத் திட்டங்களையும் விதைப்பது உங்களுக்கு பெரிய சவாலாகத் தான் இருக்கும்.

அவர் சம்மந்தப்பட்ட விஷயங்களில் நீங்க ஏதாவது மாற்றம் செய்ய விரும்பினால் அவரிடம் பேசி, தேவைகளை எடுத்துச் சொல்லி அவருடைய ஒப்புதலை முதலில் வாங்கிடுங்க. அப்புறம் அவர் டீமுக்கு அறிமுகப்படுத்துங்க. அப்படி இல்லாமல் நீங்க நேரடியா ஒரு மாற்றத்தை அறிவித்தால், உங்க மூன்றாம் கட்டத்து மேனேஜர் உடனடியா அதை எதிர்க்கவில்லை என்றாலும் திரை மறைவில் வேலை செய்து மற்ற பணியாளர்களிடம் எதிர்ப்பை உருவாக்கக் கூடும்.

பொதுவாக, ஒரு மாற்றத்தை அவரிடம் பரிந்துரைக்கும் போது அதை ஒரு தற்காலிக மாற்றமாகவும், பரீட்சார்த முயற்சியாகவுமே அறிமுகப்படுத்துங்க. அதாவது, அந்த சிறிய முயற்சியில் ஏதாவது பிரச்சினைகளோ, தோல்வியோ

வந்தால் உடனடியாக பழைய முறைக்குத் திரும்பிப் போக வழி இருக்கிற மாதிரித் திட்டமிடுங்க. அப்படி ஒரு சிறிய முயற்சி அவருக்குப் பலன் கொடுக்கும் பட்சத்தில் அவர் அந்த மாற்றத்தை ஏற்றுக்கொள்வார். அப்படி அவர் ஏற்றுக்கொண்டால் அந்த மாற்றத்தைக் கம்பெனி முழுக்க அவரே கொண்டுபோய் சேர்த்திடுவார்.

அவருக்கு நீங்க வெகுமதி கொடுக்க விரும்பினால், அவ-ருடன் அதிக நேரம் செலவிடுங்க. இன்னும் கொஞ்சம் அதிகமான விஷயங்களில் அவருடைய கருத்துக்களைக் கேளுங்க. அவருடைய அணியைப் பெரிசு பண்ணுங்க. அவர் தன் உறுப்பினர்களோடு செலவிடும் நேரத்தை அதிகம் பண்ணுங்க. தன் சகாக்களுடன் கிடைக்கும் நெருக்கம்தான் அவருக்கு சந்தோஷத்தைக் கொடுக்கும்.

மேலும், உங்க நிறுவனத்தில் நடக்கும் முக்கியமான ப்ரா-ஜெக்ட்டில் அவரைப் பங்கெடுக்க சொல்லுங்க. உதார-ணமா, புதிய பொருள் அறிமுக நிகழ்ச்சியை அவரைக் கையாள சொல்லலாம்; அல்லது புதிய ERP அல்லது CRM சிஸ்டத்தை உங்க நிறுவனத்தின் கிளைகளில் அறிமுகப்ப-டுத்தி செயல்படுத்தும் வாய்ப்பைக் கொடுக்கலாம்.

உடல் ரீதியாவும், மன ரீதியாவும் அவரை அவரா இருக்க அனுமதிப்பதும், அதை அங்கீகரிப்பதும்தான் அவருக்கு நீங்க கொடுக்கக் கூடிய மிகப்பெரிய பரிசா இருக்கும்.

ஒருவேளை நீங்க ஒரு மூன்றாம் கட்டத்துத் தலைவருக்குக் கீழ் வேலை செய்தால், அவரைப் பற்றி நீங்க பயப்படவே வேண்டாம். நீங்க சந்தோஷமாகவும், பாதுகாப்பாகவும் இருக்கிற மாதிரி அவரே உங்களைப் பார்த்துக்கொள்வார்.

உங்களுக்கு உரியது உங்களுக்குக் கிடைப்பதையும் அவர் உறுதி செய்வர்.

அவர் உங்களிடம் சகஜமா இருப்பதையும், உங்களைப் பாதுகாப்பாக கவனித்துக் கொள்வதையும், உங்களை ஒரு விருந்தாளி போல் பார்த்துக் கொள்வதையும் பற்றி நீங்கள் கவலைப்பட வேண்டாம். அது அவருடைய இயல்பு. அதே சமயம் அவருடைய பரிவை உங்கள் வசதிக்கு நீங்கள் பயன்படுத்திக்கக் கூடாது; உரிமை எடுத்துக் கொள்ளவும் கூடாது. உங்கள் வேலைய சரியா செய்துகொண்டே இருக்கணும். 'நம்ம சார் தானே, பார்த்துக்கலாம்' என்று அஜாக்கிரதையா இருந்திடக் கூடாது. அவர் எல்லாவற்றை-யும் கவனிச்சுக் கிட்டேதான் இருப்பார்.

ஒரு தலைவரா, தன் உறுப்பினர்கள் புதுசா ஐடியாக்களோ, மாற்றத்துக்கான யோசனையோ அவர்களாக சொல்வதை விரும்ப மாட்டார். அப்படி ஒரு யோசனை சொன்னால், அது ஏன் சரிவராது என்று காரணங்களைத் தேடித் தேடி சொல்வார்.

நீங்க ஒரு ஐடியாவை சொல்லும்போதெல்லாம் 'நீங்க இப்போது இருக்கும் நிலையைக் குறை சொல்வதாகத்தான்' அவர் எடுத்துக்கொள்வார். அதனால், அவரே வந்து யோசனை கேட்டால் மட்டுமே சொல்லுங்க. இல்லைன்னா, இப்ப இருக்கும் நிலை என்ன, அதை உங்க யோசனை எப்படி மேம்படுத்தும் அப்படி என்று நிதானமாகப் பேசி புரிய வைத்த பிறகு அவருடைய கருத்தைக் கேளுங்க. அதை செயல்படுத்த அவரை எப்பவும் அவசரப்படுத்தாதீங்க.

நான்காம் கட்டத்து மேனேஜரைத் திறம்பட நிர்வகித்தல்

நான்காம் கட்டத்து மேனேஜர் எப்பவும் நம்பகமானவர், விதிகளைக் கடைபிடிக்கிறவர், கொடுத்த வார்த்தையைக் காப்பாற்றுபவர். அவர் வரும் நேரத்தைப் பார்த்து உங்க கடிகாரத்தை சரிசெஞ்சுக்கலாம்; அந்த அளவுக்கு குறிப்பா இருப்பார்.

அவர் தேவைக்கு அதிகமா ஒரு வார்த்தையும் பேச மாட்டார். அவ்வளவு ஏன், கொஞ்சம் எக்ஸ்ட்ரா சிரிக்கக்கூட மாட்டார். இதனால் இவர் கூட இருப்பவங்க 'அவருக்கு உணர்ச்சி- களே இல்ல'ன்னு கிண்டல் பண்ணுவாங்க. நீங்க ஒரு ஜோக் சொல்லி அவர் சிரிச்சாலும், அடுத்த கணம் பழையபடி மாறிடுவார்.

தன் சகாக்களை சதுரங்கக் காய்களைப் போலத்தான் பார்ப்- பார். அவர்களின் உணர்வுகளைப் புரிந்துகொள்ள முயற்சி செய்ய மாட்டார். அதே சமயம் அவர்களுடைய சீனியா- ரிட்டிக்கும், அனுபவத்துக்கும் மதிப்பு கொடுப்பார்.

தன்னிடம் வேலை செய்யும் பணியாளர்களுக்கு வேலைக- ளைத் தெளிவா பகிர்ந்து - வரையறுத்துக் கொடுத்திருப்பார். அவர்கள் தினமும் கொடுக்கப்பட்ட வேலைகளை செய்தால் மட்டுமே போதும் என்று எதிர்பார்ப்பார். ஒருவருக்குப் போதுமான திறமை இல்லை என்று தெரிந்தாலும் பொறுப்- புகளை ஒப்படைக்கத் தயங்கமாட்டார். கொடுத்த வேலைக்- குத் தேவையான திறமையை வளர்த்துக்கொள்ள வேண்டி- யது பணியாளர்களுடைய கடமை என்று சொல்வார்.

எந்த விஷயத்திலும் அவருடைய கண்ணோட்டத்தை மாற்றுவது உங்களுக்கு சிரமமாக இருக்கும். தான் செய்வது

சரி என்று முழுமையாக நம்புவதால், அதை நிரூபிக்க உங்களிடம் வாக்குவாதமும் செய்வார். அதுக்கு துணையா டேட்டாவையும், ஆதாரங்களையும் தயாரா வெச்சிருப்பார். அவர் வேலைகள் பற்றிய விவரங்களில் அவரை யாரும் அடிச்சுக்க முடியாது.

அவ்வளவு சாதாரணமா அவர் மற்றவங்க வேலையில் தலையிட மாட்டார்; தன் வாடிக்கைகளை மாற்றிக் கொள்ள-வும் மாட்டார். அவர் செய்யக்கூடிய மேம்பாடுகள் எல்லாம், தன் நிலையைத் தக்க வைத்துக்கொள்ளவே செய்வார். தன் அதிகார வரம்பில் ஒரு சின்ன குறுக்கீட்டையும் அவரால தாங்கிக்க முடியாது. தன் துறையில் எல்லாரையும் விடத் தான்தான் திறமைசாலியா இருக்கணும்னு விரும்புவார்.

அன்னப்பறவை தண்ணியை விட்டுட்டு வெறும் பாலை-மட்டும் குடிக்கும்னு சொல்லுவாங்க. அது எவ்வளவு தூரம் உண்மைன்னு எனக்குத் தெரியாது. ஆனால், உங்க நான்காம் கட்டத்து மேனேஜர் ஒவ்வொரு விஷயத்திலும் அதனதன் தரமும், தராதரமும் பார்க்கத் தெரிந்தவர். தேவைக்கு அதிக-மான ஆர்ப்பாட்டங்களும், பெருமையும் அவருக்குப் பிடிக்-காது.

அவர் யாருடைய தனிப்பட்ட விஷயங்களிலும் தலையிட மாட்டார். அதைவிட குறிப்பா அவருடைய தனிப்பட்ட விஷயங்களில் யாரும் தலையிடக் கூடாது என்று நினைப்-பார் - அது அவருடைய bossஆக இருந்தாலும் சரி. வேலை விஷயமா பேசுவதற்கு வெளியில் சந்திப்பது, வீட்டில் இருக்-கும்போது பேசுவது, அவருக்கு கோபத்தை வரவழைக்-கும். அவருடைய சீட்டில் தான் அவர் மேனேஜரா இருப்பார். அலுவலகத்திற்கு வெளியில் அவர் வேறமாதிரி இருப்பார்.

அதேபோல தனக்கு சம்மந்தம் இல்லாத விஷயங்களில் - உதாரணமா, அரசியல், சினிமா அல்லது உலக நடப்புகள் போன்றவற்றில் - கருத்து சொல்லமாட்டார்; விமர்சனமும் செய்யமாட்டார். நீங்க சகஜமா பேசுவதா நினைச்சு அது- போன்ற விஷயங்களில் அவர் கருத்தைக் கேட்காதீங்க.

ஒரு தலைவரா அவரைத் திறம்பட வேலை செய்ய வைக்க- ணும்னு நினைச்சா, அவருக்கு வரையறுக்கப்பட்ட திட்டங்க- ளையும் அதற்கான வழிமுறைகளையும் மட்டும் கொடுங்க.

'இதை ஏன் செய்கிறோம் என்றால்' அப்படின்னு அவருக்கு ஊக்கம் கொடுக்கிறதா நினைச்சு உங்க கனவுகளையும், வரையறுக்கப்படாத நீண்டகாலத் திட்டங்களையும் பற்றிப் பேசாதீங்க. ஏன்னா நிரூபிக்கப்படாத, வேறெங்கும் செயல்- படுத்தப் படாத திட்டங்கள் அவரை சோர்வடைய செய்து- விடும். உங்கள் முன் ஒத்துக்கொள்வது போல இருந்தாலும், அவர் நம்பமாட்டார்.

ஒரு விஷயம் நடக்காதுன்னு அவர் முடிவெடுத்துட்டா, சொல்லிவச்ச மாதிரி அது தோல்வியடைந்துடும். அப்புறம் நீங்க என்ன முயற்சி பண்ணாலும் அதை ஜெயிக்க வைப்பது கஷ்டம். அதனால் அவரை சமாதனப்படுத்தியோ, சாமர்த்தி- யமா பேசியோ பிடிக்காத ப்ராஜெக்ட்டை அவரை செய்யச் சொல்லாதீங்க. அதே சமயம் அந்தப் பெரிய திட்டத்தை, நடைமுறைப் படுத்தக்கூடிய சின்ன பகுதியா கொடுத்தால், அவருக்கு அதில் ஆர்வம் ஏற்படும்.

அவரிடம் ஒரு ப்ராஜெக்ட்டை ஒப்படைத்த பிறகு அடிக்கடி அதனுடைய நிலவரம் என்னன்னு கேட்கிறதும், இன்னும் அடிக்கடி அவர்கள் டீமோடு ரிவியூ செய்வதும் அவருக்கு எந்த இடைஞ்சலையும் தராது. மாறாக அவர்

அதை மனப்பூர்வமா வரவேற்பார். அவரைப் பொறுத்-
தவரை நீங்க அப்படி செய்வது அந்த ப்ராஜெக்ட்டின்
முக்கியத்துவமாகவும், அது தோல்வி அடையாமலிருக்க ஒரு
உதவியாகவும்தான் பார்ப்பார். ஒவ்வொரு ரிவியூவிலும்
புதுப்புது யோசனைகளையும், மாற்றங்களையும் சொல்லி
அவர் திட்டத்தை மாற்ற வைக்காதீங்க.

நீங்க அவருக்கு சில புது ப்ராஜெக்ட்களை அல்லது இன்னும்
அதிகமான ப்ராஜெக்ட்களை ஒப்படைக்கணும் என்று
நினைத்தால் இப்போது அவர் செய்துகொண்டிருக்கும் ப்ரா-
ஜெக்ட்டுக்கு தொடர்புடைய விஷயங்களையே கொடுங்க.

அவருக்குப் புரமோஷன் கொடுக்கணும் என்று நினைத்-
தால், அவர் இப்ப பார்த்துக் கொண்டிருக்கும் வேலையையே
பெரும்பான்மையா செய்வது மாதிரியான பதவியைக்
கொடுங்க. நிறைய புது விஷயங்களையும் புதிய மனிதர்க-
ளையும் சந்திக்கிற மாதிரி புரமோஷன் கொடுத்தால், அவர்
உற்பத்தித் திறன் குறைந்து, சக்தியும் குறைந்து கொஞ்ச
நாள் சிரமப்படுவார்.

அவர் பல நாளா தன் திறமையையும், டீம் உறுப்பினர்களின்
அபிப்பிராயத்தையும், அவர்களின் திறமையையும் செதுக்கி
கட்டிவைத்த கோட்டையை இந்தப் பதவி உயர்வு உடைத்து
விட்டதாக நினைப்பார்.

அவரிடம் வேலைவாங்க அவருடைய பதவிக்கோ, அதிகா-
ரத்திற்கோ ஆபத்து வருவது போல மிரட்டாதீங்க. அப்புறம்
ஆபத்து உங்களுக்குத் தான்.

நீங்கள் ஒரு நான்காம் கட்டத்து மேனேஜருக்குக் கீழ் வேலை
செய்தால், அவர் கேட்காத விஷயங்களில், கேட்காத
நேரங்களில் உங்கள் கருத்தை சொல்லாதீங்க. உங்க ஐடி-

யாவில் இருக்கும் சின்ன ஓட்டையை வெச்சு அதை தூள் தூளாக்கிடுவார்.

நீங்க தொடர்ந்து பேசினா, அந்த யோசனையும், அதுக்-கப்புறம் நீங்களும் ஒன்றுக்கும் பயனில்லை என்று சொல்-லிடுவார். எப்பவும் அவரைவிட நீங்க புத்திசாலி என்று அவர்கிட்ட காட்ட முயற்சிக்காதீங்க. அவர் உங்களைத் தன் பதவிக்கான ஆபத்தாகவும், உங்க யோசனைகளை அவர் ஆதிக்கத்திற்கு எதிர்க் குரலாகவும்தான் பார்ப்பார்.

அவர் எப்படி வார்த்தை தவறாமல், காலம் தவறாமல் நடந்துககிறாரோ அதேபோல் நீங்களும் இருக்கணும் என்று ஒவ்வொரு தருணத்திலும் எதிர்பார்ப்பார். ஒரு முறை நீங்க தவறினாலும் அவருக்கு கோபம் வரும். ஞாயமான காரணங்களுடன் சில சமயம் நம் தவறுகளை அவர் புரிந்து கொண்டாலும், அப்படித் திரும்ப நடக்கும்போது உங்களை 'எதுக்கும் லாயக்கு இல்லாதவர்' என்று அவர் மனதில் முத்திரை குத்தி வெச்சுப்பார்.

தொடக்கத்தை மனதில் வைத்து முடியுங்கள்

தொழில் முனைவோரின் பர்சனாலிட்டி வகைகளைப் பற்றி-யும், அதைத் எளிமையாக கொண்டு சேர்ப்பது பற்றியும் பேசிக்கொண்டிருக்கும் போது ஒரு பெரிய நிறுவனத்தின் CEO சொன்ன வார்த்தைகள் என் காதில் இப்போதும் ஒலித்துக் கொண்டே இருக்கின்றன.

மக்கள் எல்லோரும் ஒரே விதமா சிந்திக்கணும்னு எதிர்பார்க்கக் கூடாது; தன் மேனேஜர்களும், பணியாளர்களும் தன்னைவிட வித்தியாசமா யோசிக்கிறது தப்பே இல்லை - அப்படிங்கிற எண்ணத்தை மட்டும் நீங்க தொழில் முனைவோரின் மனதில் பதிய வைத்துவிட்டால் இந்தப் புத்தகத்தின் நோக்கம் 90% நிறைவேறி விடும். மீதி எல்லாம் வெறும் 10% தான்.

இந்தப் புத்தகத்தின் நோக்கத்தை யோசிக்கும் போதெல்லாம் என் சிந்தனையை ஒருநிலைப்படுத்தியது இந்த வார்த்தை-கள் தான். எவ்வளவு ஆழமான புரிதல்!

இந்தப் புத்தகத்தைப் படித்துவிட்டு 'என்னை சுத்தி இருப்ப-வங்க என்னை மாதிரியே சோசிக்கணும்கிறது அவசியம்

இல்லை. அப்படி வித்தியாசமா யோசிப்பது யாருடைய பல-வீனமும் இல்லை. உண்மையில் அதுதான் என் நிறுவனத்-தின் பலம்' என்று நீங்க நம்பினால் என் நோக்கம் நிறைவ-டைஞ்சிடும்.

ஒர் ஆனந்தமான தொழில்முனைவோர்...

மனநிம்மதி அடைகிறார்

தொழில்முனைவோர் தனது இயல்பான, விருப்பமான கட்டத்தில் இருந்து இயங்கும்போது, தனக்குள் இருக்கும் ஆற்றலையும், ஞானத்தையும் தனக்கு சாதகமாகப் பயன்ப-டுத்திக் கொள்கிறார்.

தொழில்முனைவோர் ஒரு சிப்பியைப் போன்றவர். ஒரு கனவை மனதில் ஏந்திக்கொண்டு, தன் சிந்தனையின் ஆழம் வரை அதை எடுத்துச் செல்கிறார். அந்தப் பயணத்தில் தன்னுடைய இயல்பு வாழ்க்கையையும், சுதந்திரத்தையும் துறந்துதான் போகிறார்.

அவருடைய நாட்களும், சிந்தனைகளும் அந்தக் கனவை அடையவேண்டும் என்ற ஒற்றைக் குறிக்கோளால் நிரம்பி-விடுகின்றன. தன் எல்லா சக்தியையும் மூலதனமாக வைத்து தன் நிறுவனத்தைத் தொடங்குகிறார். அந்த நிறுவனத்தை வெளிப்புறத் தாக்குதலிலிருந்து பாதுகாக்க தன்னையே கேடயமாக்குகிறார்.

தொழில்முனைதல் ஒரு தவம்!

அந்தத் தவத்தின் பலனாகக் கிடைக்கும் விலைமதிப்பற்ற முத்திற்கு அவர் உரிமையாளர் ஆகிறார். அந்த முத்து - வளங்-களின் தேடலில் தன்னைத் தானே வழிநடத்திக் கொண்டு,

புதிய யோசனைகள், யுக்திகள், மற்றும் திட்டங்கள் கொண்டு தனக்குத் தானே உயிரூட்டிக்கொண்டு, திறமையான பணி-யாளர்கள் மற்றும் வசதி வாய்ப்புகளைப் பயன்படுத்தித் தன்னை வளர்த்துக் கொண்டு, சமுதாயத்திற்கே செல்வ செழிப்பை உருவாக்கும் ஒரு வரம். அது தான் அவரது நிறு-வனம். அதுதான் ஆனந்தமான நிறுவனம்.

ஊர் போய் சேர்வதைப் போலவே மகிழ்ச்சியாகப் பயணிப்பதும் அவசியமாகிறது.

தன்னையே பணயம் வைத்துத் தொழில்முனைந்த பின் அவர் திரும்பிச் செல்வது சாத்தியம் இல்லை; ஜெயித்தே ஆகவேண்டும். இந்தத் தவம் மிகக் கடுமையானது; நீண்டகாலம் எடுக்கக்கூடியது. கொஞ்சம் தடம்மாறினாலும் தடம்புரண்டுவிடும் அபாயம் உடையது.

அர்ப்பணித்த தன் வாழ்க்கையை அர்த்தமுள்ளதாக்க தொழில் முனைவோரிடம் இருக்கும் ஒரே வழி தன் தவப் பயணத்தையே ஆனந்தமயமாக ஆக்கிக் கொள்வதுதான். தனக்குப் பிடித்ததும், உள்ளூர திருப்தியைத் தருவதுமான வேலைகளை தினசரி செய்து வருவதே அவரது நாட்களை ஆனந்த மயமாக்க உதவும்.

சிறந்த தலைவராக வளர்கிறார்

நாம் முதல் அத்தியாயத்தில் பார்த்தபடி, இன்றைய சூழலில் ஒரு தொழில்முனைவோர் நாளின் முடிவில், 'ஏன் இந்தத் தொழிலைத் தொடங்கினோம், ஏன் இப்படி சிரமப்பட்டு உயிரோட்டமில்லாத இந்தப் பயணத்தைத் தொடர்கிறோம்' என்று யோசித்தபடியே சோர்வுடன் வீடு திரும்புகிறார்.

தன் நிர்வாகிகளை நிர்வாகம் செய்வதற்கே அவருக்கு ஒரு நாளின் நேரம் போதாமல் போகிறது. பல தினசரி வேலை-களுக்காகத் திட்டமிடுவதும், அவற்றின் நிலவரத்தைக் கண்காணிப்பதுமே அவருடைய வேலையாகிப் போகிறது. அவசரநிலைகளை சமாளிப்பதும், துரிதகதியில் முடிவெ-டுப்பதும் வாடிக்கையானது.

ஆனால், தன் இயல்பான ஆர்வத்தைத் தெரிந்துகொண்ட-வுடன் அவரது நாட்களில் புத்துணர்ச்சி நிரம்புகிறது. ஒரு நொடிப் பொழுதில் மேகங்கள் விலகி, சூரியனின் பொன்-னொளியில் தனக்கான பாதை ஒளிர்வதைக் காண்கிறார். ஏன் தன் நிறுவனத்தில் தான் நினைத்த பல விஷயங்கள் நினைத்த மாதிரி நடக்கவில்லை என்பது புரியவருகிறது. தன் ஆற்றலின் ஊற்றுக் கண்ணைக் கண்டுபிடித்து விட்டது போல உணர்கிறார்.

அவர் தன்னை அறிந்த, தன் பலத்தை உணர்ந்த, தன் பலத்தை வைத்து முன்னேறும் ஓர் உண்மையான தலைவ-ராக வளர்கிறார். பிறகு, அவர் தன் தளபதிகளையும் புரிந்து கொள்ளத் தொடங்குகிறார்.

அவர்கள் முதலில் தன்னைப் புரிந்து கொள்ள வேண்டும் என்ற தலைகீழான எதிர்பார்ப்பிலிருந்து வெளியே வருகி-றார். அடுத்தவரைப் புரிந்து கொள்ள அவரது இயல்பை-யும், அவர் எங்கிருந்து (எந்தக் கட்டத்திலிருந்து) வருகிறார் என்பதையும் புரிந்துகொள்ளவேண்டும் என்று கருதுகிறார். அப்படிப் புரிந்துகொள்ளும் பட்சத்தில், தன் தளபதிகளை இன்னும் திறம்பட வழிநடத்தும் ஆற்றல் தனக்குக் கிடைக்-கும் என்று நம்புகிறார்.

ஓர் ஆனந்தமான நிறுவனம்...

தன்னிறைவு பெறுகிறது

ஒரு நாள் அந்தப் போர்க்களத்தின் இயல்பை அவர் உணர்கி-றார். இதுநாள் வரை தனியே போராடி, தன் திறமையைப் பயன்படுத்தி முன்னேறுவதே தனது கடமையாக நினைத்தி-ருந்தார்.

ஆனால், தொழில் என்பது அப்படிப் போர் புரிவதற்கான களம் அல்ல, அது உண்மையான வீரமும் அல்ல என்பதை அன்று உணர்கிறார். தனது தளபதிகளை சிறந்த போர்வீ-ரர்களாக வளர்த்து, அவர்களை வழிநடத்தி, வெற்றிபெறச் செய்வதே அந்தப் போர்க்களத்தின் அறைகூவல் என்பது அவருக்குத் தெளிவானது.

அப்போது தனக்கு இந்தத் தெளிவு எப்படிக் கிடைத்தது, தனக்குள் உறங்கிக் கொண்டிருந்த எல்லையில்லாத சக்தி எப்படி புலப்பட்டது என்பதைப்பற்றி நன்றி உணர்வுடன் நினைத்துப் பார்க்கிறார்.

தன் தளபதிகள் எந்தக் கட்டத்தில் இருக்கிறார்கள் என்று தெரிந்துகொண்டால் அவர்களை இன்னும் ஆழமாகப் புரிந்து கொள்ளவும், அவர்களை இன்னும் சிறந்த போர்வீ-ரர்களாக மேம்படுத்தவும் முடியும் என்று அவர் உறுதியாக நம்புகிறார்.

அவர்களின் திறமைகளுக்கு சவால் விடவும், அதன்மூலம் அவர்களை இன்னும் திறன் மிக்கவர்களாக ஆக்கவும் அவர்-களின் இயல்பான ஆர்வத்தை முதலில் புரிந்து கொள்ள வேண்டும். அதனால் தனது தளபதிகளுக்கும் ஆனந்தக் கட்டத்திற்கான மதிப்பீட்டை நடத்துகிறார்.

அவர்களை ஆனந்தக் கட்டத்திற்கு ஏற்ற வேலைகளில் மாற்றிப் பணியமர்த்துகிறார். அதற்காக தனது பழைய திட்டங்களில் சில மாற்றங்கள் செய்ய வேண்டும், தன் தள-பதிகள் புதிய பொறுப்புகளுக்காகப் பயிற்சிகள் எடுத்துக்-கொள்ள வேண்டும் என்று தெரிந்தும் அவ்வகைப் பணி மாற்றங்- களைத் தயங்காமல் மேற்கொள்கிறார்.

அதனால் அவரது நிறுவனத்தில் சிறு சலசலப்பும், பதட்டமும் ஏற்படுகிறது. ஆனால் எல்லாம் சில நாட்களில் அடங்கி-விடும் என்றும், தன் தளபதிகள் மாற்றத்திற்கான காரணத்-தைப் புரிந்துகொள்வார்கள் என்றும் அவர் நம்புகிறார்.

ஆற்றல் நிறைந்த இடமாகிறது

அவரது தளபதிகள் தாங்கள் அந்த நாள் வரை தவறான பதவிகளில் இருந்து போராடியதையும், அவர்களுக்குத் தேவையான அனைத்து சக்தியும் ஆற்றலும் இப்போது உள்ளார்ந்த உந்துதலாக அவர்களுக்குக் கிடைப்பதையும் உணர்ந்தனர்.

ஒவ்வொரு தளபதியும் சுயமாகத் தங்களுக்குப் பிடித்த வேலைகளை செய்வது எவ்வளவு மகிழ்ச்சியாக இருக்கி-றது என்பதைக் கண்டனர். அவர்கள் புதிய சவால்களை நோக்கித் தாங்களே முன்னேறிச் சென்றனர்; ஒவ்வொருவ-ரும் தங்கள் பாணியில் வளர்ந்து கொண்டே இருந்தனர்.

மேலும் தங்கள் தலைவருக்கு சிந்திக்க அதிக நேரத்தையும் மன அமைத்தியையும் கொடுத்தனர். அவர்கள் தங்களுக்கு அடுத்தபடியாக வர இருப்பவர்களுக்கு இப்போதிலிருந்தே பயிற்சியளிக்கத் தொடங்கி விட்டார்கள்.

அவர்கள் அத்தனை பேரும் தங்களை விட சிறந்த தளபதி-களாகவும், பின் சிறந்த தலைவர்களாகவும் மாறுவார்கள் என்று அந்தத் தளபதிகள் அறிவார்கள்.

சில நாட்களில், தொழிலதிபர் தனது தளபதிகளுக்கு கட்ட-ளைகளை இடுவதை நிறுத்திவிட்டு, அதற்கு பதிலாக அவர்கள் சொல்லும் கதைகளை மட்டும் காதில் வாங்கிக் கொள்கிறார். தனது தளபதிகள் அவரவர் வேலைகளில் தன்னைவிட சிறந்தவர்கள் என்பதையும் அவர்கள் சிறந்த தலைவர்களாக வளர்ந்து வருவதையும் அவர் உணர்ந்தி-ருக்கிறார்.

பின்னர் அவர் தனது கனவுகளை விரைவில் அடையப் போகிறோம் என்று நினைத்துக் கொண்டே பலமாகப் பெருமூச்சு விடுகிறார். இப்போது அந்தப் பெருமூச்சு ஓர் ஆனந்தத்தைக் கொடுத்தது.

அந்தத் தொழில்முனைவோரின் அடையாளமாகிறது

அவர் தன் போர் முகாமிலிருந்து வெளியில் மெல்ல நடக்கத் தொடங்கினார். அப்போது ஒருவித நிதானமும், திருப்தி-யும் அவரை சூழ்ந்துகொண்டதாக உணர்கிறார். இதற்கு முன்னர் அவர் இப்படி உணர்ந்ததில்லை.

அவர் தோள்கள் திடீரென லேசாகிவிட்டதாக நினைக்கிறார் - எல்லா பாரத்தையும் இறக்கி வைத்ததால் லேசாகி இருக்குமோ என்று யோசித்தபடியே நிதானமாக நடக்கிறார். அவர் மனதில் 'இனி என்ன நடந்தாலும் தான் வீழ்ந்து விடமாட்டோம்' என்ற ஒரு நிம்மதி நிலைகொண்டு இருந்தது. அந்த நிம்மதியின் வெளிப்பாடே மிடுக்கான நடை.

சிறந்த பலருக்கு அவர்களையே அடையாளம் காட்டி, அவர்கள் வளர்வதற்கு வாய்ப்பும் காலமும் கொடுத்து 'தலைவர்களை உருவாக்கிய தலைவராக' இருப்பதற்கு அவர் தன்னைத் தானே பாராட்டிக் கொண்டார். அவருக்கு இப்போது அவரை மிகவும் பிடித்திருந்தது.

அப்படி உருவான தலைவர்கள் இப்போதெல்லாம் இவரது அறிவுரைகளுக்காகவும், வழிகாட்டுதல்களுக்காகவும் அவரைப் பார்க்க வருவதில்லை. அவரது கனவுகளைப் பற்றித் தெரிந்துகொள்ளவும், அடுத்த இலக்கை அறிந்து-கொள்ளவும் மட்டும் வருகிறார்கள்.

மற்றபடி தோழமையோடு நலம் விசாரிப்பது, பழைய கதைகளை மனம்விட்டுப் பேசுவது போன்றவைதான் அவர்-கள் சந்திக்கும் நேரத்தில் பெரும்பாலும் நடக்கும். இவற்றை எண்ணி அவர் பெருமைபட்டுக்கொண்டே, தன்னை உண்மையில் 'தலைவர்களின் தலைவன்' என்று செல்லமாக அழைத்துக் கொண்டார்.

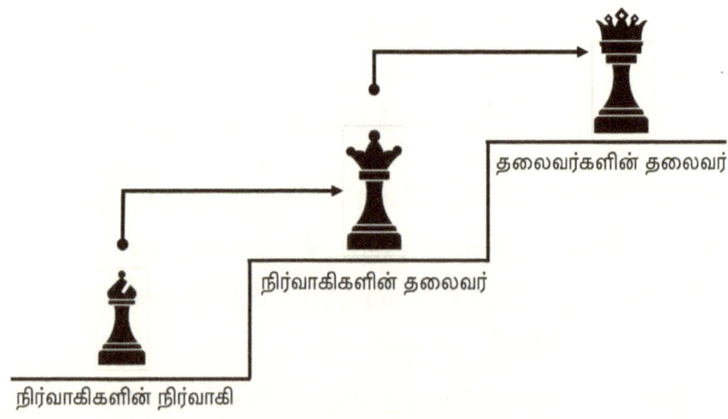

படம் 18 - நிர்வாகிகளை நிர்வாகிப்பது Vs
தலைவர்களுக்குத் தலைமை தாங்குவது

இப்படியே யோசித்துக்கொண்டு தன் முகாமிலிருந்து வெகு-தூரம் வந்துவிட்டார். அவர் திரும்பிப் பார்க்கும்போது அவரது முகாம் துடிப்பான பல வீரர்கள் சந்தோஷமாகவும், நம்பிக்கையுடனும் கூடியிருக்கும் ஓர் இடமாகத் தெரிந்தது.

தொழில்முனைவோரைத் தொழில்முனைவோராகவே இருக்க வைக்கிறது

அவர் தொடர்ந்து நடக்கும்போது முகாமிலிருந்து கேட்கும் விவாதங்களும், சிரிப்பொலியும் கொஞ்சம் கொஞ்சமாக மெலிந்தன.

அவர் தன்னைச் சுற்றி இருக்கும் அமைதியை உணர்கிறார். அந்த அமைதி அவருக்குள்ளும் ஊடுருவுவதை அவரால் உணர முடிந்தது. மீண்டும் அவர் தன் முகாமைத் திரும்பிப் பார்க்கிறார்.

முகாமின் வாயிலருகில் தன் தளபதிகளில் ஒருவர் நிற்பதைப் பார்க்கிறார். அந்தத் தளபதி தன் இடது கையில் காபி கோப்பையுடன் நின்றுகொண்டு தன் தலைவர் நடந்து செல்வதைப் பார்த்துக் கொண்டிருக்கிறார்.

தன் தலைவர் திரும்பிப் பார்த்தவுடன் அந்தத் தளபதி தன் வலது கையை அசைத்து, தன் கட்டைவிரலை உயர்த்திக் காட்டி உறுதியளிக்கிறார். அவர் தூரத்தில் இருந்து பார்க்க முடியாது என்பதால் அந்தத் தளபதி தன் கண்களில் வழியும் கண்ணீரைத் தடுக்க நினைக்கவில்லை.

அந்தத் தலைவர் தன் பாதையில், மலைச் சரிவில் இருக்கும் போர் வீரர் பயிற்சிக் கல்லூரியைக் கடந்து போகிறார். திடீரென்று ஏதோ நினைவுக்கு வர, அவர் தன் கைபேசியை எடுக்கிறார். அடுத்த முனையில் அவரது மனைவி - அன்று

இரவு உணவிற்கு அவரை வெளியில் அழைத்துச் செல்லும் திட்டத்தை உறுதி செய்கிறார்.

அவர் கைபேசியில் பேசிக்கொண்டிருக்கும் போதே அந்தக் கல்லூரியிலிருந்து மாணவர்கள் வெளியே வருகிறார்கள். சிலர் அவரை முந்திப் போகிறார்கள். பலர் அவருக்கு வணக்கம் தெரிவித்தனர்; இவரும் பதிலுக்குக் கையசைத்தார். சிலர் அவருடன் சேர்ந்து நடக்கிறார்கள்.

அவர் கைபேசி மீண்டும் ஒலித்தது. மறுமுனையில் ஒரு வாடிக்கையாளர் இவரிடம் ஏதோ கெஞ்சும் குரலில் உதவி கேட்டுக் கொண்டிருக்கிறார்; பேசி முடித்தவர் தொழில்முனைவோரின் பதிலுக்காகக் காத்திருக்கிறார்.

தொழில்முனைவோர் தொலைவில் இருந்த பரந்த நிலத்தையும், தன்னை சுற்றி புன்னகை பூத்திருக்கும் பயிற்சித் தளபதிகளின் முகங்களையும் பார்க்கிறார்.

"சரி, நான் உங்களுக்கு உதவுகிறேன். கவலைப் படாதீர்-கள்! உங்கள் ஆர்டருக்கான வேலைகள் ஆரம்பித்து விட்டன" என்று சொல்லி முடிக்கிறார்.

Annexure

சுய பரிசோதனை

- உங்க ஆனந்தக் கட்டத்தைக் கண்டுபிடிக்க ஓர் எளிமை-யான சோதனையை நீங்க செய்து பார்க்கலாம். நீங்க இவ்வளவு நேரம் உங்களைப் பத்தி யோசிச்சு வைத்த குணாதிசயங்களை இந்த டெஸ்ட் மூலம் நீங்க உறுதிப் படுத்திக்கலாம்.

- இந்த டெஸ்டுக்கு நம்ம தினசரி வாழ்க்கையில் நடக்கக் கூடிய விஷயங்கள் மற்றும் அதில் நீங்க எடுக்கக்கூடிய முடிவுகளை ஒரு கேள்வி-பதில் மாதிரி அமைக்கணும்.

- இப்ப நாம் பார்க்கப்போற இந்த மதிப்பீட்டு முறையில் உங்களுடைய குணாதிசயங்களை அடிப்படையா வெச்சு ஒவ்வொரு கட்டத்துக்கும் மார்க் கொடுப்போம். எந்தக் கட்டத்தில் அதிகமா மார்க் வருதோ அந்தக் கட்டத்தை உங்களுடைய பிரதானக் கட்டமா அதாவது ஆனந்தக் கட்டமா எடுத்துக்கலாம்.

- சரி தொடங்கலாமா?

1. Indicator-களைப் பட்டியலிடணும்

நம்ம சுற்றுப்புறத்தில் இருந்து வரும் எல்லாத் தூண்டுதல்-களுக்கும் நம் கட்டுப்பாட்டில் இல்லாம தன்னிச்சையா வரக்கூடிய - இயல்பான எதிர்வினைகள் தான் இந்த அறிகு-றிகள் (indicators).

அதனால் உங்களுடைய உணர்வுகளை அதன் வழியில் ஓடவிடுவது போன்ற தருணங்களை முதலில் பட்டியலிட-ணும். அதுக்கப்புறம் அந்த மாதிரித் தருணங்களில் நீங்க எப்படி முடிவெடுக்கறீங்கனு பார்க்க சில சாய்ஸ்களையும் பட்டியலிடணும்.

* அதுபோல சில தருணங்கள் -

1. ஒரு சமயத்தில், சில மணி நேரம் நீங்க தனியா இருக்-கீங்க. எந்த வேலையும் இல்ல - அதுக்காக நீங்க உங்க-ளத் திட்டிக்கவும் மாட்டீங்க. அந்தமாதிரி ஒரு சூழல். உதாரணமா,

   * உங்களுடைய பயண நேரம் - தொழில் சம்மந்தமா ட்ரெயின்லேயோ, விமானதுலேயோ வெளியூருக்குப் போறீங்க.

   * வேலை முடிஞ்சு வீட்டுக்கு சீக்கிரம் வரீங்க. வீட்டில் எல்லாரும் எதோ விசேஷத்துக்கு வெளிய போயிருக்-காங்க. வரக் கொஞ்ச நேரம் ஆகும்.

2. இன்னொரு சமயத்தில் - நீங்க இப்படித்தான் நடந்துக்க-ணும்னு ஒரு கட்டாயத்தில் இருக்கீங்க. உதாரணமா,

   * ஒரு திருமண வரவேற்பு, குழந்தையின் பள்ளி ஆண்டுவிழா, தூரத்து நண்பர்களின் get together

- தொழில் சம்மந்தமான சந்திப்புகள், உங்க அசோசி-யேஷன் மீட்டிங், நெட்ஒர்க் மீட்டிங்

- தேர்ந்தெடுக்கப்பட்ட பார்வையாளர்கள் இருக்கும் முக்கியமான செமினாரில் ஒரு பார்வையாளரா இருக்கும் நேரம்.

3. ஒரு திட்டமிடாத, எதிர்பாராத சூழல். உதாரணமா,

- நீங்க கிளம்பிய பிறகு, திடீர்னு உங்கப் பயணத் திட்டத்தில் ஒரு மாற்றம் செய்யவேண்டி இருக்கு.

- ஒரு மீட்டிங்கிற்கு போய்கிட்டு இருக்கும்வழியில், எதேச்சையா ஒரு முக்கிய நபரை சந்திக்கிறீங்க.

- எதிர்பாராத விதமா நீங்க பயணம் பண்ண ஊரிலேயே ரொம்ப நேரம் தங்குகிற மாதிரியான ஒரு சூழல் - உங்க விமானம் / டிரெயின் தாமதம், அது போல.

4. உங்களுக்கு சவால் விடக்கூடிய சந்தர்பங்கள் - உங்கள் ஈகோ தூண்டப்படும் சூழல்

- கம்பெனி போர்டு மீட்டிங்கில் சூடான ஒரு வாக்கு-வாதம்

- வீட்டுக்கு வந்த நண்பர்களுடன் சாதாரணமா பேச ஆரம்பிச்சு அது காட்டமான விவாதமா மாறிடுச்சு.

- ஒரு கூட்டத்தில் உங்களுடைய சாதனைகளை மற்ற-வர்கள் பாராட்டும் போது.

- உங்க வேலையில் நடந்த தோல்வியை நீங்க ஒதுக்க வேண்டிய சந்தர்பம்.

5. இருக்கும் சில வேலைகளில் ஒரு வேலையை செய்ய-
   ணும்னு நீங்க தேர்ந்தெடுக்கும் சமயம்

   * உங்க கம்பெனியில் வெவ்வேற துறையில் உங்களு-
     டைய ஆலோசனைத் தேவைப்படுது.

   * உங்க ISO procedure படி நீங்க ஏதாவது ஒரு
     துறையை internal audit செய்யணும்.

   * உங்கள் வசதிப்படி வேறு ஒரு கம்பெனியை போய்ப்
     பார்த்தல் - உங்களுடைய சப்ளையர் கம்பெனிக்குப்
     போகும்போது.

   * உங்க கம்பெனியில் பலபேருடன் சேர்ந்து ஒரு ப்ரா-
     ஜெக்ட் மேற்கொள்ளும்போது.

6. உங்க பிசினெஸ் விஷயமா ஒரு சில வேலைகளை
   செய்யும்போது

   * கொதிச்சுப் போயிருக்கிற ஒரு கஸ்டமரை சமாதா-
     னப்படுத்தும் போது

   * ரொம்ப சாமர்த்தியமான ஒரு கஸ்டமர் கிட்ட விலை
     விஷயமா விவாதிக்கும் போது

   * ஒரு பொருளை வாங்க (procuring commodities) பல
     சப்ளையர்களிடம் விவாதிக்கும் போது

   * உங்கள் ப்ராஜெக்ட்டை முதலீட்டாளர்களிடம் காண்-
     பிக்கும் போது.

7. நீங்கள் மன அழுத்தத்தில் இருக்கும்போது

   * முக்கியமான ஒரு வாடிக்கையாளர் உங்களிடம்
     புகார் பண்ணும் போது

- போட்டியாளர்களை முறியடிக்கத் திட்டங்கள் தீட்-டும்போது

- நீண்டகாலத் திட்டங்கள் தீட்டும்போது

- சிக்கலான பிரச்சினைகளுக்குத் தீர்வுகளைத் தேடும்-போது

- போட்டியாளர்களின் நெருக்கடியை சந்திக்கும்போது

8. பொதுவான கண்ணோட்டம்

- புதிய தொழில் நுட்பங்களை உள்வாங்குதல் பற்றி

- வியாபாரத்தில் முக்கியமான காரணிகள் மற்றும் குறிக்கோள்கள்

- குடும்ப விவகாரங்களில் முக்கிய முடிவுகளை எடுப்பது

- மற்றவர்களிடம் உதவி மற்றும் யோசனை கேட்பது

- நம்முடன் வேலை செய்பவர்களைப் பற்றிய அனு-மானம்

2. இரண்டு விதமான முடிவுகளைக் குறிப்பிட வேண்டும்

- மேலே குறிப்பிட்டது போன்ற சந்தர்பங்களில் நாம் பார்த்த இரண்டு அடிப்படை நடத்தை முறைகளை வேறுபடுத்திக் காட்டுவது போல இரண்டு விடைக-ளையும் எழுதுங்க. அதாவது - உள்நோக்கிய மற்றும் வெளிநோக்கிய பார்வைகளை வேறுபடுத்திக் காட்டு-வது போலவும், புதுமை அல்லது பரிச்சயத்தைத் தேடும்

மனநிலைகளை வேறுபடுத்திக் காட்டுவது போலவும் ரெண்டு சாய்ஸ் பதில்கள்.

* உதாரணமா -

* **கேள்வி:** நீங்க வெளியூரில் ஒரு செமினாருக்குப் போறீங்க. அங்க இருப்பவர்களில் சில பேரை மட்டுமே உங்களுக்குத் தெரிஞ்சிருக்கு. அங்க நீங்க பார்க்க நினைச்ச உங்கள் எதிர்கால கஸ்டமரும் இருக்கிறார். அவரைப் பார்த்து உங்க ப்ராஜெக்ட் பத்திப் பேசணும்னு நினைக்கிறீங்க. சரியா அந்த நேரத்துல, லன்ச் பிரேக் விடறாங்க - அதுவும் நெட்ஒர்க் செய்வதற்காக நீண்ட பிரேக். அப்ப உங்க மனநிலை எப்படி இருக்கும்?

* இந்தக் கேள்வி உள்நோக்கிய மற்றும் வெளிநோக்கிய பார்வைகளை வேறுபடுத்திக் காட்டுது- இதற்குக் கீழ இருப்பது போல் ரெண்டு பதில்கள் இருக்கணும்.

  * **பதில் 1** - நீங்க பேசினதெல்லாம் போதும்பா... என் கஸ்டமரை முதலில் போய்ப் பார்க்கணும். அவர்-கிட்ட ஓர் அடையாளத்தைப் பதிக்கணும். ஓகே, இப்ப அவர் முன்னாடி ஒரு புன்னகையோடு போய் நிக்கணும். நான் தயார்!

* அல்லது

  * **பதில் 2** - அய்யய்யோ, என்ன இவ்வளவு சீக்கிரம் லன்ச்சுக்கு பிரேக் விட்டுட்டாங்க? கொஞ்சம் தயார் படுத்திக் கொள்வோம். ஆனா, இப்ப எனக்கு வயித்-தைக் கலக்குதே... முக்கியமான கஸ்டமர்தான், ஆனா அவர் இந்த பிஸியில் இதெல்லாம் கவனிப்-

பாரா? எவ்வளோ பேர் அவரை சுத்தி நின்னுகிட்டு இருக்காங்க. இன்னொரு சரியான சந்தர்பத்தில் அவரைப் பார்த்துப் பேசுவோம். இப்ப வேண்டாம்!

- இதேபோல புதுமையை விரும்புவதையும், பரிச்சயத்தை விரும்புவதையும் வேறுபடுத்திக் காட்டும் ஒரு சாம்பிள் கேள்வி -

- கேள்வி: நீங்க உங்க அசோசியேஷன் மூலமா ஒரு நிறுவனத்துக்கு 'இண்டஸ்ட்ரி விசிட்' போகத் திட்ட-மிட்டிருக்கீங்க. ஒருநாள் முழுவதும் நீங்க போவதால் உங்க அலுவலகத்தில் எல்லா மாற்று ஏற்பாடுகளையும் பண்ணிட்டீங்க. அந்த நிறுவனம் நீங்க ஏற்கனவே பார்த்த நிறுவனம். அதனால், போன முறை விட்டுப்போன, பார்க்காத விஷயங்களைப் பார்க்க நீங்க திட்டமிட்டி-ருக்கீங்க.

- ஆனால், அந்த நாளுக்கு ஒருநாள் முன்னாடி இரவு உங்க நண்பர் உங்களுக்கு போன் பண்ணி, 'அந்த நிறுவனத்தில் எதோ முக்கியமான கஸ்டமர் விசிட்டாம், அவங்க இன்னைக்கு நம்மள எங்கேஜ் பண்ண முடியா-தாம். அதான் அசோசியேஷனில் வேற ஒரு கம்பெனியப் பார்க்க ஏற்பாடு பண்ணி இருக்காங்க. காலையில் போய் நாம மத்தியானம் திரும்பிடுவோம்' என்று சொல்றாரு.

  - பதில் 1 - முதலில் எனக்கு கோபம் வரும். அதெப்-படி முடிவுபண்ண விசயத்தைக் கடைசி நேரத்தில் மாத்தலாம்? அப்புறம் அந்தப் புது நிறுவனத்தைப் பத்தி விசாரிச்சு விசிட்டுக்குத் தயாராவேன்.

- அல்லது

  - **பதில் 2** - ஓ, நாளைக்கு வேற ஒரு புது கம்பெனியா! சரி அதையும்தான் போய்ப் பார்ப்போம் என்று எனக்குள்ள ஒரு உற்சாகத்தோடு தயாராவேன்.

- இப்படி இரண்டு அடிப்படை நடத்தையையும் வேறுபடுத்திக் காட்ட, ஒவ்வொரு நடத்தைக்கும் குறைந்தது பத்து பத்து கேள்விகளைத் தயார் பண்ணுங்க. அதில் நீங்க எந்த மாதிரி முடிவுகளை எடுப்பீங்கனு கேட்டுப்பாருங்க. அந்த லிஸ்ட்டில் அதுபோன்ற முடிவை டிக் பண்ணுங்க. உங்க துணைவரிடமோ, நண்பரிடமோ அதை விளக்கி சரி பார்த்துக் கொள்ளுங்க..

3. உங்கள் முதன்மையான கட்டத்தைக் கண்டுபிடியுங்கள்

- உங்களுடைய ஆர்வம் மூன்று அல்லது நான்கு கட்டங்களிலும் இருக்கலாம். இதுதான் பெரிய குழப்பமே. ஆரம்பகாலத்தில் எனக்கும் இதைக் கண்டுபிடிக்கறது ஒரு சவாலாகத் தான் இருந்தது.

- நாம் இன்றைக்கு பல பரிமாணங்களில் செயல்பட வேண்டி இருக்கு. ஒவ்வொரு பொறுப்பையும் சிறப்பா செய்யணும்னு எதிர்பார்ப்பும் இருக்கு. நமது கல்வி, தொழில் மற்றும் ஒட்டுமொத்த சமுதாயமும் நாம் ஒரு முழுமையான மனிதரா - சூப்பர்ஹீரோவா இருக்கணும்னு எதிர்பார்க்குது.

- நிறைய மேனேஜ்மென்ட் மற்றும் லீடர்ஷிப் மேம்பாட்டுத் திட்டங்கள் நம்மை எல்லா துறைகளிலும் சமமான தேர்ச்சியுடன் ஆல்ரவுண்டர்களாக இருக்கணும்னுசொல்-

றாங்க. அதுவம் தொழில்முனைவோர் தன் பலவீனங்க-
ளில் ரொம்ப கவனமா இருக்க வேண்டிய நிர்பந்தமும்
இன்னைக்கு அதிகமாகிட்டு இருக்கு.

- அதனால், நமக்குப் பிடிக்குதோ இல்லையோ - நெட்-
வொர்க்கிங், கணக்கு வழக்கு பார்ப்பது - இப்படி சில
திறமைகளை வளர்த்துக்க வேண்டி இருக்கு. மேலும், நம்
இயல்பான ஆர்வங்களைக் கொஞ்சம் அடக்கி - யோசிச்சு
முடிவெடுக்க வேண்டியிருக்கு.

- இன்று தொழில்முனைவோரின் தனிமையும் அவர்க-
ளை சகலகலா வல்லவர்களாக ஆக்குகிறது. தொழில்மு-
னைவோர் பல பயிற்சிகள், கலந்துரையாடல்கள், செமி-
னார்கள் போன்றவற்றில் கலந்துகொண்டு தங்கள்
திறனை மேம்படுத்திக் கொள்கின்றனர்.

- இதனால் ஒன்றுக்கு மேற்பட்ட கட்டங்களில் உங்கள்
ஆர்வம் இருப்பதை சில நேரங்களில் நீங்கள் பார்க்க-
லாம். ஆனால், நாம் பார்க்க வேண்டியது உங்கள்
முதன்மையான கட்டம் எது என்பதுதான்.

எப்படி இதைக் கண்டுபிடிக்கறது?

- மேல சொன்ன மாதிரி உங்க பதில்களை சரிபார்த்த
பிறகு, ஒவ்வொரு கட்டத்திலும் எவ்வளவு மதிப்பெண்
வந்திருக்குனு பாருங்க. எந்த கட்டத்தில் அதிகபட்ச மதிப்-
பெண் வந்திருக்கோ அதுதான் உங்க முதன்மையான
கட்டம் - அதாவது ஆனந்தக் கட்டம்.

- உதாரணமா - நீங்க இந்த ரெண்டு அடிப்படை நடத்தைக-
ளில் பத்து பத்து கேள்விகளை எழுதிவச்சிட்டீங்க. அதில்
கீழ இருக்கிற மாதிரி நீங்க ஸ்கோரும் கொடுத்திட்டீங்க.

**நான் எதைத் தேடுகிறேன் - புதுமையையா?
பரிச்சயமானதையா?**

S. No.	Question	Novelty	Familiarity
1	Question 1	1	
2	Question 2	1	
3	Question 3		1
4	Question 4	1	
5	Question 5	1	
6	Question 6	1	
7	Question 7		1
8	Question 8		1
9	Question 9		1
10	Question 10	1	
Total Score		6	4

படம் 19 - நான் எதைத் தேடுகிறேன் - கேள்விக்கான
மதிப்பெண்கள் (உதாரணம்)

- நான் எங்கே தேடுகிறேன் - எனக்குள்ளா? வெளியிலா?

S. No.	Question	Inward	Outward
1	Question 1	1	
2	Question 2		1
3	Question 3	1	
4	Question 4	1	
5	Question 5		1
6	Question 6	1	
7	Question 7		1
8	Question 8	1	
9	Question 9	1	
10	Question 10	1	
Total Score		7	3

படம் 20 - நான் எங்கே தேடுகிறேன் - கேள்விக்கான மதி-ப்பெண்கள் (உதாரணம்)

- இப்ப இந்த 10 மார்க் ஸ்கோரை 5 மார்க்குக்கு மாற்றுங்க. இப்படி மாற்றுதால் க்ராப் வரைவது எளிமையா இருக்கும்.

Behaviour	Score	
	For 10	For 5
Seeking Novelty	6	3
Seeking Mastery over Existing tasks	4	2
Seeking within	7	3.5
Seeking without	3	1

படம் 21 - மொதத் ஸ்கோர் - 5க்கு மாற்றியபின்

- இப்ப இந்த 4 ஸ்கோரை வச்சு ஒரு x-y வரைபடம் போடலாம்.

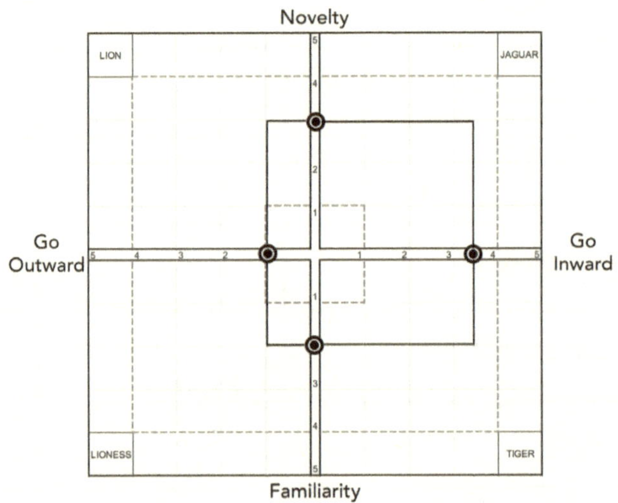

படம் 22 - ஆனந்தக் கட்டத்தைக் கண்டுபிடிக்கும் க்ராப்

மேலே இருக்கிற க்ராப்-ஐ வெச்சுப் பார்த்தால் ரெண்டாவது கட்டம் தான் உங்க ஆனந்தக் கட்டம்னு தெரியுது.

சான்றுரை

Mr Alex Antony, Director,
Black and White Legal Private Limited

ஆனந்தக் கட்டம் பற்றிய கருத்துக்கள் எனக்கு ஒரு புதிய கண்ணோட்டத்தைக் கொடுத்தன. JoyQ சோதனையை செய்தபின், என்னால் என்னுடைய தனித்திறமைகளை-யும், குணங்களையும் புரிந்துகொண்டு தொடர்புபடுத்த முடிந்தது.

Mr Mansoor Ali, Managing Director,
Maharaja Silks, Tiruvarur.

இந்தக் கருத்து உண்மையில் என் பலம் மற்றும் பலவீ-னங்களைப் பற்றிய ஒரு புதிய பார்வையை எனக்குக் கொடுத்தது. இது ஒரு வியப்பான உண்மை. நான் எனது பணியாளர்களை மதிப்பீடு செய்து அவர்களுக்குப் பொருத்-தமான துறைகளில் பணியமர்த்தினேன். இந்த புத்தகத்-திற்காக திரு கண்ணன் அவர்களுக்கு நன்றி. அலுவலகத்தில் மட்டுமல்லாமல் நம் தனிப்பட்ட வாழ்க்கையிலும் மக்களைப் புரிந்துகொள்ள இந்த கருத்துக்களைப் பயன்படுத்தலாம்.

Mr Sivakumar, Vice-Chairman,
Imayam Educational Institutions

நேர்காணல்களில் சரியான விண்ணப்பதாரர்களைத் தேர்ந்-
தெடுக்க இந்தக் வழிமுறைகளை நான் பயன்படுத்துகி-
றேன். ஒவ்வொரு வேலைக்குமான சரியான நபர்களைத்
தேர்ந்தெடுக்க எனக்கு JoyQ உதவுகிறது.

Mr Srihari Charan, Proprietor,
MyCuteMini Gifts

இன்டெர்வியூக்களின் போது ஒரு நபரின் தன்மையைப்
புரிந்துகொள்வது எப்போதும் சவாலானது. இந்த Joyous
Quadrants, அவர்களின் குண நலன்களையும், ஆர்வங்க-
ளையும் மதிப்பிடுவதற்கு உதவுகிறது. அதனால் சரியான
பணியாளர்களைத் தேர்வு செய்ய முடிகிறது.

Mr Jothishankar, Proprietor,
GoTek, Chennai.

இந்த ஆளுமை வகைப்பாடுகளின் அடிப்படையில் எனது முழு அணியையும் வகைப்படுத்த முயற்சித்தபோது நான் மிகவும் திகைத்துப் போனேன். இதனைப் புரிந்துகொள்வதும் செயல்படுத்துவதும் ரொம்ப எளிமையாக இருந்தது. என் ஆச்சரியத்திற்குக் காரணம், என் நிறுவனத்தில் எல்லா மேனேஜர்களும் ஏற்கனவே அந்தந்தக் கட்டங்களில் இருக்கிறார்கள். நிறுவனத்தில் ஆட்சேர்ப்பின் போது இந்த யுக்தி நிச்சயம் உதவும்.

Mr Mujibur Rahman, Managing Director,
Asian Building Materials Pvt Ltd, Ramnad.

எனது ஆளுமை குணங்களைப் புரிந்துகொள்ள இந்த வழியைப் பயன்படுத்தினோம். அதன் அடிப்படையில் எங்கள் நிறுவனத்தை வலுப்படுத்த நாங்கள் ஒரு task force-ஐ உருவாக்கினோம். இது வணிகத்தின் பலவீனங்களை நிவர்த்தி செய்வதற்கும் வாடிக்கையாளர்களுடனான உறவை மேம்படுத்துவதற்கும் உதவியது.

Mr Zeelan Mohideen, Proprietor
Hyatt Clothing Co, Madurai.

நான் யார் என்பதைப் புரிந்துகொள்ள இந்த கருத்து எனக்கு உதவியது. எனது பர்சனாலிட்டியை நான் அறிந்து கொண்டேன். எங்கள் நிறுவனம் வளர மற்ற மூன்று குணநலன்களுடன் மேலாளர்கள் தேவை என்று நான் நம்புகிறேன். அவற்றை எவ்வாறு கண்டுபிடிப்பது என்பது எனக்குத் தெரிகிறது. மேலாளர்களுக்கு அவர்கள் விரும்பும் பணிகளை ஒப்படைக்கும்போது, அவர்கள் மகிழ்ச்சியுடன் செயல்படுவார்கள். ஒரு வேலையைச் செய்வதற்கும் விருப்பத்துடன் செய்வதற்கும் ஒரு பெரிய வித்தியாசம் உள்ளது.

Mr Swarajit Alakananda,
Founder, Fix Your Gadgets, Coimbatore.

வாழ்வதற்குத் தேவையான அனைத்தும் இயற்கையில் நம்மைச் சுற்றியே இருக்கின்றன. மனமும், உடலும் சூழலுக்கு ஏற்ப பரிமாணமம் ஆகும் வண்ணமே அமைந்துள்ளன. ஆனால் வாழ்க்கையில் மற்றவர்களை கையாள்வதுதான் கடினமாக உள்ளது. சக மனிதனை புரிந்து கொள்ளாததாலும், நம் அறியாமையினாலும் பெரும்பாலும் உறவுகள் கோபம், ஈகோ, விரக்தினு... போய் முடியுது.

இந்தப் புத்தகம் எனக்கு என்னை சுற்றி உள்ள மனிதர்களை புரிந்துகொண்டு ஆனந்தமாய் வாழ்வதற்கும் ஆனந்தமாய் தொழில்முனைவதற்கும் பெரிதும் உதவுகிறது. இந்த புத்தகத்தை பலமுறை படிக்க, படிக்க, நிறைய புரிதல் கிடைக்குது. இதை புத்தகத்தை படைத்த திரு L.S கண்ணன் அவர்களுக்கு என்னுடைய நன்றிகள்.

Mr Boopathi Sivakumar S,
Current Electro Mech Pvt Ltd, Erode.

இந்த புத்தகம் எனது நிர்வாக நடவடிக்கைகளை மறைமுக-மாக கண்காணித்து எழுதப்பட்டது போல மிக துல்லியமாக இருக்கிறது.

நாம் நிறுவன தலைவராக நமக்கு எல்லா Department-களிலும் சிறப்பாக செயல்படத் தெரிந்திருக்கவேண்டும் என்ற தவறான புரிதலை மாற்றிக்கொண்டேன். அந்தந்தத் துறையில் சிறப்பாக செயல்படுபவர்களை ஊக்குவித்து நன்கு செயலபட ஒத்துழைப்பதே நமது பொறுப்பு என்பதை இந்த புத்தகம் எனக்கு கற்றுத்தந்தது.

ஒரு MSME நிறுவனத்தை நடத்துபவர் ஒரு முறையாவது மிக ஆழமாக இந்த புத்தகத்தை படிக்க வேண்டும்.

Dr Vivek Rathinavel
Consultant Physician & Cardiologist,
CARE AKPS Hospital, Virudhunagar.

நான் இதுவரை படித்து முடித்த மருத்துவம் சாராத புத்த-
கங்கள் இரண்டுதான். அதில் ஒன்று – இந்த ஆனந்தமாய்
தொழில்முனைவோம். நான் மற்றவருக்குப் பரிசாக அளித்த
ஒரே புத்தகம் இதுதான்.

J Balaji
JKB Housing Pvt Ltd, Chennai.

இந்தப் புத்தகம் நமக்குள் மிகப்பெரிய மாற்றங்களை ஏற்படுத்தக் கூடிய ஒரு தலைசிறந்த படைப்பு. பயணத்தின் மகிழ்ச்சி இலக்கைப் போலவே முக்கியமானது என்பதை இது எடுத்துக்காட்டுகிறது. JKB Housing-இன் நிர்வாக இயக்குநராக, இதன் பலன்களை நான் நேரடியாகப் பெற்றிருக்கிறேன். இந்த புத்தகம் எனது ஆனந்தக் கட்டத்தைக் கண்டறியவும், அதன் மூலம் நிறுவனத்தின் வளர்ச்சிக்கும் வழிவகுத்தது. மேலும், பர்சனாலிட்டி வகைகள் பற்றிய அதன் தனித்துவமான அணுகுமுறை எங்கள் recruitment உத்தியில் ஒரு கேம்-சேஞ்சராக உள்ளது. இது ஒவ்வொருவரின் தனிப்பட்ட பலத்துடன் அவர்களுக்கான வேலைகளைப் பொருத்திப் பார்க்க மிகவும் உதவுகிறது. எனது தொழில் பயணத்தை மகிழ்ச்சிகரமாக மாற்றியது மட்டுமல்லாமல் எனது குழுவின் வெற்றியையும் மனநிறைவையும் கொடுத்ததற்காக திரு. கண்ணனுக்கு எனது மனமார்ந்த நன்றியைத் தெரிவித்துக் கொள்கிறேன்.

Suresh Kumar
Founder & Lawyer of Unimarks IPR, Chennai.

எச்சரிக்கை – இது ஒரு வழி பாதை, இந்த ஜாய்க்யூ கட்டடங்-களை முழுதாக புரிந்துக் கொண்டபிறகு இது நாம் நம்மை பற்றியும் நம்மை சுற்றி இருப்பவர்களை பற்றிய கண்ணோட்-டங்களையும் முழுமையாக மாற்றி விடும்.

எனக்கு இந்த புத்தகம் என்னைப் பற்றிய சரியான புரித-லையும், குறிப்பாக என்னுடைய நிறுவனத்தில் என்னுடன் இணைந்து பணிபுரியும் திறமைகளை பற்றியும் என்னால் தெளிவாக உணர முடிந்தது. இதன் பயனாக அவர்களை அடுத்தடுத்த படி நிலைகளுக்கு கொண்டு செல்லவும், புதிய பணியாளர்களையும் அவர்கள் திறமைக்கேற்ப பணியமர்த்-தவும் இந்த புத்தகத்தில் தெரிந்து கொண்ட விஷயங்கள் எனக்கு உதவிகரமாக அமைந்தன.

V Vijay Merchant
Sri Venkateshwara Vilas, Srivilliputtur.

ஒவ்வொரு தொழில்முனைவோரிடமும் கண்டிப்பாக இருக்க-வேண்டிய நூல் இது. தொழில்முனைவோர் தங்களைப் பற்றியும், தங்கள் பணியாளர்களையும் நன்கு புரிந்து கொண்டு வழிநடத்த வழிகாட்டியாக இது உள்ளது.

பணியாளர்களைத் தேர்ந்தெடுப்பது முதல், அவர்களை எப்படி மகிழ்ச்சிகரமாக வைத்திருப்பது, நிறுவனத்தின் கட்ட-மைப்புகள் எப்படி இருக்க வேண்டும், நான்கு வகையான JoyQ குணாதிசயங்களை எப்படி அடையாளம் காண்பது போன்ற விசயங்கள் வேறு எவரும் சொல்லாத கோணத்தில் எளிமையாக விளக்கப்பட்டுள்ளன.

Satheeskumar, Director
Essor Superfoods, Chennai

இதனை இதனால் இவன்முடிக்கும் என்றாய்ந்து
அதனை அவன்கண் விடல்.
| குறள் எண் – 517

வள்ளுவரின் திருக்குறளில் இந்த ஆழமான ஞானம் ஒரு குறிப்பிட்ட பணிக்கு ஒரு நபரின் திறனை அங்கீகரிப்பதன் முக்கியத்துவத்தை வலியுறுத்துகிறது. நவீன காலத்தில், சரியான வேலைக்கு சரியான நபரை அடையாளம் காணும் சவாலுடன் நாங்கள் போராடி வருகிறோம். Interview process நீண்டதாக ஆகிவிட்டது. அதில் பெரும்பாலும், சரியான நபர்களைத் தேர்ந்தெடுக்கத் தவறிவிடுகிறோம். ஆனால், ஜாய் கியூ முறையின் அறிமுகத்துடன், இந்த கடினமான பணி எளிமைப்படுத்தப்பட்டுள்ளது. கடந்த கால ஞானத்தை நிகழ்காலத்தின் தேவைகளுடன் இணைக்கும் இத்தகைய சிந்தனையை அறிமுகப்படுத்தியதற்காக கண்ணன் சாருக்கு மனமார்ந்த நன்றி!

Vinod Kumar D,
KT Sinning Mills, Salem.

ஒருவர் தனது வேலையில் எப்படி சிறப்பாக இருக்கிறார், வேறொருவர் ஏன் அந்த வேலையில் போதுமான முன்னேற்றம் கொடுக்க முடியவில்லை என்பதை ஆனந்தக் கட்டத்தின் மூலம் தெரிந்து கொண்டு அந்த நபரை வேலையிலிருந்து நீக்காமல் அவருக்கு ஆனந்தமாக செய்யக் கூடிய வேலைகளைக் கொடுக்க முடிகிறது.

ஆசிரியரைப் பற்றி

எல். எஸ். கண்ணன் ஒரு லீன் சிக்ஸ் சிக்மா கைசன் ஆலோ-சகர், பயிற்சியாளர், தலைமைத்துவ பேச்சாளர் மற்றும் பயிற்சியாளர். சிசென்ஸ் மேனேஜ்மென்ட் சொல்யூஷன்ஸ் பிரைவேட் லிமிடெட் (www.csensems.com) என்ற கன்சல்-டிங் நிறுவனத்தின் நிறுவனர் & இயக்குநராக உள்ளார். மேலும், தொழில்முனைவோருக்கான Weekly Consulting Session களை Business Champions Program என்ற பெயரில் வழங்கி வருகிறார்.

தொழில்முனைவோரின் லட்சியங்களை அடைய - அவர்-களின் கனவுகளைத் தெளிவுபடுத்தவும், தனிப்பட்ட

மற்றும் நிறுவனத்தின் நோக்கங்களுக்குள் உள்ள ஆழமான பிணைப்பை வெளிக் கொண்டுவரவும், அவர்களுக்குள் இருக்கும் தலைமைத்துவத்தை வலுப்படுத்தவும் - அவர்க-ளோடு சேர்ந்து பயணிக்கிறார்.

சிறு நிறுவனங்கள் லாபம் ஈட்டவும், வளர்ச்சி அடைய-வும், வளம் அடையவும், நிலைத்து நிற்கவும் தங்கள் உள்ளார்ந்த அறிவை பயன்படுத்துவதில் உதவி புரிகிறார். 'ஞானம் என்பது நமக்கு அந்நியமானது அல்ல' என்பதை உணர்த்த மேலாளர்களையும், தலைவர்களையும் ஊக்கு-விக்கிறார். தங்கள் வேலைப்பளுவைக் குறைத்து உற்பத்தி திறனை அதிகப்படுத்த பணியாளர்களுக்கு உதவுகிறார்.

செயல்பாட்டு சிறப்பான ஆலோசகராக, ஹெவ்லெட் பேக்கார்ட் எண்டர்பிரைஸ் (HPE) இந்தியா, ஃபைசர், டைட்டன் நிறுவனம், உலக வங்கி குழு மற்றும் பல புகழ்-பெற்ற நிறுவனங்களுடன் பணியாற்றியுள்ளார்.

அவர் தேசிய உற்பத்தித்திறன் கவுன்சிலால் (NPC) அங்கீக-ரிக்கப்பட்ட Lean Manufacturing ஆலோசகர் ஆவார். அவர் MSME அமைச்சகத்தின் ZED திட்டத்தில் முதன்மை பயிற்சி-யாளராகவும், மும்பை ஐ. டி. எம் பிசினஸ் ஸ்கூல் மற்றும் மதுரை கே. எல். என் இன்ஜினியரிங் கல்லூரியில் Visiting Faculty ஆகவும் உள்ளார்.

அவர் operational excellence பற்றி 'Getting Out of the Maze' என்ற புத்தகத்தையும், தொழில்முனைவோரின் பர்சனாலிட்டியைப் பயன்படுத்தி தொழிலில் வெற்றிபெ-றுவது பற்றி ஆங்கிலத்தில் 'Joyous Entrepreneur' ஆகிய புத்தகங்களை வெளியிட்டிருக்கிறார். இந்தப் புத்தகம் 'Joyous Entrepreneur' என்ற நூலின் தமிழாக்கம் ஆகும்.

மேலும் அவரது படைப்புகளை அவரது வலைத்தளத்-
திலும் (https://www.csensems.com/category/csense-blogs/)
மற்றும் LinkedIn (www.linkedin.com/in/lskannan) இல்
காணலாம்.

Bibliography

1. Association, American Psychology. Industrial and Organizational Psychology. *American Psychology Association.* [Online] www.apa.org.

2. Fritz, Robert. *The Path of Least Resistance.* 1989

3. Miralles, Garcia Hector & Francesc. *Ikigai: The Japanese secret to a long and happy life.* s.l. : Random House UK, 2017.

4. Gladwell, Malcolm. *Outliers: The Story of Success.* s.l. : Little, Brown and Company, 2008.

5. https://qz.com/664158/former-apple-ceo-john-sculleys-views-of-leadership-changed-when-he-met-steve-jobs-and-bill-gates/. [Online]

6. Sachin Tendulkar. *Wikipedia.* [Online] 26 June 2020. https://en.wikipedia.org/wiki/Sachin_Tendulkar.

7. Collins, Jim. *Good to Great: Why Some Companies Make the Leap... and Others Don't.* s.l. : William Collins, 2001.

8. Hill, Napoleon. *Think and Grow Rich.* 1937.

9. When Sourav Ganguly & Sachin Tendulkar Saved Team India From Fixing. *Sportstime.* [Online] https://www.sportstime247.com/when-sourav-ganguly-sachin-tendulkar-saved-team-india-from-fixing/.

10. Design thinking. *Wikipedia.* [Online] https://en.wikipedia.org/wiki/Design_thinking.

11. Harari, Yuval Noah. *Sapiens.* s.l. : Harper, 2014.

12. Maslow's hierarchy of needs. *Wikipedia.* [Online] https://en.wikipedia.org/wiki/Maslow%27s_hierarchy_of_needs.

13. Liker, Jeffrey. *Toyota Culture.*

14. *Lexico.com.* [Online] www.lexico/definition/depute.

www.ingramcontent.com/pod-product-compliance
Lightning Source LLC
Chambersburg PA
CBHW060525160726

47991CB00001B/185